AF764902

சந்தியா

சந்தியா

வாஸந்தி

எழுத்து
பிரசுரம்

Title: Sandhya
Author's Name:Vaasanthi
Copyright © Vaasanthi2023
Published by Ezutthu Prachuram

All rights reserved. No part of this publication may be reproduced, stored in a retrieval system, or transmitted, in any form or by any means, electronic, mechanical, photocopying, recording, psychic, or otherwise, without the prior permission of the publishers.

Ezutthu Prachuram
(An imprint of Zero Degree Publishing)
No. 55(7), R Block, 6th Avenue,
Anna Nagar,
Chennai - 600 040

Website: www.zerodegreepublishing.com
E Mail id: zerodegreepublishing@gmail.com
Phone: 89250 61999

Ezutthu Prachuram First Edition: July 2023
ISBN: 978-93-90053-83-4
TITLE NO EP: 448

Layout: G. Selva Kumar
Cover Design: Vijayan, Creative Studio

சந்தியா

1

"**நா** தொலைஞ்சு போறேன்... தொலைஞ்சு போறேன்! அப்பத்தான் உங்களுக்கு நிம்மதி ஏற்படும்னா தொலைஞ்சுதான் போகணும்."

அடக்க அடக்கத் திமிறிக்கொண்டு சந்தியாவுக்கு ஆத்திரம் பொங்கியது. அடியம்மா அது என்ன ஆத்திரம். அது பூகம்பமாய் வெடித்து, ஊழிக்காற்றாய்ப் பொங்கும் ஆக்ரோஷத்தில் ஒரு சுகானுபவம் கூட ஏற்பட்டது, புதிய பலம் ஊற்றெடுத்தது போல. மனசு மதர்ப்புடன் நிமிர்ந்தது, என்ன செய்துவிடுவீர்கள் என்னை என்கிற எக்களிப்பில்.

"சந்தியா..."

குரல் மிக மெலிதாகத்தான் வந்தது.

சந்தியாவின் தலை சிலிர்த்துக்கொண்டு திரும்பிற்று. ஜன்னலுக்கு வெளியே அம்மாவுடைய முகம் தெரிந்தது. கவலையில், பீதியில் வெளிறிப்போன முகம்.

குபீரென்று மனசில் மீண்டும் ஏதோ பற்றிக் கொண்டது.

"என்னைச் சும்மா விடமாட்டியா நீ?" என்றாள் சந்தியா, குரலை உயர்த்தி.

அம்மா அதை அலட்சியம் செய்யாமல் க்ஷீணித்துப்போன குரலில் சொன்னாள்:

"எதுக்குடி உனக்கு இப்படிக் கோபம் வருது. என்ன சொல்லிட்டேன் நா இப்ப உன்னை?"

"என்ன சொல்லல்லே? அம்மா, போதும் இங்கிருந்து போ. எனக்கு அலுத்துப்போச்சு. காலையிலிருந்து ராத்திரிவரை லெக்சர் கொடுக்கிறதைத் தவிர வேறே ஏதாவது உனக்கும் அப்பாவுக்கும் பேசத் தெரியுமா? என்னைப் பச்சைப் புள்ளையாட்டம் இல்லே நடத்தறீங்க! இனிமே என்னாலே ஒரு வார்த்தைகூடத் தாங்கிக்க முடியாது. வேற இடம் பார்த்துக்கிட்டுக் கிளம்பிடுவேன், பொறுக்க முடியல்லேன்னா!"

அம்மா சளைக்காமல் ஜன்னல் கம்பியைப் பிடித்தபடி இரைந்தாள்.

"என்னடி பயமுறுத்தல் இது? நீ இஷ்டப்படி இருப்பே, கண்ட நேரத்துக்கு வீட்டுக்கு வருவே, இல்லாத காரணம் சொல்லுவே, நாளைக்குக் கல்யாணமாகிப் புருஷன் வீட்டுக்குப் போக வேண்டிய பொண்ணு - என்ன ஏதுன்னு கேக்க எங்களுக்கு உரிமையில்லையா?"

"இல்லே. நா பச்சைக் குழந்தை இல்லே, உங்க கையைப் பிடிச்சுக்கிட்டே நடக்க. ஐ ஆம் ட்வென்ட்டி ஒன் இயர்ஸ் ஓல்ட். டாமிட்! இருபத்து ஒண்ணு, எ கம்ப்ளீட் அடல்ட்!"

இதற்கு சிரிப்பதா வேண்டாமா என்று யோசிப்பவள் போல அம்மா நின்றாள்.

"உனக்கு எத்தனை வயசானாலும் எங்க குழந்தைதானேடி நீ?"

சந்தியா எழுந்தாள். கிடுகிடுவென்று ஜன்னலுக்கு நடந்தாள்.

"அம்மா போதும்மா! இந்த அசட்டுப் பிசட்டுப் பேச்செல்லாம் உனக்கும் அப்பாவுக்கும் நடுவிலே வெச்சுக்கோ... என் வரைக்கும்

வரவேண்டாம்... கொஞ்சம் கண்ணைத்தொறந்து வெளியிலே பாரு... உலகம் எவ்வளவு மாறியிருக்குன்னு தெரியும்."

அம்மாவின் மறுமொழியைக் கேட்க விருப்பமில்லாமல் ஜன்னல் கதவை அழுத்தி மூடிவிட்டுக் கோபம் குறையாத வேகத்துடன் கட்டிலில் குப்புறப்படுத்துக்கொண்டாள்.

'சரியான ஜெயிலா போயிட்டது இந்த வீடு,' என்று முணுமுணுத்துக்கொண்டாள்.

யுத்த களத்தில் நின்றுவிட்டு வந்த மாதிரி உடம்பு சோர்ந்து போயிற்று. தினமும் இது ஓர் அங்கமாகப் போய்விட்டது.

'ஏன் லேட்டு, எங்கே போனே, யாரைப் பார்த்தே, வெளியிலே ஏன் சாப்பிட்டே - சே என்னைப் பெத்தவங்கங்கறதனாலே எத்தனை காலத்துக்குக் கேள்வி கேட்டுக்கிட்டு இருப்பாங்க?'

அவளுக்கு நினைக்க நினைக்கக் கோபம் கட்டு மீறிக்கொண்டு, புதிய தீனி கிடைத்தாற்போல் வளர்ந்தது.

பெற்ற பெண்மேல் நம்பிக்கையிருக்க வேண்டாமா? எதற்கெடுத்தாலும் சந்தேகமா?

இதைவிட வேறு என்ன அவமானம் வேணும்? அவர்கள் கேள்வி கேட்கக் கேட்கக் கிளம்பின ஆத்திரத்தில் வேண்டுமென்றே குதர்க்கமாகப் பதில் சொல்லத் தோன்றிற்று. அவர்களுக்கு ஏற்படும் அதிர்ச்சியைக் கண்டு வெற்றிக் களிப்பு ஏற்பட்டது.

இது ஒரு வியாதியைப்போல் வளர்ந்துகொண்டுபோவதை அவள் உணர்ந்தாள். தனக்கும் அவர்களுக்கும் இடையே ஏற்பட்டுப்போன இடைவெளி தினத்துக்குத் தினம் அகண்டு கொண்டு வந்தது. இதைத் தடுப்பதற்கு இருபக்கமுமே வழி தெரியாமல் தடுமாறிற்று.

அவளுக்குச் சுய பச்சாதாபத்தில் கண்களில் நீர் நிறைந்தது. அவளுடைய சிநேகிதிகள் மாலுவுக்கும் நளினிக்கும் இப்படிப்பட்ட பிரச்சினைகள் இல்லை. அவர்களுடைய அம்மாக்கள் தோழிகளைப் போல இருக்கிறார்கள். எத்தனை அதிர்ஷ்டம் அது! நம் அம்மாவுடன் எந்த விஷயத்தைப் பகிர்ந்து

கொள்ள முடியும்...? அம்மா இருப்பதே வேறு உலகம். அதிலும் அப்பாவின் கையைக் கோத்துக்கொண்டே நடப்பவள். நானும் அடங்கி ஒடுங்கி அவளுடைய கையைக் கோத்துக்கொண்டு நடந்தால் அவளுக்குப் பரம திருப்தியாக பிரச்சினையில்லாமல் இருக்கும்.

'எத்தனை பெண்கள், அம்மா, அப்பா பேச்சைக் கேட்டுக்கிட்டு அடக்கமா இல்லே? நீ மட்டும் ஏண்டி எல்லாத்துக்கும் ஏட்டிக்குப் போட்டியா எகிறிக் குதிக்கிறே?' அதாவது அவளுடைய கல்லிடைக்குறிச்சி அண்ணாவின் பெண்களைப் போல நானும் இருக்கவேண்டும் என்று எதிர்பார்க்கிறாள். எவ்வளவோ முறை சொல்லியாகிவிட்டது...

'...மாமா பெண் கமலாவாக, பெரியம்மா பெண் மீனாட்சியாவாக, என்னாலே இருக்க முடியாது. நா சந்தியா. தனி மனுஷி. நா நானாத்தான் இருக்க முடியும். முதல்லே அதைப் புரிஞ்சுக்கோ...' என்று.

அம்மாவுக்கு இன்றுவரை புரியவில்லை. அப்பாவுக்கும் புரியாததும்தான் பெரிய சோகம். அவருக்கே நம் நடப்பு பிடிக்கவில்லையா அல்லது அம்மாவுக்காக நம்மிடம் பாய்கிறாரா என்று எவ்வளவோ முறை குழம்பிக் குழம்பிச் சோர்ந்திருக்கிறாள். ஒவ்வொரு முறையும் அவர்கள்தான் மாறவேண்டும் என்ற முடிவு ஏற்படும். நான் ஒரு நார்மல் இளம் பெண்... நான் மாறவேண்டிய அவசியம் இல்லை என்று வீம்பு ஏற்படும். அவர்களுக்கு என்னைப் புரிந்துகொள்வது கஷ்டமென்றால் விலகிப் போவதைத் தவிர வேறு வழியில்லை.

இந்த முடிவு வெகு இயல்பானதாகத் தோன்றிற்று. காலம் எவ்வளவோ மாறிவிட்டது. ஐம்பது வருஷங்களுக்கு முன் இருந்த கட்டுக்கோப்பு இன்று இல்லை. காலத்துடன் பெரியவர்கள் வளரவில்லையானால் பார்வைகள் விசாலமடையவில்லையானால் அது அவர்களுடைய பரிதாபம். கல்லிடைக்குறிச்சியில் பிறந்து வெகுகாலத்துக்கு சென்னைக்கு வடக்கே பிரயாணமே செய்து பழக்கமில்லாவிட்டாலும் அம்மா டில்லிக்கு வந்து பதினைந்து வருஷங்கள் ஆகிறது. சுற்றிலும்

இருக்கும் உலகத்தைப் பார்க்கவே பயப்பட்டால் என்ன செய்வது? அந்த உலகத்துப் பிரதிநிதியாக நான் நிற்பதுதான் அம்மாவுக்கு வயிற்றைக் கலக்குகிறது. கிளம்பிவிட்ட பூதத்தை எப்படிக் கூடைக்குள் திணிப்பது என்று திகைக்கிறாள். சந்தியாவுக்குச் சிரிப்பு வந்தது.

சரேலென்று மல்லாந்து படுத்துக் கூரையைப் பார்த்து,

'பட் இட் இஸ் நாட் ஃபன்னி,' என்று சொல்லிக்கொண்டாள். 'வரவர இந்த வீட்டிலே இருக்கறதே பெரிய தொந்தரவா போச்சு... சீக்கிரம் அதுக்கு ஏதாவது நிவர்த்தி கிடைக்கல்லேன்னா பைத்தியம் பிடிச்சுடும்!

இன்று நடந்த சண்டை அனாவசியமானது. உப்புப் பெறாத விஷயத்திற்காகத் துவங்கிய ஆர்ப்பாட்டம்.

இன்று காலையில் அவள் வீட்டை விட்டுக் கிளம்பும் போது அம்மா சந்தேகத்துடன் அவளைக் கேட்டாள்:

"காலேஜிக்குத்தானே போறே?"

அவளுக்குச் சுரீரென்று ஆத்திரம் வந்தது. காரண மில்லாமல் திடீரென்று துளிர்ந்த ஆத்திரம் இல்லை அது. இரண்டு மூன்று வருஷங்களாகச் சிறுகச் சிறுக ஆரம்பித்து, இப்பொழுது சட்டென்று தொட்டதற்கெல்லாம் கிளம்பும் ஆத்திரம். கட்டுப்படுத்த முடியாத சீற்றம். சகஜமாகப் பதில் சொல்லவிடாமல் தடுக்கும் சாத்தான்.

"இதென்ன கேள்வி கிளம்பற சமயத்திலே?"

"என்னடி இது? நா கேட்டதிலே என்ன தப்பு?"

"தப்பொண்ணுமில்லே, அசட்டுத்தனம்! ஸ்டுப்பிட் கேள்வி அது. எங்க போனா என்ன, வீட்டுக்குத்தான் திரும்பி வந்துடறேனே!"

"எதுக்குத் தெரியணும்? நா என்ன சின்னக் குழந்தையா, தொலைஞ்சு போயிடுவேன்னு பயப்படறதுக்கு?"

"ஒரு சின்னக் கேள்விக்கு எத்தனை பதில் சொல்றே பாரு."
"பின்னே நீ எதுக்கு அனாவசியக் கேள்வி கேக்கறே? தினமும் இந்தச் சமயத்திலே வேற எங்க போவேன்?"

அம்மா அடங்கிப் போனது தெரிந்தும் அவள் படபடப்பு குறையாமல் தெருவில் இறங்கினாள். உண்மையில் அன்று காலேஜில் வகுப்பேதும் இருக்கவில்லை. ஒரு வெளிநாட்டுத் தூதுவரகத்துக்குச் செல்ல வேண்டியிருந்தது. அங்கு வேலையை முடித்துக்கொண்டு லைப்ரரிக்குச் சென்று குறிப்புகள் எடுக்க வேண்டியிருந்தது. இதையெல்லாம் அம்மாவிற்கு விளக்கிக்கொண்டிருக்க முடியாது. விளக்கினாலும் புரிந்து கொள்ளமாட்டாள். வெளிநாட்டு சர்வகலாசாலைக்கு விண்ணப்பித்திருப்பதையும் உபகாரச் சம்பளத்திற்குக் கேட்டிருப்பதையும் தெரிவிக்க முடியாது. குய்யோ முறையோ என்று கப்பல் கவிழ்வதுபோல் விவரம் புரியாமல் அலறுவாள், பெண் சுய சாமர்த்தியத்தில் செய்கிறாளே என்று பெருமைப்படாமல்.

அம்மாவை சுலபமாக ஏமாற்ற முடியும் என்று நினைத்தது தப்பாகப் போயிற்று.

லைப்ரரியிலிருந்து அகோரப் பசியுடன் வீட்டுக்குத் திரும்பியதும் அம்மா கேட்ட முதல் கேள்வி–

“காலேஜுக்குப் போறேன்னு எங்கிட்ட சொல்லிட்டு எங்கே போனே நீ?... காலேஜிலே கிளாசே இல்லையாமே!”

அவள் தன் கோபத்தை அடக்கிக்கொண்டு அம்மாவைத் தாண்டிக்கொண்டு சென்றாள்.

“என்ன, நா கேட்டுக்கிட்டிருக்கேன்; பதில் சொல்லாமே போறே!”

கையிலிருந்த புத்தக மூட்டையை மேஜைமேல் வைத்துவிட்டுத் தன்னைக் கட்டுப்படுத்திக்கொண்டு அவள் சொன்னாள்:

“இதப்பார் என் கோபத்தைக் கிளப்பாதே. எனக்கு முதல்லே சாப்பாடு வேணும். அதுக்கப்புறம்தான் எந்தக் கேள்விக்கும் என்னால் பதில் சொல்ல முடியும்.”

அம்மாவுக்கு மகாகோபம் என்று அவள் வேகமும், சத்தமுமாய் மேஜை மேல் சாப்பாட்டைக் கொண்டு வைத்து அகன்றதிலிருந்து தெரிந்தது.

'எப்படிப்பட்ட உறவு இது!' என்கிற அலுப்பிலும் பசியாற சந்தியா அரக்கப் பரக்கச் சாப்பிட்டாள். பிறகு எல்லா பாத்திரங்களையும் சமையல் மேடைக்குத் திருப்பி வைக்கச் செல்கையில் அம்மா ஆங்காரத்துடன் படபடத்தாள்.

"இதுக்கெல்லாம் நீ வரவேண்டியதில்லே. ஓட்டல்லே இருக்கிற மாதிரிதானே நீ நடந்துக்கறே, இரண்டு வேளையும் பொங்கிப்போட நா இருக்கேங்கிற தெம்பிலே..."

அதற்குமேல் சந்தியாவால் தன்னைக் கட்டுப்படுத்திக்கொள்ள முடியவில்லை. வயிறு நிறைந்திருந்தது. புதிய இரத்தம் ஊற்றெடுத்தது. தனது கோபத்தையெல்லாம் சரம்சரமாய்த் தொடுத்துத் தோரணமாய்க் கட்டி அம்மாவைத் திணற அடிக்க முடிந்தது.

"வெக்கமாயில்லே? சொந்தப் பெண்ணைப் பத்தியே உனக்குச் சந்தேகம். உளவுவேலை பார்க்கறே. நளினிக்கும், மாலூவுக்கும் போன் பண்ணி உன் சந்தேகப் புத்தியை விளம்பரப்படுத்தறே. தூ!" என்று சாட முடிந்தது.

வெற்றிக் களிப்பெல்லாம் அந்தத் தருணத்துக்குத்தான். இப்பொழுது நினைத்துப் பார்க்கும்போது எத்தனை நாளைக்கு இப்படியே நாட்கள் நகரும் என்று திகைப்பேற்பட்டது.

அவள் எழுந்தாள். இந்த வீட்டில் இவர்களுடன் இருப்பதே எப்படி ஓர் அலுப்பூட்டும் விஷயமாகப் போய்விட்டது என்று விசனமேற்பட்டது. இப்பொழுது படிக்க உட்கார்ந்தால் மனசு அதில் லயிக்காது. அடுத்த தெருவில் இருக்கும் நளினியின் வீட்டுக்காவது போய்விட்டு வரலாம் என்று தோன்றிற்று. தோன்றிய மறுநிமிஷம் அவள் தயாரானாள். குட்டைத் தலைமுடியில் சுற்றியிருந்த ரப்பர் பாண்டை உருவி முடியை வேகமாகச் சீவித் தளரவிட்டாள். கம்மீஸின் மேல் அலட்சியமாகத் துப்பட்டாவைச் சுற்றி கோலாபுரி சப்பலுக்குள் பாதங்களை நுழைத்து அறைக்கதவைத் திறந்து வெண்கலப் பானையாய் முகத்தை வைத்துக்கொண்டு வரவேற்பு அறையில் உட்கார்ந்து இருந்த அம்மாவைத் தாண்டி, 'நான் கொஞ்சம்

வெளியிலே போறேன்' என்று சொன்ன வேகத்துடன் வாசல் கதவைத் திறந்து தெருவுக்கு நடந்தபோது மீண்டும் நெஞ்சு எக்காளமிட்டது.

'நளினியின் அம்மா பத்மா சின்னப் பெண்ணைப் போல் இருப்பாள். அவர்களைப் போலவே மைக்கேல் ஜாக்ஸன்-ஜெஸ்ஸி ஜாக்ஸனிலிருந்து, சுப்ரியா பாதக் -மருதாணி பேக் வரை பேசுவாள். ஒரு தனியார் ஸ்தாபனத்தில் மதியம் வரை வேலை பார்க்கிறாள். உடம்பை ட்ரிம்மாக வைத்துக் கொண்டிருக்கிறாள். மாதம் இருமுறை பார்லருக்குப் போகிறாளாம். இரண்டு தலைமுறைகளாக டில்லியில் இருப்பவள்-இவளுடன் அம்மாவை ஒப்பிட்டுப் பார்க்கக் கூடாது,' என்று எண்ணிக் கொண்டே வந்தவள் பத்மாவின் வீட்டை அடைந்ததும் அழைப்பு மணியின் ஸ்விட்சை அழுத்தினாள்.

அழைப்பு மணிச் சத்தம் கேட்டுத் திரையை விலக்கிப் பார்த்துக் கதவைத் திறந்த பத்மா, "ஹாய் சந்தியா! எப்படியிருக்கே?" என்றாள் சிநேகிதமாக.

"நாட் ஸோ குட் ஆன்ட்டி....!" என்று சந்தியா லேசான சோர்ந்த புன்னகையுடன் நாற்காலியில் அமர்ந்தாள்.

பத்மா கேள்விக்குறியுடன் நிமிர்ந்து பார்த்தாள். 'ஹாய்!' என்று கூவிக்கொண்டு நளினி வந்ததும்,

"சந்தியா கொஞ்சம் சோர்வா இருக்கா... கவனி!" என்றாள் லேசாக.

"என்ன விஷயம் யார்*?"

"வேற என்ன, எங்கம்மாதான்! பெரிய 'போர்' நளின்! இப்பத்தான் ஒரு பயங்கர யுத்தம் பண்ணிட்டு வர்றேன். கார்த்தாலே ஒண்ணு ஆச்சு. இப்ப ஒண்ணு!" என்றவள் தன்னுடைய சங்கடத்தை மறைக்க கடகடவென்று சிரித்தாள்.

---

* "யார்" என்பது தோழமையைக் குறிக்கும் சொல். டில்லியில் யுவ யுவதிகள் ஒருவருக்கொருவர் "யார்" என்று அழைத்துக்கொள்வார்கள்.

"உனக்கும் ரொம்பத் திமிரு சந்தியா!" என்ற நளினி, புன்னகையுடன் தலையை அசைத்து, "உங்கம்மா பாவம், சாது; ஆனாலும் ஆட்டிப்படைக்கிறே" என்றாள்.

"ஆகா, சுலபமாச் சொல்லிட்டே! உனக்கு உன்னைப் புரிஞ்சுக்கிற அம்மா இருக்காங்க. எனக்கும் எங்கம்மாவுக்கும் இருக்கிறது பல தலைமுறை வித்தியாசம். உனக்குப் புரியாது என் சங்கடம். வீட்டைவிட்டு எங்கேயாவது ஓடிடலாம் போல இருக்கு!"

"என்ன நடந்தது சொல்லு?" என்றாள் பத்மா யோசனையுடன்.

"எல்லாம் உப்புப் பெறாத விஷயம் ஆன்ட்டி," என்று சிரித்து நடந்த விஷயத்தைச் சந்தியா சொல்லி முடித்தாள்.

"ஏன் முதல்லியே நிஜத்தைச் சொல்லிடறதுதானே யார். ஒரு சண்டையோட போகுமோல்லியோ?" என்றாள் நளினி.

"என்னாலே முடியல்லே, கோபம்தான் வருது. வீம்பு வந்துடுது."

"தலைமுறை வித்தியாசத்துக்கு ஒரு பக்கத்தை மட்டும் தப்பு சொல்லக்கூடாது, சந்தியா!" என்றாள் பத்மா மெல்ல.

சந்தியா தீவிரமாகத் தலையை அசைத்தாள்.

"என் விஷயத்திலே ரொம்பக் கஷ்டம் ஆன்ட்டி. அப்பாவாவது கொஞ்சம் புரிஞ்சுக்கிட்டாங்கன்னா சமாளிக்கலாம். ரெண்டு பேரும் சேர்ந்து பாயும்போது நா டிஃபென்ஸிவாகத்தான் நிக்க வேண்டியிருக்கு."

"முயற்சி பண்ணிப் பாரு."

"ஓ.கே." என்றாள் அவள் அரைகுறையாக.

பிறகு நளினியின் அறையில் உட்கார்ந்து ஒரு மணிநேர அரட்டைக்குப் பின் லேசாகிப்போன மனசில் அம்மாவும் அப்பாவும் விலகிப் போனார்கள்.

அவள் வீடு சென்றபோது கதவைத் திறந்த அம்மாவின் முகத்தில் கடுகடுப்புடன் பீதியும் தெரிந்தது.

"என்னடி, புதிசா எந்த பயங்கர தில்லுமுல்லு செய்ய ஆரம்பிச்சிருக்கே?" என்றாள்.

"அப்படின்னா?"

"ஒரு போலீஸ்காரர் உன்னைப்பத்தி விசாரிச்சுட்டுப் போறார், இதுதான் உன் அட்ரஸ்ஸான்னு. என்ன விஷயம்?"

அவள் ஒரு விநாடி தடுமாறினாள். பிறகு மெல்ல வெளிச்சம் ஏற்பட்டதும் மீண்டும் வேதாளம் முருங்கை மரம் ஏறிற்று.

2

வேண்டுமென்றே முகத்தை அமுக்கமாக வைத்துக் கொண்டு வேதாளம் அம்மாவைத் தாண்டிக்கொண்டு அலட்சியமாக முன்னேறியபோது அம்மாவின் கைப்பிடி கனமாகத் தோள்மேல் அமர்ந்தது.

"இந்தாடி சந்தியா, நா கேக்கறதுக்குப் பதில் சொல்லிட்டுப் போ!"

அவள் சூள் கொட்டியபடி திரும்பினாள். அம்மாவின் முகத்தில் கோபமும் துக்கமும் கவலையுமான ஒரு கலவை நிறம் பளபளத்து - அடிக்கவோ, அழவோ தயாராக இருந்த மாதிரி.

"என்ன சொல்லணுங்கறே?"

"அந்த போலீஸ் ஆளு எதுக்கு வந்தார்னு கேக்கறேன்?"

"எனக்கென்னம்மா தெரியும், ரொம்ப நல்லாயிருக்கே!"

அம்மா தன் சந்தேகப் பார்வையில் அவளது மனசாட்சியைத் துளைப்பதான பாவனையில் வெறித்தாள்.

"எந்த வம்பிலேயும் நீ மாட்டிக்கல்லேங்கறே!"

'நான் எதுக்கு உங்கிட்டே எதையும் நிரூபிக்கணும்?' என்றது வேதாளம். மீண்டும் அலட்சியத்துடன், "நான் வம்பிலே மாட்டிக்கிட்டதா அந்த போலீஸ்காரர் சொன்னாரா?"

அம்மா சற்று மௌனத்துக்குப் பிறகு சொன்னாள்.

"அவர் சொன்ன ஹிந்தி எனக்குப் புரியற உச்சரிப்பா இல்லே- 'உங்க மகளா, இந்த வீட்டிலேதான் இருக்காங்களா'ங்கறதுதான் புரிஞ்சுது. எதுக்குக் கேக்கறீங்கன்னு கேட்டதுக்கு என்னவோ சொன்னார் விளங்கல்லே!"

தன்னுள் பொங்கிய சிரிப்பை அடக்கிக்கொண்டு அவள் அம்மாவின் கையை விலக்கினாள். கோபத்தை வரவழைத்துக் கொண்டாள்.

"எம்மேலே எல்லாத்துக்கும் பாயத்தான் தெரியும் உனக்கு. பதினைஞ்சு வருஷமா டில்லியிலே இருக்கே, ஹிந்தி இன்னும் தெரியாது உனக்கு. என்னைப் பத்தி ஒருத்தன் ஹிந்தியிலே விசாரிச்சான்னா அது ஏதோ தப்புத்தண்டாவாத்தான் இருக்கும்னு நீயா முடிவு பண்ணிடுவே. ஏன்னா உன் பெண்மேலே உனக்கு அத்தனை நம்பிக்கை! உன்னை மாதிரி ஒரு அம்மாவை நான் பார்த்ததில்லே."

"போலீஸ்காரர் எதுக்குடி விசாரிக்கணும்?" அதற்குமேல் அங்கு நிற்கப் பிடிக்காமல் விருவிருவென்று தன் அறையை நோக்கி நடந்துகொண்டே அடங்கிய குரலில் சொன்னாள்.

"எனக்குத் தெரியாது! திரும்பத் திரும்ப எதையாவது தொணதொணத்துண்டே இருந்தேன்னா எனக்குக் கெட்ட கோபம் வரும். எனக்குப் படிக்க உட்காரணும். நான் பாடம் படிக்கிறேனா நாவல் படிக்கிறேனா என்கிற உன் சந்தேகத்தைப் பற்றி எனக்கு அக்கறையில்லே. இன்னும் இரண்டு மணி நேரத்துக்குத் என்னைத் தொந்தரவு செய்யக்கூடாது!"

பிறகு பெரிய சத்தத்துடன் கதவைச் சாத்தித் தாழ்ப்பாள் போட்டு உள்பக்கம் திரும்பியபோது சிரிப்பு வந்தது. மேல் படிப்பிற்கு வெளிநாட்டுக்குச் செல்ல சந்தர்ப்பம் வந்தால் பாஸ்போர்ட் வேண்டுமே என்பதற்காக பாஸ்போர்ட்டுக்கு

விண்ணப்பித்திருந்தாள். அவள் கொடுத்த விலாசத்தில் இருப்பவள்தானா என்று அவளைப்பற்றி விவரம் விசாரிக்க பாஸ்போர்ட் அலுவலகத்திலிருந்து போலீஸ் வரும் என்று அவளுக்குத் தெரியும். விண்ணப்பித்து ஒரு மாசம் ஆகியிருந்தது. அவளுக்கே மறந்துபோயிருந்தது.

'நல்ல கூத்து! அம்மா எத்தனை அரண்டுபோனாள்!' என்று நினைத்தது வேடிக்கையாக இருந்தது. இன்னும் கொஞ்ச நாட்களில் பாஸ்போர்ட் ரெஜிஸ்டர் தபாலில் வீட்டுக்கு வரும். அப்பொழுது அதிர்ந்தே போய்விடுவாள் என்று நினைத்ததில் மீண்டும் சிரிப்பு வந்தது.

"முதல்லிலேயே நிஜத்தை சொல்லிடறதுதானே! ஒரே சண்டையாய் போயிடுமோல்லியோ?" - நளினி சொன்னது அவள் மனதில் எதிரொலித்தது.

எப்படிச் சொல்வது?

சகஜபாவமே இல்லாமற்போய்விட்ட காரணத்தினால் ஏட்டிக்குப் போட்டியாகப் பேசத்தான் வருகிறது. இந்தப் போட்டியில் யார் ஜெயிக்கப்போகிறார்கள் என்கிற நோக்கம் மட்டுமே இருக்கும்போது நிஜம் எங்கே வந்தது, நிஜம்?

இத்தனைக்கும் இந்த வீட்டு ஒரே சந்ததி அவள். அவளுக்குச் சற்று அனுசரணையாக இருக்கவேண்டும் என்று பெற்றவர்களுக்குத் தோண வேண்டாமோ? நான்கைந்து குழந்தைகள் இருந்திருந்தால் அவர்களுடைய கவனம் எல்லாருக்குமாக விநியோகிக்கப்பட்டிருக்கும். எல்லாரும் அவரவர் கோணத்தில் ஜன்னல்களைத் திறந்து உலகத்தை இவர்களுக்குக் காண்பித்திருப்பார்கள். இப்பொழுது அவள் ஒருத்தியே அந்த வேலைக்கு ஆளாகிவிட்டதில் களைத்துத்தான் போகிறதே தவிர, இந்த முரடர்களுக்கு வெளிச்சம் தெரிந்ததாகத் தெரியவில்லை. அவள் திறக்கத் திறக்க அவர்கள் இழுத்துமூடும் போது என்னதான் செய்வது? வரவர சுவாசிப்பதே சிரமமாகப் போய்விட்டது. வீட்டில் இருக்கும் ஒவ்வொரு நிமிஷமும் மூச்சை முட்டுகிறது.

"கல்யாணமாகி புருஷன் வீட்டுக்குப் போகவேண்டிய பொண்ணு" என்று இரண்டு வருஷங்களாக அம்மா போக வர, வேறு எந்த விஷயமும் பேசத் தெரியாமல் சொல்லிக் கொண்டிருக்கிறாள். எங்கே இருக்கிறான் அந்த மாயப் புருஷன் என்று அவளுக்குத் தெரியாது. அம்மாவும் அப்பாவும் மும்முரமாக வரன் வேட்டையில் இருக்கிறார்கள் என்று தெரியும். இது சொட்டை சொள்ளை என்று எல்லா வரன்களையும் குப்பைத் தொட்டியில் வீசுவதும் தெரியும். தன் அறையில் உட்கார்ந்துகொண்டு இதையெல்லாம் நோட்டம்விடுவது சிலசமயம் தமாஷாக இருக்கும். சிலசமயம் எரிச்சல் வரும். இவர்கள் எப்படி என் எதிர்காலத்தை நிர்ணயிக்க முடியும்? என்னைப்பற்றி இவர்களுக்கு என்ன தெரியும்? இவர்கள் முகத்தில் கரியைப் பூசினால் என்ன என்று ஆத்திரம் வரும். அம்மாவுக்குப் புரியாத பாஷை பேசும் ஒருத்தனைக் காதலித்து இவனைத்தான் கல்யாணம் செய்து கொள்வேன் என்றால்? ஒரு காஷ்மீரியையோ, உ. பியையோ, பஞ்சாபியையோ பிடித்தால்? யாரும் அகப்படாதது அவள் துரதிர்ஷ்டம். யூனிவர்ஸிடியில் எவ்வளவோ ஆண்களுடன் அவள் மோதினாள்தான். எல்லாம் மோதலாகத்தான் இருந்தது. காதலாக மாறவில்லை. எவனும் அவளுடைய எதிர்பார்ப்புக்கு வரவில்லை. ஆக இப்போதைக்குத் திருமணமாகி வீட்டை விட்டு வெளியேற முடியும் என்பது தோன்றவில்லை. வெளியேறினாலும் அது இன்னொரு சிறையாக இருக்காது என்று என்ன நிச்சயம்? கல்யாணம் செய்துகொள்ளப் பிரத்யேகமான ஆர்வம் அவளுக்கு இருந்தது என்றும் சொல்ல முடியாது. பின் எப்படித்தான் இங்கிருந்து வெளியேறுவது.

அவளுக்குத் தெரிந்த அனேக மாணவர்கள் எம்.ஏ. படிக்கும் போதே அமெரிக்க சர்வகலாசாலைகளில் இடமும், உபகாரச் சம்பளமும் கிடைத்துக் கிளம்பிப் போய்க்கொண்டிருந்தார்கள். ஆனால் அதற்கு ஒவ்வொரு அடிக்கும் பணச் செலவுக்கு அப்பாவின் கையை எதிர்பார்க்க வேண்டும். விண்ணப்பம் அனுப்புவதிலிருந்து டோஃபில், ஜி.ஆர்.ஈ. பரீட்சைகளில் முக்கி எழுந்து பயண டிக்கெட் வாங்கும் வரை- அப்பா

அம்மாவுக்குத் தெரியாமல் காரியத்தை முடிக்க வேண்டும் என்கிற ரோசக்காரிக்கு இதெல்லாம் எப்படி ஒத்துவரும்?

யாரோ ஒரு சினேகிதியைப் பார்க்க ஒரு தூதுவரகத்துக்குப் போனதில் யதேச்சையாக மார்க்கம் புலப்பட்டது. வந்தால் வரட்டும் என்று புரொபஸர்களிடம் சிபாரிசுக் கடிதம் மட்டும் வாங்கி விண்ணப்பித்தாகிவிட்டது. அதுமட்டும் குதிர்ந்தால் மனோரதம் நிறைவேறும்; இந்தக் கூண்டிலிருந்து விடுதலை கிடைக்கும்; கண்காணாத தேசத்துக்கு இட்டுச் செல்லும் சுதந்திரப் பறவையாக இஷ்டம் போல் இருக்கலாம். எங்கே போனே, ஏன் லேட்டு யாரோடு போனே என்கிற கேள்விகளுக்குப் பதில் சொல்லவேண்டிய கட்டாயமிருக்காது. நாகரிகமும் மரியாதையும் இல்லாத ஏட்டிக்குப் போட்டி பேச்சு இருக்காது. வாய்ப்புக் கிடைக்குமா? ஓ! நான் ரொம்பவும் கனவு காண்கிறேன்.

கனவு அதிகம் கண்டால் அபிலாஷைகள் நனவாகாது என்று அனுபவத்தில் உணர்ந்திருந்ததால் அவள் பலவந்தமாக மனசை இழுத்துப் பிடித்து நிலைக்குக் கொண்டு வந்தாள். பரீட்சைக்கு இன்னும் ஒரு மாதம்தான் இருந்தது. நிச்சயமில்லாத வெளிநாட்டுப் பயணத்தைப் பற்றியே நினைத்துக்கொண்டிருந்தளானால் அரசனை நம்பிப் புருஷனைக் கைவிட்ட கதையாகத்தான் போகும்.

அவளது அதரங்களில் புன்னகை நெளிந்தது. இந்த அம்மாவினால் ஒரு உபயம் உண்டு. மாலுவுக்கும் நளினிக்கும் தெரியாத தமிழ் வசனங்கள் அவளுக்குத் தெரியும். அவர்களைவிட நன்றாகத் தமிழ் பேசவரும்.

வெகுநேரம் அவள் கதவைத் திறக்காமல் பாடங்களில் ஒன்றிப் போனாள். இரவு எட்டு மணிக்குக் கதவு தட்டப்பட்டு அம்மாவின் குரல் கேட்டது.

"ராச் சாப்பாடு சாப்பிடற எண்ணம் இருக்கா?"

'இந்தக் கேள்வியைச் சாதாரணமா கேட்டா என்ன' என்கிற எரிச்சலுடன் அவள் பேசாமல் இருந்தாள். சற்றுப் பொறுத்து அப்பாவின் குரல் கேட்டது.

"சந்தியா சாப்பிட வரல்லே?"

"பரிட்சைக்குப் படிக்கிறேன்னு தெரியல்லே?" என்றாள். "படிச்சா என்ன, சாப்பிடக் கூடாதா?" என்றார் அப்பா.

"கூடாதுன்னு யார் சொன்னது? சாப்பிட வராம நா என்னமோ தகாத காரியம் செய்யற மாதிரியில்லே உங்க பேச்சு இருக்கு!"

அப்பாவின் முகத்தில் கடுகடுப்புத் தெரிந்தது.

"இனிமே உங்கிட்டேந்து நாங்க பேசக் கத்துக்க வேண்டியதில்லை. சாப்பிட வா பேசாம. வர வர வாய் ரொம்ப நீண்டுகிட்டே போறது."

அவள் மேற்கொண்டு எதுவும் பேசாமல் அலுப்புடன் முகத்தைத் தூக்கி வைத்துக்கொண்டு சாப்பிட அமர்ந்தாள்.

சாப்பிட்டு முடிகிறவரை யாரும் பேசவில்லை. அந்த மௌனமே அவளது குரல்வளையை அமுக்குவதுபோல் இருந்தது. அவள் மளமளவென்று அள்ளிப்போட்டுக் கொண்டு கைகழுவித் தன் அறைக்குச் செல்ல யத்தனிக்கையில்,

"சந்தியா இங்கே வா" என்றார் அப்பா.

இதை அவள் எதிர்பார்த்திருந்ததால் நிதானமாக வந்தாள்.

"என்ன?"

அப்பாவின் முகத்தில் மெலிதான கோபமும் யோசனைக் கோடுகளும் தெரிந்தன. அம்மா பின்னணியில் கொழுக்கட்டை அடைத்த மாதிரி நின்றிருந்தாள்.

"வரவர உன் போக்கே விபரீதமாகத் தோணுது. என்ன விஷயம்? ஏதாவது புது சகவாசம் ஏற்பட்டிருக்கா?"

அவளுக்குக் கோபம் வந்தது.

"எனக்குப் புரியல்லே நீங்க பேசறது. விபரீதம்னா எந்த வகையிலே?"

"எனக்கும் புரியல்லே. உன் பேச்சிலே கொஞ்சம்கூட மரியாதை இல்லாம இருக்கு. நா உனக்கு ஃபீஸ் கட்டவும், அம்மா உனக்கு

சோறு போடவும் மட்டுமே இருக்கறதா நீ நினைக்கிற மாதிரி இருக்கு. எங்கே போறே, யாரோட பழகறேன்னு ஒண்ணும் தெரியல்லே!"

"ஏன் மாலுவும், நளினியும் என் கிளாஸ்தானே, அவங்க சொல்றது உங்களுக்குப் போதாதுன்னா போலீசை வெச்சுக் கண்காணியுங்க!"

"நாங்க என்ன கண்காணிக்கிறது? அதான் போலீசே வந்துட்டதே வீடு வரைக்கும், உன்னை விசாரிக்க! என்ன? விஷயம் அது? சொல்லு!"

அவள் விறைத்துக் கொண்டு நின்றாள்.

"எனக்குத் தெரியாது. அம்மா ஹிந்தி புரியாம ஏதோ உளறினா அதை வேதவாக்காக நினைச்சுக்கிட்டு என்னைத் துளைக்காதீங்க."

"இதப்பார் நீ அத்துமீறிப் பேசறே! நான் கவர்ன்மென்ட் உத்தியோகம் பார்க்கிறவன். ஏதாவது நீ தப்புத்தண்டாவிலே மாட்டிக்கிட்டே, என்னாலே அதைத் தாங்க முடியாது."

அவளுக்குத் திடீரென்று துக்கமும் அழுகையுமாக வெடித்தது.

"என்னைக் கொஞ்சமாவது நீங்க புரிஞ்சுக்கிட்டிருந்தீங்கன்னா இப்படியெல்லாம் பேசமாட்டீங்க. நான் செய்யறது அத்தனையும் தப்பாய்ப் படும்போது உங்களுக்கு வேற எப்படிப் பேசவரும்? நான் உங்களுக்கு எதையும் விளக்கத் தயாராயில்லே!"

அவள் கோபத்துடன் தன் அறைக்குச் சென்று தாழிட்டுக் கொண்டாள். மேஜைமேல் தலையைக் கவிழ்த்து சற்றுநேரம் அழுதாள்.

பிறகு சரேலென்று நிமிர்ந்து 'வாட் தி ஹெல்' என்று சிரித்தபடி கண்களை அழுத்தித் துடைத்துப் படிப்பதைத் தொடர்ந்தாள்.

நாட்கள் உருண்டன. எதையும் லட்சியம் செய்யாத அவசரத்துடன் பரிட்சை நெருங்கிவிட்டதில் அவள் அதிகமாக வீட்டிலிருந்தபடியே படிப்பில் ஆழ்ந்ததால் அம்மாவுடன்

தர்க்கங்கள் குறைந்திருந்தன. பாஸ்போர்ட் தபாலில் வந்தபோது நல்ல வேளையாய் அம்மா தூங்கிக்கொண்டிருந்தாள். அதைப் பெட்டியில் பொக்கிஷத்தை மறைப்பது போல் பூட்டி வைக்கும்போது பெரிய சாதனை புரிந்தது போல் இருந்தது. பிறகு பரிட்சை மும்முரத்தில் அது முழுசாக மனசைவிட்டு விலகிக் கொண்டது.

பரிட்சை முடிய இன்னும் இரண்டு நாட்கள் இருந்தன.

அவள் சற்றும் எதிர்பாராமல் விண்ணப்பித்திருந்த சர்வகலாசாலையிலிருந்து கடிதம் வந்தது, முழு உபகாரச் சம்பளத்துடன் பயணச் செலவையும் ஏற்பதாக. அவள் சந்தோஷத்தில் கிட்டத்தட்ட வெடித்துப்போனாள். அந்தக் கடிதத்தையும் பெட்டிக்குள் வைத்துப் பூட்டினாள்.

மறுநாள் பரிட்சை முடிந்து வீட்டுக்குத் திரும்பும் வழியில் நளினியிடம் லேசாகச் சிரித்துக்கொண்டு சொன்னாள்.

நளினியின் கண்கள் அகல விரிந்தன.

“எங்கே? எப்போ?”

“நார்வேக்குப் போறேன். அடுத்த மாசம் 23-ஆம் தேதி அங்கே இருக்கணும்.”

“அட, இன்னும் ஒரு மாசத்திலே? அரே யார், நீ ஆனாலும் பெரிய ஃப்ராட்! உங்க அப்பா அம்மா பத்தாம் பசலின்னு சொல்லுவே, எங்கம்மாகூட தைரியமா என்னைத் தனியா அனுப்ப மாட்டா.”

“எங்கம்மா அப்பாவுக்கும் இதுக்கும் சம்பந்தமில்லே நளினி. அவங்களுக்குத் தெரியாமையேதான் அப்ளிகேஷன் போட்டேன். அவங்களுக்கு ஒரு காசு செலவு வைக்காம போறேன். கசக்குதா?”

நளினி குழப்பத்துடன் அவளைப் பார்த்தாள்.

“உன் சாமர்த்தியம் யாருக்கு வரும்?” என்றாள். “நீ போறது அவங்களுக்குத் தெரியுமோல்லியோ?”

“தெரியாது. டிக்கெட்டும் விசாவும் கைக்குக் கிடைச்சப்புறம்

தான் சொல்லுவேன்." சீ பாவம் 'யார்' இப்படிப் பேசறது தப்பு. யாரோ விரோதிகள் கிட்ட நடந்துக்கற மாதிரி நீ நடந்துக்கறே."

"உனக்குத் தெரியாது நான் படற அவஸ்தை."

"எத்தனை நாளைக்குப் போறே?"

"முதல்லே இரண்டு மாசத்துக்கு அப்புறம் வேற கோர்ஸுக்கு சேர்ந்துட்டேன்னா இரண்டு வருஷம்!"

"அடேயப்பா! இதை திடுதிடுப்புனு உங்கம்மா கிட்டே சொன்னா எப்படியிருக்கும்?"

"எப்படியிருக்கும்?" என்று சந்தியா வாய்விட்டுச் சிரித்தாள். "படு திரில்லிங்கா இருக்கும்!"

"இட் இஸ் நாட் ஃபன்னி 'யார்'!" என்றாள் நளினி யோசனையுடன்.

"அஃப்கோர்ஸ் இட் இஸ் நாட்!" என்றாள் சந்தியா அழுத்தமாக. "நா ரொம்ப ஸீரியஸ்ஸா இருக்கேன் நளினி! எனக்கு சுதந்திரம் வேணும்! இந்தச் சிறையிலிருந்து வெளியேறணும்."

3

நார்வீஜிய எம்பஸியின் பெரிய கேட்டுக்கு இடப்பக்கம் நிற்கும் அந்த நேபாள கூர்க்காவுக்கு சந்தியாவின் முகம் இப்பொழுது பரிச்சயமான முகம். அவளைக் கண்டதுமே சின்னக் கண்கள் இன்னும் இடுங்க பெரிய புன்னகை செய்து கேட்டைத் திறந்தான்.

அவள் தனது வழக்கமான பரபரப்புடன் கட்டடத்தை நோக்கி நடந்தாள். மிகச் சின்ன விசிட்டர்ஸ் லௌஞ்சை அடுத்த ரிசப்சனிஸ்ட்டின் ஜன்னலில் இடைவெளியில் குனிந்து.

"ஹாய் தீபா!" என்றாள்.

"ஹாய்" என்று கண்களை அகல விரித்து வரவேற்றாள் தீபா.

"உன்னுடைய விசாவும், டிக்கெட்டும் ரெடி!" என்றாள்.

"குட்! தாங்க்யூ!" என்றாள் சந்தியா, மகிழ்ச்சியுடன்.

"நீ ரொம்ப அதிர்ஷ்டக்காரி. விண்ணப்பம் போடறவங்க எல்லாருக்கும் எங்கே கிடைக்கிறது?"

"தாங்க்யூ!" என்றாள் சந்தியா கூச்சத்துடன். "கிடைச்சிருக் கிறதைப் பத்தி எனக்குச் சந்தோஷம்தான். எனக்கு ஒரு மாறுதல் வேணும் முக்கியமா!"

“நார்வே ரொம்ப அழகான தேசம். ஹாவ் எ நைஸ் டைம். இரண்டு மாசத்துக்குத்தானே போறே? நிமிஷமாய்ப் பறந்துடும்.”

அதற்கு மறுமொழி ஏதும் சொல்லாமல் சந்தியா மெல்லக் கேட்டாள்.

“ஃபர்ஸ்ட் செகரட்டரியைப் பார்க்கலாமா?”

“ஒன் மினிட், கேட்டுச் சொல்றேன்” என்றாள் தீபா.

இன்டர்காமைத் தட்டிக்கொட்டி மிக மிக மெல்லிய குரலில் செய்தி அறிவித்து அவளைப் பார்த்துப் புன்னகையுடன் “நீ போகலாம்” என்று செய்கை காட்டினாள். உள்ளிருந்தபடியே ரிமோட் கண்ட்ரோலை அமுக்கி வாசல் கதவைத் திறந்தாள்.

சந்தியா உள்ளே நுழைந்து ஃபர்ஸ்ட் செகரட்டரி திரு. ஹான்ஸனின் கதவைத் தட்டிவிட்டு உள்ளே நுழைந்தாள்.

ஹான்ஸன் அவளை உற்சாகமாக வரவேற்றார்.

“உங்களுடைய உதவிக்கு நன்றி சொல்ல வந்தேன்” என்றாள் அவள், மரியாதையாக.

“நான் என்ன செய்தேன்?” என்றார் அவர் வியப்புடன். “உன்னுடைய குவாலிஃபிகேஷனைப் பார்த்து யுனிவர்ஸிடி யல்லவா தேர்ந்தெடுத்திருக்கிறது?”

“இருந்தும் உங்களுக்குத்தான் நன்றி சொல்லவேண்டும். நீங்கள்தான் இதற்கு விண்ணப்பிக்கும்படி சொன்னீர்கள்.”

“நீ அங்கே படித்துவிட்டு வருவது எங்களுக்குப் பெருமை தானே!” என்று அவர் சிரித்தார்.

அவள் தயக்கத்துடன் சொன்னாள். “நான் அங்கேயே மேல் படிப்புக்கு-மாஸ்டர்ஸ் வகுப்புக்கு விண்ணப்பித்திருக்கிறேன். ஸ்காலர்ஷிப் கிடைத்தால் சேரவேண்டும் என்று ஆசை. சேரலாமோ இல்லையோ?”

“ஓ... தாராளமாகச் சேரலாமே!”

“விசா எக்ஸ்டென்ஷன் கிடைக்குமல்லவா?”

“கிடைக்கும். கவலைப்படாதே. ஏதாவது உதவி வேண்டுமானால் இந்த ஆளைப் போய்ப் பார். உதவுவான். உங்க தமிழ் நாட்டைச் சேர்ந்தவன்.”

அவர் மளமளவென்று ஒரு பெயரையும் விலாசத்தையும் எழுதி ஒரு சீட்டை அவளிடம் கொடுத்தார்.

அதில் கொட்டை எழுத்தில் கே. சூர்யா என்ற பெயரும் தொடர்ந்து விலாசம் டெலிபோன் எண்ணும் இருந்தன.

அதைத் தன் கைப்பைக்குள் திணித்துக்கொண்டே அவள் நன்றி சொல்லியபடி எழுந்தாள்.

அவரும் எழுந்து அவள் கையைக் குலுக்கி வாழ்த்துத் தெரிவித்தார்.

அவரிடம் விடைபெற்ற பின் எம்பஸியில் தெரிந்த முகங்கள் எல்லாம் அவளை வாழ்த்துக்கூற, தரையிலே கால்படாமல் அவள் மிதந்தபடி வீடு வந்து சேர்ந்து அழைப்பு மணியை அழுத்தியதும் அம்மா கதவைத் திறந்து-

“பரிட்சைதான் முடிஞ்சு போச்சே, இந்த வெயில்லே லோலோன்னு அலையாட்டி என்ன? வெளியிலே என்ன வெச்சிருக்கு உனக்கு?” என்று பொரிந்து தள்ளியதும் சரேலென்று யதார்த்தத்துக்கு இறங்கினாள்.

ஜூன் மாத வெயில் பொசுக்கத்தான் செய்தது. இவ்வளவு நேரம் தகிக்காத உஷ்ணம் வீட்டுக்குள் நுழைந்ததும் எப்படி இரட்டிப்பாகிறது? ஏன் சிரிப்பே உறைந்துபோகிறது?

“ஏதோ வேலையிருந்தது,” என்று முணுமுணுத்தபடி அவள் செருப்பை ரேழியில் கழற்றிவிட்டு உள்ளே சென்றாள். கைப்பையைக் கட்டிலில் வீசிவிட்டு வாஷ்பேஸினில் முகத்தைக் கவிழ்த்து, குளிர்ந்த நீரை இறைத்துக் கொண்டாள். ஜன்னல் திரைச் சீலைகள் மூடப்பட்டு சற்று குளுமையாக இருந்தது அறை.அவள் கூலரையும் முடுக்கிவிட்டு ஈர முகத்துடனேயே கட்டிலில் மல்லாந்து படுத்தாள்.

“ஒண்ணரை மணியாச்சு, சாப்பிட வரல்லியா நீ?”

ஓ இன்றைக்குத் தர்க்கம் கூடாது என்று அவள் எழுந்தாள்.

மேஜைக்கு அம்மா ஒவ்வொரு பண்டமாகக் கொண்டு வந்து வைக்கும்போது,

"நானே போட்டுக்கிட்டுச் சாப்பிடறேன்... நீ போ" என்றாள்.

"சரி சாப்பிடு. இந்த வெயில்லே எனக்கும்தான் அசத்துது. இவ்வளவு நேரம் காத்துக் காத்து இப்பத்தான் நா சாப்பிட்டேன்."

"உன்னை யார் காக்கச் சொன்னது?"

"யார் சொல்லணும்? பரிட்சை முடிஞ்சாச்சு. வெளியிலே கால் வைக்க முடியாம அனலா இருக்கு. நீ ஊர் சுத்தப் போவேனு நா நினைக்கல்லே! சாப்பாட்டு சமயத்துக்காவது வருவேனு நினைச்சேன்."

வாய்க்குக் கொண்டுபோன கவளத்தைப் போடாமல் அவள் அம்மாவைப் பார்த்தாள்.

"வெளியிலே இருக்கிற வெயிலைவிட உன் பேச்சு சூடாயிருக்கு!"

"சூடா இல்லாம எப்படியிருக்கும்? எனக்கு எரிச்சலாத்தான் வருது. வயசுப் பொண்ணு இப்படி வெயில் இல்லே-மழை இல்லேன்னு அலையறது நல்லாவா இருக்கு?"

"ஏன் அதிலே என்ன தப்பு? வேலையிருக்கு அலையறேன்."

"என்ன வேலை செஞ்சு வெட்டி முறிச்சேனு எனக்குத் தெரியலே! வீட்டிலே ஒரு காரியத்துக்கு வணங்கறதில்லே. நாளைக்கு உன்னைக் கல்யாணம் செஞ்சுக்கிறவன் என்னைத்தான் தூஷிக்கப் போறான், வளர்த்த அழகைப் பாருன்னு!"

அவளுக்குச் சிரிப்பு வந்தது. கடகடவென்று சிரித்தாள்.

"கவலைப்படாதேம்மா! நா கல்யாணமே செய்துக்கப் போறதில்லே!"

"ஏனாம்... ஆயுசு முழுக்க என் வயிற்றெரிச்சலைக் கொட்டிக்கிட்டிருக்கப்போறியா?" சரேலென்று சிரிப்பு உறைந்து நிமிர்ந்து பார்த்தாள். இதில் இருந்தது வேடிக்கையா இல்லை அடிமனத்து எண்ணமா?

அம்மாவுக்கு வேடிக்கையாகப் பேசத் தெரியாது. இவள் என்னைப் பெற்றவள்தானா?

அவள் தலையைக் குனிந்தபடி மௌனமாகச் சாப்பிட ஆரம்பித்தாள். குரல்வளையைக் காரணம் புரியாத துக்கம் அமுக்கிற்று. கண்ணில் ஊசி முனைகளாய்க் குத்திற்று. சட்டென்று நீர் குடித்து தன்னைச் சமாளித்துக் கொண்டு சாப்பாட்டைத் தொடர்ந்தபடி நிதானமாகச் சொன்னாள்.

“பயப்படாதே, உனக்குச் சீக்கிரமா விடுதலை கொடுத்துடுவேன். இன்னும் அதிக நாள் இங்கே உக்காந்திருக்க மாட்டேன், உன் வயிற்றெரிச்சலைக் கொட்ட.”

அம்மா விடுக்கென்று திரும்பினாள் கண்கள் விரிய.

“அப்படின்னா?” என்றாள்.

“சொல்றேன் அப்புறம்” என்று நமுட்டுச் சிரிப்பு சிரிக்கையில் சாத்தான் உள்ளுக்குள் வெற்றிக் கொடி பிடித்தது.

“என்னடி விஷயம்?”

“அப்புறம் சொல்றேன்னு சொன்னேனோ இல்லியோ? ஸ்வீட் ஏதாவது இருக்கா சாப்பிட?”

அம்மா திகைப்புடன் கேட்டாள்.

“ஸ்வீட் எங்கேர்ந்து வரும் திடும்னு?”

“ஏன் வரக்கூடாதா?” என்று அவள் சீண்டினாள். “இவ்வளவு நாள்தான் பரிட்சைன்னு சாப்பிடல்லே, இப்பவாவது சாப்பிடட்டும்னு மகளுக்காக நீ செஞ்சு வெச்சிருக்கலாமே!”

“ஆமாம் பண்ணிவெச்சதெல்லாம் நீ ரொம்ப ஒழுங்கா சாப்பிட்டே!”

அவள் மீண்டும் நமுட்டுச் சிரிப்பு சிரித்தாள்.

“இனிமே நீ இப்படி அலுத்துக்கறதுக்கு சான்ஸ் கிடைக்காது ஸாரி.”

“என்னடி, ஏதோ புதிர் போட்டுக்கிட்டே போறே, விஷயத்தைச் சொல்லாமே?”

"சொல்றேன்" என்று அவள் நிதானமாக ஃபிரிஜ்ஜிலிருந்து ஒரு ஆப்பிளை எடுத்துக் கழுவி அதைக் கடித்துக்கொண்டே அம்மாவின் நேர் எதிரே சோபாவில் அமர்ந்தாள்.

ஒரு பூகம்பம் வெடிப்பதற்காக அம்மா காத்திருப்பது நன்றாகத் தெரிந்தது.

மெதப்பாக மனசு நிமிர்ந்தது.

"நான் வெளிநாட்டுக்குப் போகப் போறேன்."

அம்மாவின் கண்கள் விரிந்தன.

"யாரோட?"

அவள் சற்று திகைத்துப் பின் சிரித்தாள். எத்தனை துரிதமாக அம்மாவின் மூளை சில விஷயங்களில் செயல்படுகிறது!

"தனியாத்தான்."

"எங்கே?"

"நார்வே!"

"நார்வேயா? எதுக்கு?"

"படிக்க."

"அமெரிக்கா, இங்கிலாந்துக்குப் படிக்கப் போவாங்க. கேள்விப்பட்டிருக்கேன்."

"கேள்விப்பட்டிருக்கியோல்லியோ? இப்போ நார்வேக்குப் போறதைப் பற்றியும் தெரிஞ்சுக்கோ."

அம்மா அலட்சியமாகச் சிரித்தாள்.

"போகப் போறேன்னாப்பலே ஆயிடுமா? அங்கே இடம் கிடைக்கணும், உன்னை நாங்க அனுப்பணும்."

"உங்களை நா எந்தவிதத்திலும் தொந்தரவும் செய்யப் போறதில்லே. எல்லாம் தயார் பண்ணியாச்சு. டிக்கெட்டும் விசாவும்கூட ரெடி. இருபத்து மூணாம் தேதி கிளம்பணும்."

அம்மா இப்பொழுது உண்மையாக அதிர்ந்தாள். ஆனால் தன்னைச் சமாளித்துக் கொண்டு,

“இந்த மாதிரி பொய்யும் புனைசுருட்டும் சொல்லி என்னை வம்புக்கிழுக்காதே சந்தியா!” என்றாள்.

“நா எதுக்கு உன்னை வம்புக்கிழுக்கணும்? டிக்கெட்டையும் பாஸ்போட்டையும் வேணா காண்பிக்கிறேன்.”

அம்மா பேசவே சிரமப்பட்டாள்.

“போற செலவு, இருக்க செலவு எல்லாம்?”

“யூனிவர்ஸிடியே கொடுக்கும்.”

அம்மாவின் கண்கள் விரிந்தே இருந்தன.

“யாருடைய சிபாரிசுலே...”

“யாருடைய சிபாரிசும் இல்லே! உனக்கு என்னைப்பத்தி நல்ல அபிப்பிராயம் இல்லாட்டாலும் என் பேப்பரைத் திருத்தறவனுக்கு நல்ல அபிப்பிராயம் இருக்கிறதனாலே பிழைச்சேன். என் மார்க் ஷீட்தான் என் சிபாரிசு!”

அம்மாவின் முகத்தில் பிரசன்னமா பெருமையா என்று புரியாத இளக்கம் தெரிந்தது. பிறகு தயக்கத்துடன் கேள்வி வந்தது.

“எத்தனை நாளைக்கு?”

“இரண்டு மாசக் கோர்ஸுக்காகப் போறேன். ஆனா ரெண்டு மாசத்திலே திரும்பமாட்டேன். அங்கேயே எம்.ஏ.விலே சேரப்போறேன்.” அம்மா முகத்திலே இப்பொழுது கோபம் பளிச்சிட்டது.

“நீ செய்யறதெல்லாம் உனக்கே நல்லாயிருக்கா? பக்கத்து வீட்டுக்காரிகிட்டே விஷயத்தைச் சொல்ற மாதிரியில்லே எங்கிட்ட சொல்றே! வெளிநாட்டுக்குப் போறதெல்லாம் அத்தனை சாதாரண விஷயமாகத் தோணுதா உனக்கு? பெரியவங்களைக் கலந்து பேசறது என்கிறதெல்லாம் கிடையாதா?”

“அதுக்கு அவசியமில்லே. உங்க உதவி வேணும்னு இருந்தாத்தான் உங்களைத் தொந்தரவு செய்யணும்.”

“அப்ப ஏதாவது காரியம் ஆகணும்னாதான் எங்ககிட்டே வருவே, இல்லேன்னா சம்பந்தமில்லேங்கறியா?”

“நா அப்படியெல்லாம் சொல்லவேயில்லே. நீயா உனக்கு வேணுங்கறமாதிரி டயலாக் போட்டுக்கறே! உனக்கும் அப்பாவுக்கும் நா ஏதோ உங்க உடைமை என்கிற மாதிரி அசட்டுப் பிசட்டுன்னு என்னைக் கண்காணிக்கத்தான் தெரியுமே தவிர என்னைப்பத்தி, என் இன்ட்ரெஸ்ட்டுகளைப்பத்தி எதுவும் தெரியாது. என்னுடைய சுய கௌரவம்னு ஒண்ணு இருக்கு. உங்களுக்கு அதையெல்லாம் தெரிஞ்சுக்க விருப்பமில்லாதபோது நானேதான் என்னைக் கவனிச்சுக்கணும். நீங்க கவனிக்கணும்னு நா எதிர்பார்க்கலே.”

“அதுக்காக சொல்லாம கொள்ளாமே வெளிநாட்டுக்குப் போயிடுவியா?”

அம்மாவின் சுருதி சற்றுக் குறைந்திருந்தது. பார்வையில் மரியாதை புகுந்திருந்தது.

“இல்லையே, இன்னும் முழுசாப் பதினைஞ்சு நாள் இருக்கே புறப்பட!”

அம்மா ஆற்றாமையுடன் தலையை அசைத்தாள்.

“என்னாலே நிஜம்மாவே உன்னைப் புரிஞ்சுக்க முடியல்லே! இந்த வயசிலே இத்தனை நெஞ்சழுத்தம் இருக்கிற பெண்ணை நா பார்த்ததில்லே. நாங்க பெத்தவங்க, உன்மேலே அக்கறையுள்ளவங்கங்கறதே உனக்குத் தோணல்லேபாரு! எங்களை ஒரேடியா ஒதுக்கி வைக்கணும்னா அதுக்கு உனக்கு ரொம்பத் திமிரு வேணும்!”

சுரீரென்று அவளுக்குக் கோபமும் துக்கமும் ஏற்பட்டன.

“ஆமாம் திமிருதான்! நல்லாச் சொல்லு! அந்தத் திமிருக்கு நீங்கதான் காரணம்! பெத்தவங்களாம். நாயும் பூனையும்தான் பெத்துப்போடும். எங்கே போனே, ஏன் லேட்டு, எங்கே

சாப்பிட்டே, எந்த வம்பிலே மாட்டிக்கிட்டேன்னு போலீஸ்காரன் உத்தியோகம் பார்க்கறதைத் தவிர, பெத்த கடனுக்காகச் சோறு போடறதைத் தவிர வேற என்ன செய்திருக்கீங்க? 'எத்தனை நாளைக்கு என் வயிற்றெரிச்சலைக் கொட்டப் போறே'ன்னு எரிச்சல்தான் உனக்கு ஏற்படுது என்னைப் பார்க்கும் போதெல்லாம்! உங்ககிட்டே எதைப் பேசமுடியும் என்னாலே?"

அடக்க அடக்கத் திமிறிக்கொண்டு வந்தது கோபம், காளி சுவரூபமாய். பண்டோராவின் பெட்டியைத் திறந்த மாதிரி பாய்ந்துகொண்டு பூதகணங்கள் வெளியே வந்தன.

"நீ என்னை மத்த பெண்களோடு ஒப்பிட்டுப் பேசுவே. உன்னை மத்த அம்மாக்களோடு ஒப்பிடற அளவுக்கு எனக்கு அநாகரிகம் இல்லே. நா ஒரு தனிப் பிரக்ருதி என்கிற மாதிரி நீயும் ஒரு தனிப் பிரக்ருதி. நீ நீயாத்தான் இருப்பே. மாறமாட்டே. என்னுடைய அதிர்ஷ்டத்தை நா யார் கிட்ட போய்ச் சொல்ல முடியும்? அதனாலே நா என் வழி பார்த்துண்டு போறேன்!"

அவளுக்கு மூச்சு இரைத்தது. கண்களில் நீர் நிறைந்தது.

"ஆமாம், எனக்குத் திமிர்தான். அதுதான் என்னுடைய தனித்தன்மை. அதுக்கு உனக்குத் தாங்ஸ் சொல்லணும்!" சற்றுநேரம் சர்வ நிசப்தம் நிலவிற்று.

"ஒரேயடியாக் கத்திட்டா உன்பக்கம் நியாயம்னு ஆயிடுமா? எங்க மேலதான் எல்லாத் தப்பும்னு அர்த்தமா?" என்றாள் அம்மா, அப்பொழுதுதான் விழித்துக் கொண்டதுபோல.

கால்களை சோபாவில் உயர்த்தி மடித்து சந்தியா சோர்வுடன் முகத்தைப் புதைத்துக் கொண்டாள்.

"யார் மேலே தப்போ எனக்குத் தெரியாது. நா இயல்பா இருக்கேன். அதை ஒத்துக்க நீங்க தயாராயில்லே-நம்ம ரெண்டு பேருக்கு நடுவிலே இருக்கற அகழி பெரிசாகிக்கிட்டே போகுது. அதனாலேதான் போறேன்."

அவள் நிமிர்ந்தாள். திக்பிரமை அடைந்ததுபோல் உட்கார்ந்திருந்த

அம்மா, "எத்தனை வருஷப் படிப்பு?" என்றாள் யந்திரகதியில்.

சாத்தான் சிரித்துக்கொண்டு நிமிர்ந்தது. "தெரியாது, எம்.ஏ. முடிஞ்சு வேலை கிடைச்சா அங்கயே இருந்துடுவேன்!"

"என்னது?"

அடிபட்ட மிருகத்தின் குரலாக அது தொனித்தது.

4

அம்மாவின் கண்களிலிருந்து மளமளவென்று நீர் வழிந்தது.

சந்தியா புதிய சுவாரஸ்யத்துடன் அவளைப் பார்த்தாள். லேசாகத் திகைப்புகூட ஏற்பட்டது. எங்கே இருந்தது இத்தனை கண்ணீர் இவ்வளவு நாளாய்?

'நன்றாக அழட்டும்' என்று உள்ளுக்குள் சாத்தான் கருவிக் கொண்டது. தெரிந்தோ தெரியாமலோ இத்தனை நாட்களாக என்னைக் கைதியைப் போல் நடத்திய பாவத்திற்காக அழட்டும்.

"நாங்கள் என்ன அப்படி செஞ்சுட்டடம், நீ இப்படி எங்களை விரோதிகளா நினைக்கறதுக்கு?"

அம்மா இப்பொழுது 'ஓ'வென்று அழுதாள், கண்ணிலிருந்து வழிந்த நீர் தலைப்பையெல்லாம் நனைத்ததை லட்சியம் செய்யாமல்.

சந்தியா சலனமில்லாமல் உட்கார்ந்திருந்தாள். 'இந்த ஸ்டன்டினால் என் முடிவை மாத்திக்கப்போறதில்லே' என்று சொல்லிக்கொண்டாள்.

அம்மா அழுதுகொண்டே தொடர்ந்தாள்.

"நீ இயல்பா நடந்துகிட்டே நாங்க புரிஞ்சுக்கல்லேங்கறே. நாங்களும் இயல்பாகத்தான் நடந்துகிட்டோம். புரிஞ்சுகிட்டியா? ஏண்டி நாங்கதான் உன்னைத் தட்டிக் கேட்க முடியும். வேற யாருக்கு அந்த உரிமை இருக்குன்னு நினைக்கிறே?"

சாதாரண தட்டலா அது? நொறுக்கல் அல்லவா அது! மனத்தைச் சுருக்கிக் கசக்கி விலகச் செய்யும் 'ரிப்பெல்லென்ட்' அல்லவா அது!

"அதைப் பத்தியெல்லாம் விவாதிச்சு ஒண்ணும் பிரயோஜனமில்லேம்மா இப்ப," என்றாள் அவள் சோர்வுடன்.

"ஏண்டி, அத்தனை வெறுத்துப் போச்சா?"

ஓ, இது என்ன கண்ணீர்!

"எனக்கு அதெல்லாம் தெரியாதும்மா. அத்தனை கடுமையான வார்த்தைகளை நான் உபயோகிக்கல்லே. ஒண்ணு மட்டும் எனக்குத் தெளிவாகத் தெரியும். என்னாலே இந்த வீட்டிலே தொடர்ந்து உங்களோடு இருக்கிறது சிரமம். இருந்தேன்னா வெறுத்துப் போகலாம். அந்த நிலை வர்றதுக்குள்ளே நல்லவேளையா இந்தச் சந்தர்ப்பம் வந்திருக்கு."

"கல்யாண வயசு வந்தா எல்லாப் பெண்களுக்கும் அலுப்பு வரத்தான் செய்யும். எத்தனை நாளுக்கு நாங்களும்தான் உன்னைப் பிடிச்சு வெச்சிருக்கப் போறோம்? கல்யாணத்துக்குப் பார்த்துக் கிட்டேதானே இருக்கோம். கல்யாணமான பிறகு நீ எங்ககூட எங்க இருக்கப்போறே?"

"எனக்குக் கல்யாணத்திலே இப்ப இன்ட்ரஸ்ட் இல்லே. நீங்க பார்க்கிற பிள்ளையைப் பண்ணிக்கவும் நா தயாராயில்லே."

வழக்கமா இப்படிப்பட்ட பேச்சுக்கு அம்மாவுக்கு பெருங்கோபம் வரும். இன்று கண்ணீர்தான் வந்தது.

"இப்படி விதண்டா வாதம் பேசினா எப்படிடீ சந்தியா? உன் இஷ்டப்படியே பாத்துப் பண்ணிக்கோ. ஆனா திரும்பி வர மாட்டேன்னு மட்டும் சொல்லாதேடி. நீ எங்களுக்கு இருக்கிற

ஒரே பொண்ணு. உன் விருப்பப்படி இரு. இனிமே உன்னை ஒண்ணும் கேக்கல்லே."

அவள் எழுந்தாள். இன்னும் சற்றுநேரம் உட்கார்ந்திருந்தால் அம்மா தன்னை இன்னும் அதிகமாகச் சிறுமைப்படுத்திக் கொள்வாள் என்று தோன்றிற்று. எத்தனை பலவீனமானவள் இவள். இப்பொழுதே வெறுத்துவிடுமோ என்கிற சோர்வுடன் அவள் ஏதும் சொல்லாமல் தன் அறைக்குச் சென்றாள். வெயிலில் போய்விட்டு வந்தது அசத்திற்று கொஞ்ச நேரம் எல்லாவற்றையும் மறந்து தூங்க வேண்டும் போல் இருந்தது.

கூலரை முடுக்கிவிட்டு உடையை மாற்றி கைப்பையை அலமாரியில் வைத்துப் பூட்டிவிட்டுப் படுத்துக்கொண்டாள். கூடத்திலிருந்து அம்மாவின் புலம்பல் லேசாகக் கேட்டது. கண்ணீர்கூடச் சற்று நேரத்துக்கு மனக் கண்ணில் நின்றது. அந்த நினைப்புடனேயே அவள் மெல்ல மெல்ல உறங்கிப்போனாள்.

மாலையில் அவள் கண்விழித்தபோது பொழுது சாய்ந்து விட்டிருந்தது. கூடத்திலிருந்து அப்பாவின் குரல்கேட்டது.

"உன்னை வேணும்னு உன் பெண் அழ வைக்கிறா. இங்கே திரும்பிவராம எங்கே போகப்போறா? அத்தனை சுலபமா அன்னிய தேசத்திலே டேரா போட்டுட முடியாது, தெரியுமில்லே? இப்ப எதுக்கு யாரோ இறந்துபோன மாதிரி அழுதுகிட்டு இருக்கே?" அவள் எழுந்திராமல் கூரையைப் பார்த்தபடி யோசனையுடன் படுத்திருந்தாள். இன்னும் அம்மா அழுகிறாள் என்பது புதிராக இருந்தது.

"சும்மா இரு கல்யாணி!" என்றார் அப்பா, அதட்டலாக. "என்ன ஸ்காலர்ஷிப் அது, என்ன படிப்புன்னு நா விசாரிக்கிறேன். தனியா பாஸ்போர்டுக்கு அலைஞ்சு- எல்லாத்தையும் தானே சமாளிச்சு- ஆ பாத்தியா அந்த போலீஸ்காரன் பாஸ்போர்ட் ஆபீஸ்லேந்து அன்னிக்கு வந்திருப்பான்! அவளுக்கு அது தெரிஞ்சிருக்கும். வேணும்னே நம்மகிட்டே சொல்லாம சீண்டிவிட்டிருக்கா பாரு!"

அப்பாவின் குரலில் பெருமிதமோ சிரிப்போ தொனித்தது. அவள் கூரையைப் பார்த்துப் புன்னகைத்தாள்.

“அவ சொல்றது சரிதான். நமக்கு ஆனாலும் எல்லாத்துக்கும் சந்தேகம், பயம், பொறுமையில்லே. உனக்கும் கோபம் வந்துடுது!”

“எல்லாத்துக்கும் இப்படி ரோசப்படுவா, விபரீத முடிவுக்கு வருவான்னு நா கண்டேனா? எங்க அம்மாகிட்ட எத்தனை திட்டு வாங்கியிருக்கேன்! பெத்தவங்களுக்குச் சொல்ல பாத்யதை இருக்குன்னு நா கம்முன்னு இருப்பேன்.”

அவளுக்குச் சிரிப்பு பொத்துக்கொண்டு வந்தது. தன்னுடன் என்னை ஒப்பிடுகிறாள் அம்மா! ஏன் அவளுடைய பாட்டியுடன் ஒப்பிடக்கூடாதோ!

“சொல்லப் பாத்யதை இருக்கு!”

அதன் பரிமாணங்கள் என்ன என்பதில்தான் இருக்கு அபிப்ராய பேதம். ரப்பரை இழுப்பதுபோல் அம்மா இஷ்டத்திற்கு அதை இழுக்கிறாள். இழுப்புத் தாங்காமல் அது படீரென்று திரும்ப அவளையே தாக்குவது யாருடைய தவறு? மாலுவுக்கும், நளினிக்கும்தான் அம்மாக்கள் இருக்கிறார்கள். தோழிகளைப் போல் நாசூக்காகத் தங்களது அபிப்பிராயங்களைச் சொல்கிறார்கள். அம்மாவுக்கு அந்த நாசுக்கு கிடையாது. அப்பா வெறும் ஒத்து ஊதுபவர். அவர்களுக்கும் அவளுக்குமிடையே பூமி சரிந்துவருவதை உணராமலே இருந்து இப்பொழுது வெறும் கண்ணீரால் பாலம் அமைக்கப் பார்க்கிறாள் அம்மா.

‘என் மனசு இறுகிப் போய் எத்தனையோ நாள் ஆச்சு,’ என்று அவள் தனக்குள் முணுமுணுத்தபடி ஒருக்களித்துப் படுத்தாள்.

“சந்தியா இன்னுமா தூங்கறே?” என்ற அப்பாவின் குரலைக் கேட்டு அவள் திரும்பினாள். அப்பாவின் முகத்தில் விசேஷமான பாவம் ஏதும் தெரியவில்லை.

கதவுக்கருகே அம்மா ஒதுங்கி நிற்பது தெரிந்தது. இவர்கள் பேசுவதை ஒட்டுக்கேட்கத் தயாராகக் காத்திருக்கிறாள். அவள் சிரித்துக்கொண்டே.

“அம்மா ஒட்டுக் கேக்கிறா,” என்றாள் இரகசியக் குரலில்.

"அது கிடக்கட்டும்" என்றார் அப்பா, பொறுமையில்லாமல். "உங்கம்மாவை இன்னிக்கு என்ன அப்படி ஒரேயடியாய் அழ வெச்சிருக்கே நீ?"

"அழவெச்சனா?" என்றாள் அவள், கண்களை அகலவிரித்து. "ரொம்ப சந்தோஷமான சமாசாரம்னா சொன்னேன்? உங்களுடைய எத்தனை சினேகிதங்களுடைய குழந்தைங்க ஒரு காசு செலவு அவங்களுக்கு வெக்காம வெளிநாட்டுக்குப் படிக்கப் போயிருக்காங்க. சொல்லுங்க? இன்னொருத்தராயிருந்தா பூரிச்சுப் போயிருப்பாங்க! விருந்துக்கு ஏற்பாடு பண்ணியிருப்பாங்க."

"எல்லாம் சரிதான்; உனக்குக் கல்யாணத்தை முடிக்கணும்னு தீவிரமான வரன் வேட்டையிலே இருக்கிறப்போ நீ திடுதிப்புனு வெளிநாடு போறேன்னா அதிர்ச்சியாத்தான் இருக்கும். எங்களையும் கலந்து ஆலோசனை கேட்டு பண்ணியிருந்தியானா எங்களை மதிச்சேனு திருப்தியாயிருந்திருக்கும்."

"சரிதான். தெரிவிச்சிருந்தேன்னா அப்ளிகேஷன் போடவே விட்டிருக்க மாட்டீங்க. ப்ளீஸ்பா மறுபடி ஒரு விவாதத்திற்கு நா தயாராயில்லே," என்றாள் அவள் அலுப்புடன்.

"சரி, விவாதம் வேண்டாம். எனக்கு விவரமாவது சொல்லமாட்டியா?"

அவள் எழுந்து டிக்கெட்டையும் பாஸ்போர்ட்டையும் யூனிவர்ஸிடியிலிருந்து வந்த கடிதத்தையும் காண்பித்தாள்.

அவர் எல்லாவற்றையும் நிதானமாக ஆராயும்போது அவள் குளியலறைக்குச் சென்று முகம் கழுவிக்கொண்டு வந்தாள்.

"இங்கே ரெண்டு மாசத்துக்குன்னுதானே போட்டிருக்கு?" என்றார் அப்பா.

அவள் மீண்டும் அம்மாவிடம் சொன்னதைச் சொன்னாள். அப்பாவின் முகத்தில் சிந்தனைக் கோடுகள் தெரிந்தன.

"அந்த ஊர் எப்படி, ஜனங்க எப்படின்னு தெரிஞ்சுகிட்டுதான் மேல்படிப்பு படிக்கிறதைப் பத்தி நீ முடிவெடுக்கணும். குளிர் காலத்திலே அங்கே பயங்கர குளிர் இருக்கும்... உனக்கு அது

தாங்கணும். அமெரிக்க யூனிவர்ஸிடிலே நிறைய இந்தியர்கள் இருப்பாங்க. நார்வேயிலே எத்தனைபேர் இருக்கப் போறாங்க?"

"சமாளிச்சுக்குவேன்!"

இன்னமும் யோசனையுடன் அப்பா, அவளையும், கட்டிலில் அவர்முன் விரிந்திருந்த பாஸ்போர்ட்டையும், டிக்கெட்டையும் பார்த்தார். பிறகு மெல்ல வார்த்தைகளைக் கோத்துக் கோத்துச் சொன்னார்.

"நீயா சாமர்த்தியமா இதையெல்லாம் ஏற்பாடு பண்ணிக் கிட்டிருக்கே, சந்தோஷம். ஆனா, எம்.ஏ. படிப்பு முடிஞ்சதும் இங்கே வந்து சேரு. அம்மாகிட்ட சொன்ன அசட்டு பயமுறுத்தல் எல்லாம் எங்கிட்ட வேண்டாம்."

அவள் டிக்கெட்டையும், பாஸ்போர்ட்டையும் உள்ளே வைத்துச் சிரித்துக் கொண்டே சொன்னாள்:

"நா சொன்னதிலே அசட்டுத்தனமும் இல்லே. பயமுறுத்தலும் இல்லே!"

அப்பா உடனே பதில் சொல்லவில்லை. சற்று இறுக்கமாக உட்கார்ந்து இருந்தார், தனக்குள் ஏதோ போராட்டத்தில் இருப்பவர் போல. பிறகு மீண்டும் நிதானமாகச் சொன்னார்.

"உனக்கு இருபத்து ஒண்ணு வயசுங்கறது எனக்குத் தெரியும். ஆனாலும் நீ எங்களுக்குக் குழந்தைங்கற எண்ணம்தான் எங்களுக்கு இருக்கும். அதை மாத்திக்கிறது கஷ்டம். நீ ஒரே குழந்தையா வேற இருக்கிறதனாலே உன்னை டிஸிப்ளிண்டா வளர்க்கணும்ங்கற ஒரு அதிகப்படியான கவலையிலே நாங்க கொஞ்சம் ஸ்டிரிக்டா இருந்திருக்கோம் என்கிறது உண்மைதான். அதையெல்லாம் நீ தப்பா எடுத்துக்கிட்டு விரோதம் காண்பிக்கிறது எனக்கு ரொம்பக் குழந்தைத்தனமா இருக்கு. சொந்தக்கால்லே நிற்கப் பழகறது தப்பில்லே. ஆனா சொந்த மனுஷங்களே கூடாதுன்னு ஒதுக்கறது ஆரோக்கியமானதில்லே."

இத்தனை நிதானமாக அப்பா என்றுமே தன்னிடம் பேசியதில்லை என்று அவளுக்கு நினைப்பு ஏற்பட்டது. முக்கியமாக அவளை

மனுஷி என்று பாவித்துப் பேசியதில்லை. அவளுடன் விச்ராந்தியாக அமர்ந்து பேச விஷயம் கிடைத்ததில்லை. எத்தனை விளக்கினாலும் தன் மனத்தில் இருக்கும் ஏக்கங்கள் இவருக்குப் புரியாது என்று அவள் மௌனமாக இருந்தாள்.

"நாங்க என்னம்மா அப்படி செஞ்சுட்டடம். நீ இப்படி ஒரேயடியா எங்களை ஒதுக்கித் திரும்பி வரமாட்டேன்னு சொல்றதுக்கு? அதிகமா பிரியத்தை வெச்சதுதாம்மா எங்களுடைய குற்றம்! அதுக்கு இவ்வளவு பெரிய தண்டனையா?"

லேசான அலுப்புடன் அவள் சொன்னாள்:

"ப்ளீஸ்ப்பா! இந்த ஸெண்டிமெண்டல் பேச்செல்லாம் எனக்கு வேண்டாம். நா தனியா இருக்கணும்னு ஆசைப்படறேன். அதனாலே உங்களை ஒதுக்கிவைக்கறேன்னு அர்த்தமில்லே!"

"இரு. அதனாலே அந்நிய தேசத்திலே இருக்க வேண்டிய தில்லையே! நீ கல்யாணம் செய்துகிட்டு குடித்தனம் செய்யறதைப் பார்க்கணும்னு நாங்க ஆசைப்படறோம்."

"அந்த ஆசையெல்லாம் மறந்துடுங்க. எனக்குக் கல்யாணத்தில் இப்ப இன்ட்ரெஸ்ட் இல்லே. எனக்கு மேலே படிக்கணும். உலகத்தைப் பார்க்கணும்! வெளி உலகம் பொல்லாத உலகங்கற பயத்தோடயே நீங்க என்னை வளர்த்திருக்கிங்க! உங்கக் குறுகின பார்வையோடயே பார்த்துக்கிட்டிருக்கீங்க. அதான் உங்களுக்குச் சிரிக்கத் தெரியல்லே! என்னோட ஜோக் அடிக்கத் தெரியல்லே! ப்ளீஸ் அப்பா! இங்கே எனக்கு மூச்சுமுட்டுது. எனக்குப் பறக்கணும், சிரிக்கணும். வெளியிலே ஒரு சினேகிதமான உலகம் இருக்கு. அதை நான் அனுபவிக்கணும்!"

அவள் படபடவென்று ஒருவித சீற்றத்துடன் சொன்னாள்.

அப்பா, சற்றுநேரம் குனிந்த தலையுடன் அமர்ந்திருந்தார். திடீரென்று வயசாகிப் போனதுபோல் தோற்றமளித்தார். பிறகு நெடிய பெருமூச்சுடன் எழுந்தார்.

"எங்க கவலை எங்களுக்கு இருக்கத்தான் செய்யும்மா. அதுவே எங்களுடைய டிஸ்குவாலிஃபிகேஷன்னு நீ நினைக்கிறே. சரி

வந்த சான்ஸை விடக்கூடாது தான். போயிட்டுவான்னுதான் நா சொல்லுவேன். அங்கெல்லாம் வாழ்க்கை முறையே வித்தியாசமாயிருக்கும். அதைக் கண்டு நாம தடம்புரண்டு போயிடக்கூடாது.”

மறுபடியும் ஆரம்பித்துவிட்டார், இவர் லெக்சரைக் கேட்டு அவளுக்குச் சலிப்பேற்பட்டது. இவர்களுக்கு எதைப் பற்றியாவது உற்சாகமாகப் பேசத் தெரிகிறதோ என்று கோபமேற்பட்டது. எத்தனை பத்தாம் பசலிகள்!

அவள் தன்னைக் கட்டுப்படுத்திக் கொண்டு பதிலே சொல்லாமல் தன் புத்தகங்களை ஆராய முற்பட்டபோது, அப்பா மீண்டும் பெருமூச்சு விட்டபடி நகர்ந்தார். அறையைத் தாண்டுவற்கு முன் நின்று சொன்னார்.

“வெறும் ரெண்டு மாசத்துக்காக நீ போறேன்னா இதையெல்லாம் நா சொல்ல வேண்டிய அவசியமில்லே- உனக்குப் பிடிக்கிறதோ இல்லையோ, நல்லது பொல்லாததை உனக்குச் சொல்ல வேண்டியது என் பொறுப்புன்னு நினைக்கிற யுகத்தைச் சேர்ந்தவன் நான்.”

போதும் என்று கத்தவேண்டும். போலிருந்தது அவளுக்கு. இன்னும் பதினைந்து நாட்கள் பல்லைக் கடித்துக் கொண்டு இருக்கவேண்டும். கோபப்பட்டு வார்த்தையை வீசி இன்னும் நிலைமையை மோசமாக்கிக் கொள்ளக்கூடாது.

அடுத்த பதினைந்து நாட்கள் இறக்கையைக் கட்டிக்கொண்டு பறந்தன. இருக்கும் கம்பளித் துணிகள் போதாது என்று அப்பா கட்டாயப்படுத்தி அவளைக் கடைக்கு இழுத்துச் சென்று கம்பளிக் கோட்டும் ஸ்கார்ஃபும், கையுறைகளும் வாங்கிக் கொடுத்தார். அம்மா வரிந்து கட்டிக்கொண்டு அவளுக்குப் பிடித்தமான பதார்த்தங்களைச் செய்து போட்டாள். அடிக்கடி அவளை அணைத்துக் கொண்டு மன்னிப்பு கேட்கிற மாதிரி கண்ணீர்விட்டாள். ஏதோ ஆதார சுருதி நழுவிப்போன மாதிரி அவள் அல்லாடுவது நம்ப முடியாததாக இருந்தது. இவள் பிடியில் இருந்தால் இவளுடைய பலவீனம் நமக்குள் புகுந்து

கொள்ளும் என்று, அவளுக்கு அம்மாவின் இந்தப் புதிய திருப்பம் ஊர்ஜிதப்படுத்தியது.

கிளம்பும் நாளன்று உத்திர சுவாமி மலையில் அபிஷேக அர்ச்சனைக்கு அம்மா ஏற்பாடு செய்து அவளை அழைத்துச் சென்றாள். தீபாராதனையின்போது அப்பாவின் கண்களில்கூட நீர் நிறைந்திருப்பதை அவள் கவனித்தாள்.

கிளம்பும் நேரத்தில் பூஜை அறையில் அவள் நமஸ்கரித்ததும் அவள் நெற்றிக்கு இட்டுத் தன்னைக் கட்டுப்படுத்திக்கொள்ள முடியாமல் அம்மா 'ஓ'வென்று அழுதாள்.

"உனக்காகத்தான் நாங்க ரெண்டு பேரும் உசிரை வெச்சிக்கிட்டு இருப்போம்ங்கிறதை மறந்துடாதே கண்ணு."

அப்பாவுக்கு துக்கத்தில் வார்த்தைகளே வரவில்லை. இத்தனைக்கும் தனக்குள் எந்தக் கலக்கமும் ஏற்படாதது அவளுக்கே ஆச்சரியமாக இருந்தது. விமான நிலையத்துக்குள் நுழைந்ததும் அம்மா நெற்றியில் இட்டிருந்த திருநீற்றுக் கோட்டைத் துடைத்துக்கொண்டு சாமான்களைச் 'செக் இன்' செய்து, செக்யூரிட்டி செக்கைத் தாண்டி விமானத்துக்குள் ஏறி அமர்ந்ததும், ஒரு புதிய ஆரம்பத்தை எதிர்நோக்கும் பரபரப்பில் மனசு ஆழ்ந்து போயிற்று.

5

வதவதவென்று ஆட்டு மந்தையை அடைத்ததுபோல் லுஃப்தான்ஸா விமானத்தில் ஓர் இடம் காலியில்லாமல் பயணிகள் உட்கார்ந்திருந்தார்கள்.

தூக்கமும் அசதியுமாக இருந்தது சந்தியாவுக்கு. கையையும் காலையும் நீட்டிக்கொண்டு சௌகர்யமாக உட்கார முடியவில்லை. இடப்பக்கம் பத்து வயதே இருக்கக்கூடிய ஒரு வெள்ளைக்காரப் பெண் உட்கார்ந்திருந்தது. தூங்கித் தூங்கி வழிந்தது அவள் மேல். அவளுடன் வேறு யாரும் பயணித்ததாகத் தெரியவில்லை. வலப்பக்கம் காவி உடை அணிந்து ஓர் இளம் சன்யாசி பத்மாசனம் போட்டபடி உட்கார்ந்து இருந்தார். கண்கள் மூடியிருந்தன. தூக்கமா, நிஷ்டையா அல்லது இரண்டுமா என்று தெரியவில்லை. தூக்கமாக இருந்தால் நம் மேல் சாயப் போகிறாரோ என்று யோசனையாக இருந்தது. அடிக்கடி பிரயாணம் செய்து பழகிப்போன லாகவம் தெரிந்தது அவரிடம்.

கன்னங்கரேல் என்று தாடியும், தலை முடியுமாகக் கோதுமை நிறத்தில் பளபளவென்றிருந்தார் சன்யாசி. டெரிகாட்டன் காவி உடை என்பதை அவள் கவனித்தாள். துவைத்தவுடன்

வெளிநாடுகளில் காய இதுதான் சரி என்று அவள் தனக்குள் சொல்லிக்கொண்டாள். 'வாஷ் அண்டு வேர்'தான் சௌகர்யம் என்று நான் உடுப்புகளைத் தேர்ந்தெடுத்திருக்கும்போது இவரும் அதே எண்ணத்தோடு தேர்ந்தெடுப்பதில் என்ன தவறு? இந்த நெருக்கடியில் இவர் பத்மாசனம் போட்டு நிஷ்டையில் இருப்பதற்கே இந்த விமானத்திலேயே வெள்ளைக்கார சிஷ்யக் கோடிகள் சேரலாம். அவளுக்குச் சிரிப்பு வந்தது. கிட்டத்தட்ட தானும் ஏதோ சன்யாசம் வாங்கிக் கொண்டதைப் போலத்தான் உற்றமும் வேண்டாம் சுற்றமும் வேண்டாம் என்கிற வைராக்கியத்துடன் கிளம்பியிருப்பதாக அவள் நினைத்துக் கொண்டாள். இந்த சன்யாசிக்கு வீட்டில் எத்தனை பிரச்சினைகள் இருந்ததோ! ஆரோக்கியமான இளைஞர், எதற்கு சன்யாசம் வாங்கிக்கொள்கிறார்? இவருடைய அம்மாவும் இவர் கிளம்பும்போது அழுதிருப்பாளோ?

சந்தியா கண்களை மூடிக்கொண்டு சீட்டில் சாய்ந்தாள்.

குட் லார்ட், அதென்ன அழுகை! எங்கே பதுங்கி இருந்தது, அத்தனை கண்ணீர், கண்ணீரே ஒரு பலவீனம் இல்லையோ, ஆனால் அதற்கு ஏதோ சக்தி இருந்தது. கல்லுளி மங்கத்தனத்தையும் இளக்கிற்று. அந்த இளக்கத்துக்காக. அவளுக்கு வெட்கமேற்பட்டது. 'டூ லேட்' என்று சாத்தான் முணுமுணுத்தது. இப்ப அழுதா ஆச்சா. செய்கையிலோ வார்த்தையிலோ இத்தனை நாள் காண்பிச்சிருக்க வேண்டாமா? என்றது. அப்படி ஒரு முணுமுணுப்புடன் தான் இந்தக் காவி வஸ்திர ஆளும் கிளம்பியிருக்க வேண்டும். தனக்கும் இந்த சன்யாசிக்கும் அனுபவங்களில் ஒற்றுமையிருப்பதாக அவள் நினைத்துக் கொண்டாள். இவருக்கு எந்த வெளிநாட்டு யூனிவர்ஸிடியிலும் ஸீட் கிடைச்சிருக்காது. அதனாலே வேற வழியில்லாமல் சன்யாசம் வாங்கிவிட்டார். எனக்கும் ஸீட் கிடைச்சிருக்கல்லேன்னா சன்யாசம் வாங்கியிருப்பேன்...

"அவங்க வாழ்க்கை முறையே வேறே வேறாகத்தான் இருக்கவேண்டும். இல்லாவிட்டால் பத்து வயசுப் பெண் தன்னந்தனியாக சர்வதேச ஃப்ளைட்டில் உட்கார்ந்து

பயணிக்காது. அதுவும் சர்வ சரளமாய் தன் வீட்டு நடுக்கூடத்தில் சோபாவில் சுருண்டு படுத்திருப்பதுபோல் படுத்திருக்காது.

தூக்கமும் விழிப்புமாக சந்தியா போராடிக்கொண்டிருக்கும்போது யாரோ அவளைத் தொட்டு எழுப்பினார்கள்.

அவள் திடுக்கிட்டு விழித்துக் கொண்டாள். ஏர்ஹோஸ்டெஸ் எதிரில் ஆவிபறக்கும் யூடிகொலோனில் நனைத்த நாப்கினை இடுக்கியில் நீட்டியபடி நின்றிருந்தாள். எல்லாரும் கண்ணைத் துண்டினால் துடைப்பதைக் கவனித்து அவள் அதை வாங்கி அதன் வெதுவெதுப்புக்குள் முகத்தை அழுத்திக்கொண்டாள். இதற்குள் ஏன் எழுப்புகிறார்கள் என்று அவளுக்கு எரிச்சல் வந்தது.

"இன்னும் ஒரு மணிநேரத்தில் ஃப்ராங்ஃபர்ட்டில் இருப்போம்" என்றார் சன்யாசி. யட்சிணியைப் போல இன்னும் பத்மாசனத்தில் இருந்தார். ஆனால் கண்கள் திறந்திருந்தன.

"எட்டு மணிக்கில்லேயோ?" என்றாள் அவள் குழப்பத்துடன்...

"ஆமாம் இப்போது ஐரோப்பாவில் இருக்கிறோம். காலை ஏழுமணி."

"ஓ" என்று அவள் சோர்வுடன் சாய்ந்து உட்கார்ந்தாள். சன்யாசி ஏதோ ஹெல்த் கிளப்புக்குப் போய் வந்தவர்போல் புத்துணர்வுடன் தென்பட்டார். வேறுநாட்டு சர்வகலா சாலைக்குச் சொல்லாமல் கொள்ளாமல் ஓடுவதைவிட சன்யாசம் மேற்கொள்வது சிறந்ததாக இருந்திருக்குமோ என்று நினைத்துத் தனக்குள் சந்தியா சிரித்துக்கொண்டாள்.

"எங்கே போகிறீர்கள்?" என்றாள் அவரிடம்.

"அமெரிக்கா!"

"அங்கே எங்கள் ஆசிரமம் இருக்கிறது. என்னுடைய குருவும் இருக்கிறார்."

"குருவும் அங்கேயா? ஏன் இந்தியாவே வேண்டாம் என்கிற சன்யாசமா?"

அவர் கடகடவென்று சிரித்தார்.

"இல்லை. இந்தியாவுடைய ஒரு துளியைத்தான் அங்கே விநியோகிக்கிறோம். அங்கே மன நிம்மதியில்லாமல் தவிக்கிற ஜனங்கள் அநேகம்."

அவளுக்குச் சிரிப்பு வந்தது.

"இந்தியாவிலே நிம்மதி இருக்குங்கிறீர்களா?"

"ஆமாம். மேற்கே இருக்கிற ஆன்மிக சூன்யம் இந்தியாவிலே இருக்க முடியாது. அங்கே இருக்கிற வெறுமை..."

"வெறுமைக்கும் வறுமைக்கும் எந்த வித்தியாசமும் எனக்குத் தெரியல்லே."

ட்ராலிகள் காலை ஆகாரத்துடன் வர ஆரம்பித்துவிட்டன. தட்டு தட்டாக விநியோகித்து "டீ, ஆர் காப்பி?" என்று லிப்ஸ்டிக் பளபளத்த அதரங்கள் மிருதுவாக விசாரித்தன.

சன்யாசி பதில் எதுவும் சொல்லாமல் மந்தகாசப் புன்னகையுடன் தன்னுடைய வெஜிடேரியன் டிரேயைத் திறந்தார்.

இவரிடம் பேச்சே கொடுத்திருக்கக் கூடாது என்று அவள் நினைத்துக்கொண்டாள். இந்தியத் தத்துவமே இப்போது வியாபாரப் பொருளாகிவிட்டது. இல்லாவிட்டால் இவரது விமான டிக்கெட்டும் டெரிகாட்டன் உடையும் எங்கிருந்து வரும்?

அந்த வெள்ளைக்காரப் பெண்ணுக்கு அகோரப் பசியாக இருக்க வேண்டும். மளமளவென்று சாப்பிட்டு முடித்து டிரேயை மூடி வைத்தது. சந்தியா பேச்சுக்கொடுத்தாள். கொஞ்சம்கூட பிரசன்னமில்லாமல் பதில் சொல்லிற்று. 'மெட்ரிட்'டுக்குப் போகிறாள். தனியாக ஃபிராங்ஃபர்ட்டில் விமானம் மாறவேண்டும். தனியாகச் செல்வது உனக்குக் கஷ்டமில்லையா என்றதற்குக் கிராமத்தானைப் பார்ப்பது போல் ஓர் அலட்சியப் பார்வை பார்த்து, முகத்தைத் திருப்பிக் கொண்டது.

இதுவும் சுபாவத்திலே முசுடா அல்லது நிறவெறி இரத்தத்தில் ஊறிப்போனதா என்று சந்தியா லேசாகத் திகைத்தாள்.

ஃப்ராங்ஃபர்ட்டில் சன்யாசி வேகமாக மறைந்துபோனார். ஆஸ்லோவுக்குச் செல்லும் விமானத்தைப் பிடித்து ஏறி அமர்ந்ததும் பயணம் பழகிவிட்டது போல் இருந்தது சந்தியாவுக்கு. விமானத்தில் எல்லாரும் ஐரோப்பியர்கள். அதிகப் பயணிகள் இல்லாத சின்ன விமானம். இருந்தவர்களும் தங்களுக்குள் மூழ்கியிருந்தார்கள். பக்கத்து சீட்டில் இருப்பவர் களுடன் பேசாமல், புன்னகைக்காமல்.

திடீரென்று ஒரு மெல்லிய சோர்வு அவளை ஆட்கொண்டது. எந்தத் துணிச்சலில் அதிகம் யாரும் செல்லாத நார்வே தேசத்தை நோக்கிப் போகிறோம்? அமெரிக்காவில் பல சர்வகலா சாலைகளில் அவளுக்குத் தெரிந்த மாணவர்கள் இருந்தார்கள். நார்வேக்கு யாரும் சென்றதாகத் தெரியவில்லை. ஊர் பிடிக்காவிட்டால், தனிமை ஏற்பட்டால் என்ன செய்வது? இரண்டு மாத கோர்ஸ் முடிந்ததும் கிளம்ப வேண்டி வந்துவிடுமோ? அம்மாவிடமும், அப்பாவிடமும் பேசிய வீறாப்பு என்ன ஆவது? மறுபடி அந்த மிலிட்டரி கெடுபிடிக்குத் திரும்புவதா? "உன்னுடைய நலத்துக்குத்தான் சொல்லுகிறோம்," என்கிற அவர்களுடைய லெக்சருக்குள் அகப்பட்டுக்கொள்வதா? மீண்டும் அங்கிருந்து தப்பிப் போகும் வழியென்ன என்று அலையவேண்டியிருக்குமே? நான் திரும்பி வராமலே போய்விடுவேனா என்கிற பயத்தில்தான் அப்படி அழுதாள் அம்மா. இரண்டு மாதத்தில் மாறிவிடுவாளா? இரத்தத்தில் ஊறிப்போன விஷயங்களுக்கு அத்தனை சுலபத்தில் ரசாயன மாறுதல் ஏற்படுமா?

'அம்மா மாறமாட்டாள்' என்று அவள் தனக்குள் சொல்லிக் கொண்டாள். "நாங்க என்னம்மா அப்படி செஞ்சுட்டோம் உனக்கு. வெறுத்துப்போற அளவுக்கு?"

அம்மா இதற்குப் பின்னணியில் நின்றபடி 'ஓ'வென்று அழுகிறாள். வெறும் சுய பச்சாதாப, தற்காப்பு, வார்த்தைககள். அந்தச் சுய பச்சாதாபத்தால் தங்கள் உணர்ச்சிகளையே முடுக்கிவிட்டுக்

கொள்ளும் ஆர்வத்தில் எதிராளியின் பக்கம் கண்ணுக்கே புலப்படாது. உண்மையில் இந்த வார்த்தைகள் மறைமுகமான குற்றச்சாட்டு என்று இப்பொழுது நினைக்கும் போதும் அவளுள் புதுசாக எரிச்சல் ஏற்பட்டது.

“என்னம்மா செஞ்சுட்டம்?”

‘அதாவது உன்னை வளர்த்து ஆளாக்கியிருக்கோம். உன்னைப் பத்திக் கவலைப்படறோம். இதைவிட வேற என்ன வேணும்’ என்கிறார்.

ஜன்னல் வழியே தெரிந்த பஞ்சுப் பொதிகளைப் பார்த்து அவள் தலையசைத்தாள்.

நா உங்க மகள் என்கிறது ஒரு ஆக்ஸிடென்ட். நா ஒரு தனிப் பிரக்ருதி என்கிறதுதான் நிஜம். அதை மதிக்க உங்களுக்குத் தெரியல்லே. உங்களுக்கு நா உடைமைப் பொருள். அதனாலேயே உங்களுக்கு என்மேல் நம்பிக்கையில்லே. என்னுடைய எண்ணங்கள் என்னன்னு தெரிஞ்சுக்க உங்களுக்கு ஆர்வமில்லே. உங்க எண்ணத்துக்குள்ளே நா அடங்கணும்னு விரும்பறீங்க. எண்ணங்கள்லேயே உங்களுக்கும் எனக்கும் ஐம்பது வருஷ இடைவெளியிருக்கு. நீங்கள்தான் அதைக் கடந்து வரணும். நான் முன்னுக்குப் போயாச்சு.

அப்பாவின் முகம் கண்முன் நின்றது. அப்பா உண்மையிலேயே கலங்கிப்போனது இப்பொழுது நிதர்சனமாகப் புரிந்தபோது கண்களில் நீர் நிறைந்தது. மிலிட்டரிகாரங்களைப் போல இல்லாம சிநேகிதங்களைப் போல இருந்தீங்கன்னா என்னுடைய வாழ்க்கை எத்தனையோ சுளுவா இருந்திருக்கும்- மாலூ, நளினிது-மாதிரி- எனக்குப் பிரச்சினைகளை ஏற்படுத்தினது நீங்க. அதை எனக்குத் தெரிஞ்சவகையிலே சமாளிக்கப்போறேன். முன்பின் தெரியாத ஜனங்களுக்கு நடுவிலே என்ன மாதிரிப் பிரச்சினைகள் வந்தாலும் சமாளிச்சுதான் ஆகணும். வேற வழியில்லே எனக்கு. அது ஒரு கௌரவப் பிரச்சினைதான். திரும்பாவிட்டால் உங்களுக்கு கௌரவப் பிரச்சினை என்பதும் எனக்குத் தெரியும்.

ஆஸ்லோவை விமானம் சில விநாடிகளில் அடையும் என்று அறிவிப்பு வந்ததும் மிகுந்த பரபரப்புடன் அவள் தயாரானாள். விமானம் தளத்தைத் தொட்டதும் பயணிகள் சர்வ நிசப்தமாக இறங்கும்போது அவளும் மௌனமாகக் கைப் பையை எடுத்துக்கொண்டு நிலையத்துக்குள் நுழைந்தாள். இமிக்ரேஷனைத் தாண்டி சாமானைக் கன்வேயர் பெல்ட்டிலிருந்து பொறுக்கி அந்நியச் செலாவணி மாற்றும் கௌண்டருக்குச் சென்று டாலரை மாற்றி அவள் வெளியில் டாக்ஸியைப் பிடிக்க நின்றபோது மலைப்பாக இருந்தது. தில்லியில் விமான நிலையத்திலும், ரயிலடியிலும் வதவதவென்று ஜனநெருக்கடியைப் பார்த்துப் பழகிய கண்ணுக்கு இங்கு வெளியுலகம் அநேகமாய் வெறிச்சோடித் தெரிந்தது.

இது ஓர் அத்துவானக் காடாக இருக்கும் போலிருக்கிறதே என்ற யோசனையுடன் அவள் நிற்கையில்.

“உங்களுக்கு டாக்ஸி வேணுமா?” என்று ஆங்கிலத்தில் யாரோ கேட்டார்கள்.

அவள் திடுக்கிட்டுத் திரும்பினாள்.

வாட்டசாட்டமாக ஒருத்தன் சிநேகிதமாகச் சிரித்தபடி நின்றிருந்தான். நிச்சயமாக இவன் உள்ளூர்க்காரன் இல்லை. ஆசியா கண்டத்தைச் சேர்ந்தவனாக இருக்கவேண்டும்- ஈரானியோ, பாகிஸ்தானியோ அல்லது துருக்கியோ, சிவந்த அதரங்கள் சிரிக்கும்போது கண்களும் சிரித்தன. இரப்பைகள் நீளமாக அடர்த்தியாக வளைந்திருந்தன.

அவள் சட்டென்று தன்னைச் சமாளித்துக் கொண்டு சொன்னாள்.

“ஆமாம். உங்கள் டாக்ஸி எங்கே?” “என் சிநேகிதனுடைய டாக்ஸி இருக்கிறது, வாருங்கள் அழைத்துப்போகிறேன்” என்றான்.

சொன்ன கையுடன் அவளுடைய பெட்டியை வாங்கிக் கொண்டான்.

“இந்தியர்களுக்குச் சாமான்களைத் தூக்கிப் பழக்கமிருக்காது” என்றபடி.

அவள் பேசாமல் பின்தொடர்ந்தாள். டாக்ஸியில் சாமானை ஏற்றி அவள் உட்கார்ந்ததும் அவனுடைய சினேகிதன் ஓட்ட அவனருகில் அந்த இளைஞன் அமர்ந்துகொண்டான்.

அவள் சர்வகலாசாலைக்குச் செல்லவேண்டும் என்று மட்டுமே சொல்லி வெளியே தெரிந்த காட்சிகளைப் பார்க்க ஆரம்பித்தாள். தெருவில் ஜனநடமாட்டமே இல்லை. அவர்கள் இருவரும் நார்வீஜிய பாஷையில் பேசியபடி இருந்தார்கள். டாக்ஸி வெகு வேகமாகச் சென்றது. இவர்கள் ஒழுங்காகச் சென்று அவளை சேர்ப்பிப்பார்களோ என்று இடை இடையில் அவளுக்கு பயமும் சந்தேகமும் எழுந்தவண்ணம் இருந்தன.

சற்றுநேரத்தில் ஒரு வளைவில் திரும்பி ஒரு கேட்டின் முன் வண்டி நின்றது. “வந்து விட்டது யூனிவர்ஸிடி!” என்றான் முன்னால் இருந்த இளைஞன்.

‘அம்மா அப்பாவின் சந்தேகப் புத்தி நம்மையும் தொத்திக் கொண்டதே’ என்று அவள் வெட்கப்பட்டபடி இறங்கினாள். அந்த இளைஞன் பின்னால் டிக்கியைத் திறந்து அவளுடைய பெட்டியை இறக்கி வைத்தான். அவள் டாக்ஸிக்குக் கட்டணத்தைக் கொடுத்ததும் அவன் அவளது கையைக் குலுக்கி,

“ஹாவ் குட் ஸ்டே!” என்றான். அவள் ‘தாங்க்யூ’ என்று முணுமுணுத்தாள்.

அவன் வண்டியில் ஏறும் சமயத்தில் தன் சினேகிதனிடம் ஏதோ சொன்னான். சினேகிதன் பெரிதாகச் சிரித்து, “நோ சூர்யா!” என்றான். அவள் திடுக்கிட்டு நிமிர்ந்தாள். வண்டி கிளம்பிய வேகத்துடனேயே கண்ணிலிருந்து மறைந்தது.

அந்தப் பெயரை எங்கே கேட்டோம் என்று அவளுக்கு நினைவுக்கு வரவில்லை.

6

காலையில் கண்கள் விழித்ததும் நடுப்பகல் போல் வெயில் அறைக்குள் இருந்தது, தூக்கிவாரிப் போட்டது சந்தியாவுக்கு. ஒன்பது மணிக்கு வகுப்பு இருந்தது. பரபரப்புடன் மேஜை மேலிருந்த கடிகாரத்தைப் பார்த்தாள். மணி ஆறரை என்று காண்பித்தது. அவள் நம்பாமல் அது ஓடுகிறதா என்று பார்த்தாள். சீராக ஓடும் சப்தம் கேட்டது.

நேற்று இரவு பதினொரு மணிக்கு அவள் படுக்கப் போகும்போது கூடப் பகலைப்போல் வெளிச்சம் இருந்தது ஞாபகத்திற்கு வந்தது. இங்கு கோடை காலத்தில் சூரியன் அஸ்தமிக்காது என்று அவளுக்குத் தெரியும். இருந்தும் அனுபவிக்கும்போது புதுமையாக இருந்தது.

அவளுடன் அறையைப் பங்கு போட்டுக் கொண்டிருந்த அமெரிக்க மாணவி ஜூலி அயர்ந்த நித்திரையில் இருந்தாள். அவளுக்கும் சந்தியாவின் வயது. ஒரே நாளில் இருவருக்கும் மிகுந்த நெருக்கம் ஏற்பட்டு போயிற்று. சந்தியா தனக்குள் மலர்ந்த திருப்தியுடன் மீண்டும் சுவர்ப் பக்கம் திரும்பிப் படுத்தாள். ஏழு மணிக்கு எழுந்தால் போதும். ஏழரை மணிக்குத்தான் டைனிங் ஹால் திறப்பார்கள். குளித்துத் தயாராகி எட்டு

மணிக்குச் சென்றால் எல்லாரிடமும் அரட்டை அடித்தபடியே சாப்பிட்டுவிட்டு அங்கிருந்து நேராக வகுப்புக்குச் செல்லலாம். அந்த அரட்டை மதியச் சாப்பாட்டிலும் தொடரும். மாலைச் சாப்பாட்டில் அலை அலையாக சிரிப்பாக வெடிக்கும். அதற்குப் பின் அஸ்தமிக்காத சூரிய வெளிச்சத்தில் முடிச்சு முடிச்சாகப் புல்தரையிலோ படிக்கட்டிலோ அமர்ந்து அதிரடிச் சிரிப்புடன் அரட்டைதான். அல்லது மியூசிக் ரூமில் நடுச்சாமம் வரை யாரோ 'கிட்டாரோ', 'பியானோ'வோ வாசிக்க ஆண்களும் பெண்களுமாக நாட்டியமாடுவது. உலகத்தில் கவலை துன்பம் என்று ஏதாவது இருக்கிறதா என்ன? அதன் நிழல்கூட இங்கு இல்லை.

இங்கு வந்து ஒரு வாரத்தில் சந்தியாவுக்கு 'ரூட்டீன்' பழகிவிட்டது. தான் வந்து சேர்ந்ததற்கு அப்பாவுக்கு ஒரு கார்டு எழுதிப் போட்டதோடு வீட்டு நினைவு முழுசாகக் கழண்டு கொண்டது. இத்தனை சுதந்திரமான வாழ்க்கையே புதிய அனுபவமாக இதுவரை அனுபவித்தறியாத சுதந்திரமாக இருந்தது.

எப்படிப்பட்ட சந்தோஷ அனுபவம் அது. இறக்கை முளைத்த மாதிரி மேலே மேலே எம்பிப் பறக்கும் சந்தோஷம்! கட்டுப்படுத்த யாருமில்லாமல்- 'காலேஜுக்குத்தானே போறே?' என்று சந்தேகக் கேள்வி கேட்டு எரிச்சல் மூட்ட யாருமில்லாமல்-

இங்கும் சில வரம்புகள் இருந்தன. குறிப்பிட்ட நேரத்தில்தான் சாப்பாடு. வகுப்புகளுக்குச் செல்லவும் நியமம். வகுப்பு தயாரிப்பு எல்லாம் சிரமப்படி நடந்தன. ஆனால் இதற்கப்பால் மாணவர்கள் என்ன வேண்டுமானாலும் அட்டகாசம் செய்யலாம். ஊர் சுற்றலாம்.- 'யாருடன் போனாய், எங்கே படுத்தாய், எப்பொழுது திரும்பினாய்' என்று யாரும் கண்காணிக்க மாட்டார்கள்.

வந்த முதல் இரண்டு நாட்கள் இந்தச் சுதந்திரமே என்னவோ போல் இருந்தது, இறுக்கிப் பிணைந்திருந்த தளைகள் திடீரென்று அறுந்துபோனதுபோல். மூன்றாம்நாள் சர்வசகஜமாய் போயிற்று, காய்ந்த மண் ஈரத்தை உறிஞ்சிக்கொண்டதுபோல. அமெரிக்க ஆங்கில மாணவர்களுடன் நெருக்கமாகப் பேசிச் சிரிக்க முடிந்தது. விடிய விடிய அரட்டை அடிக்க முடிந்தது.

"என்ன மணி சந்தியா?" என்றாள் ஜூலி, கண்ணைத் திறக்காமலே.

சந்தியா கடிகாரத்தைப் பார்த்து "ஏழேகால்" என்றபடி எழுந்தாள். "நான் இன்னும் கொஞ்சநேரம் தூங்குகிறேன்" என்று ஜூலி போர்வைக்குள் தன்னை மறைத்துக் கொண்டாள்.

சந்தியா பல் விளக்கி ஷவரிலிருந்து விழுந்த இதமான சூட்டில் வெகுநேரம் நின்று வெளியில் வந்து வேறு உடை உடுத்தி முடியும் வரை ஜூலி எழுந்திருக்கவில்லை.

"ஜூலி நான் ப்ரேக்பாஸ்ட்டுக்குப் போறேன். நீயும் எழுந்திரு. டைனிங் ஹால் அப்புறம் மூடிவிடும்" என்றாள்.

"ஓகே" என்றாள் ஜூலி, கொட்டாவியுடன்.

டைனிங் ஹாலில் அவர்கள் வகுப்பு மாணவர்கள் யாரையும் காணாமல், அவள் தன் பிளேட்டில் வேண்டியதை நிரப்பிக் கொண்டு, ஒரு ஒதுக்குப்புறமாக உட்கார்ந்தாள்.

சர்வதேசக் கூட்டமாக இருக்கும் இந்த இடத்தில் கறுப்பர்கள் வெள்ளையருடன் அதிகம் கலக்காமல் தனியாக உட்கார்ந்திருப்பதை அவள் கவனித்தாள்.

"நீங்கள் இந்தியரா?"

கார்ன்ஃப்ளேக்ஸ் கலவையிலிருந்து பார்வை நிமிர்ந்தது.

எதிரில் மாநிறமாகச் சின்ன உருவமான ஒரு ஹிந்துப் பெண் நின்றிருந்தாள். நெற்றியில் கறுப்புப் பொட்டும் மேலே திருநீற்றுக் கோடுமாக, இலங்கைத் தமிழ் என்று பளிச்சென்று தெரிந்தது. முக அலங்காரத்துக்குப் பொருத்தமில்லாத குட்டைப் பாவாடை, தொளதொளச் சட்டை. அவளுடைய ஒற்றை மூக்குத்தியையும் குழிவிழும் கன்னத்தையும் சினேகிதத்துடன் பார்த்துப் புன்னகையுடன் சந்தியா, "ஆமாம்... பெயர் சந்தியா... நீங்கள் ஸ்ரீலங்காவா?"

"ஓம், பெயர் மனோன்மணி. இந்தியாவிலே எந்தப் பக்கத்திலேருந்து வருகிறீர்கள்?"

“டில்லி. அம்மா, அப்பா தமிழ் நாட்டைச் சேர்ந்தவர்கள்.”

“ஓ, உங்களுக்குத் தமிழ் தெரியுமா?” என்று மனோன்மணி விழிகளை மலர்த்தினாள்.

“தெரியும்”

“அப்ப நாம தமிழ்லேயே கதைப்போமா?”

அவள் குரல் மிக இனிமையாக இருந்தது. முகத்தில் குழந்தைத்தனம் மிகுந்திருந்தது. பதினெட்டு வயதுக்கு மேல் இருக்காது. ஆங்கிலம் பேசத் தடுமாறினாள்.

“பேசலாமே!” என்று சந்தியா சிரித்தாள். “ஆனா எனக்கு உங்க தமிழ் வராது.”

“பரவாயில்லை. எனக்கு இந்தியத் தமிழ் தெரியும். மதராஸிலே இரண்டு வருஷம் இருந்திருக்கேன்.”

“எங்கிருந்து வந்திருக்கே இப்ப?”

“யாழ்ப்பாணத்திலேர்ந்து.”

“தனியாகவா?”

“ஓம்!”

சந்தியா வியப்புடன் அவளைப் பார்த்தாள். இவளா? சம்பிரதாயமான குடும்பத்தைச் சேர்ந்த பெண் போல் இருக்கும் இத்தனை சின்னப் பெண்ணை இவளுடைய அம்மா தைரியமாக அனுப்பினாளா?

“குட்! உங்க வீட்டிலே ரொம்ப தைரியமா அனுப்பிருக்காங்க!” மனோன்மணி புன்னகை மாறாமல் சொன்னாள்.

“குழந்தைங்க எங்கேயாவது உயிரோடு இருந்தாப் போதும் என்கிற நிலைமையிலே வேற என்னதான் செய்ய முடியும்?”

“ஓ சரி, நா ஏதோ ஞாபகத்திலே இருக்கேன். இப்ப நிலைமை எப்படி இருக்கு அங்கே?”

“ஓ...ரொம்ப மோசம்!”

மனசில் இனம்புரியாத மெல்லிய சங்கடம் சந்தியாவுக்கு ஏற்பட்டது. “இந்த இரண்டு மாசப் பள்ளி முடிஞ்சதும் என்ன செய்வே?”

“இங்கேயே இருப்பேன். இங்கே வேறே ஒரு இடத்துக்கு அப்ளிகேஷன் போட்டிருக்கேன். ஸ்ரீலங்கா என்கிறதனாலே இடமும் உபகாரச் சம்பளமும் கிடைக்கும்.”

பார்க்க உழக்குபோல் இருந்தாலும், விபூதியும் மூக்குத்தியுமாக நின்றாலும் இந்தப் பெண் மகா சாமர்த்தியக்காரி என்று தோன்றிற்று. சாமர்த்தியமும் தைர்யமும் அரசியல் சூழலால் நிர்ப்பந்தமாக ஏற்பட்டவை என்ற பச்சாதாபமும் ஏற்பட்டது.

“அப்புறம் பார்க்கலாம் மனோன்மணி,” என்றபடி அவள் எழுந்தாள்.

பேப்பர் கப்பில் சூடான காபியை நிரப்பிக்கொண்டு வெளியே வந்து வெளிப் படிக்கட்டில் உட்கார்ந்து சுற்றுப்புறத்தைப் பார்த்தபடி குடித்தாள்.

எட்டரை மணி க்ளாஸுக்குச் செல்ல வேண்டியவர்கள் விரைந்து கொண்டிருந்தார்கள். தாமதமாகச் செல்ல வேண்டியவர்கள் அங்கங்கே உட்கார்ந்து வெயில் காய்ந்து கொண்டிருந்தார்கள்.

துருக்கி நாட்டைச் சேர்ந்த அழகி ஒருத்தி ஓர் உயரமான அமெரிக்க வாலிபனின் இடையோடு இடை சேர்த்து நடந்து கொண்டிருந்தாள். இருவருக்கும் சுற்றுப்புறமே நினைவில் இல்லை என்று தோன்றிற்று. இரண்டு நாட்களாக அவர்கள் இப்படி அலைவதை அவள் கவனித்தாள். இதில் வேடிக்கை என்னவென்றால் அந்தப் பெண்ணுக்கு ஆங்கிலமே பேச வரவில்லை. காதலுக்கு பாஷை எதற்கு என்றாலும் எப்படி நான்கே நாட்களில் முன்பின் தெரியாதவர்கள் இணைய முடிந்தது என்று ஆச்சரியமேற்பட்டது.

“ஹாய் சந்தியா?”

அவள் திரும்பினாள்.

அப்பொழுதுதான் குளித்துப் பளபளத்த மேனியுடன் ஜூலி டைனிங் ஹாலுக்கு விரைந்துகொண்டிருந்தாள்.

"சீக்கிரம் போ! மூடி விடுவார்கள்."

ஜூலி சிரித்துக்கொண்டே ஓடினாள்.

ஜூலியின் உற்சாகம் தொத்திக்கொள்ளும் வகை. எப்பவும் குறும்பும் சிரிப்புமாக சரளமாக இருப்பவள். சுதந்திர அமெரிக்க சமூகத்துப் பிரஜை. வீட்டிலே எந்தவகைக் கட்டுப்பாட்டையும் உணர்ந்திருக்க மாட்டாள். நிச்சயம் நம் வீட்டின் கெடுபிடியைப் பற்றிச் சொன்னால் அதிர்ந்துபோவாள்.

"ஹாய்! இந்தியாவிலிருந்து வருகிறாயா?"

உயரமான ஒருத்தன் அவளருகில் உட்கார்ந்தான்.

"ஆமாம். சந்தியா" என்று அவள் புன்னகைத்தாள்.

"நான் ஜான். அமெரிக்கன்," என்றான் அவன், சிநேகிதமாக. "ஜூலியும் நீயும் ஒரே அறையில் இருக்கிறீர்களா?"

"ஆமாம். உனக்கு அவளைத் தெரியுமா?"

"தெரியுமாவா?" அவன் எதிரே தெரிந்த புல்வெளியைப் பார்த்துச் சிரித்தான்.

"நானும் அவளும் இரண்டு வருஷங்கள் காதலர்களாக இருந்தோம்" என்றான் சாதாரணமாக.

இதைச் சற்றும் எதிர்பார்க்காத திகைப்புடன் அவள் மௌனமாக அவனைப் பார்த்தாள்.

அவன் ஏதோ கசப்பான நினைவில் ஆழ்ந்தவன்போல் புல்வெளியைப் பார்த்தபடி உட்கார்ந்து இருந்தான். கிங்கரனைப்போல் இருந்தாலும் இவனுக்கும் அதிக வயசாகவில்லை என்று தோன்றிற்று.

தனக்குள் எழுந்த ஆர்வத்தை அடக்க முடியாமல் "பிறகு என்ன ஆயிற்று?" என்றாள் சந்தியா.

"பிறகு என்ன?" என்று அவன் சிரித்தான்.

"எங்களுக்குள் ஒத்துக் கொள்ளவில்லை. பிரிந்தோம், இரண்டு வருஷங்கள் சேர்ந்து வாழ்ந்த பிறகு."

அவளுக்கு இன்னும் திகைப்பு அடங்கவில்லை. ஜூலியின் வயதுதான் இருக்கும் இவனுக்கும். இரண்டு வருஷங்கள் என்றால் பதினெட்டு வயசிலேயே கல்யாணமாகாத தம்பதிகளாக வாழ்ந்திருக்கிறார்கள்...

அவள் தன் திகைப்பை மறைத்துக் கொண்டு "ஜூலி இங்கிருப்பது தெரிந்துதான் நீ இங்கு வந்தாயா?" என்றாள்.

"இல்லையே! ஒருமுறை வேண்டாம் என்று சென்றவளுக்காக நான் ஏன் ஏங்க வேண்டும்?"

சந்தியா அவனை யோசனையுடன் பார்த்தாள். வேலை மெனக்கெட்டு இவன் ஏன் நம்மிடம் இதையெல்லாம் சொல்லுகிறான். சரியான கிறுக்கனாக இருக்க வேண்டும் அல்லது ஜூலியின் புறக்கணிப்பால் ஏற்பட்ட கோபமாக இருக்க வேண்டும்.

"எனக்கு வகுப்புக்கு நேரமாகிவிட்டது" என்று அவள் எழுந்தாள்.

ஜூலியின் உற்சாகத்தைப் பார்த்தால் காதல் தோல்வி ஏற்பட்டது போல் தெரியவில்லை.

இதைப்பற்றியெல்லாம் நமக்கு என்ன என்று அவள் தன்னையே கடிந்துகொண்டு அறைக்குச் சென்று வகுப்புக்குச் செல்ல ஆயத்தமாகும்போது ஹான்ஸன் கொடுத்த சீட்டு கண்ணில்பட்டது. கொட்டை எழுத்துக்களில் 'சூர்யா' என்ற பெயரும் விலாசமும், டாக்ஸியில் அன்று ஏற்றிக் கொண்ட வாலிபனின் முகம் நினைவுக்கு வந்தது. அவனாக இருக்குமா இது? இந்த ஆஸ்லோ நகரத்தில் சூர்யா என்ற இந்த அபூர்வமான பெயரைக் கொண்டவர்கள் எத்தனை பேர் இருப்பார்கள்? ஏதாவது பிரச்சினை என்றால் அவனைத் தொடர்பு கொள்ளச் சொன்னார் ஹான்ஸன். பிரச்சினையேது மில்லாதபோது அவனை ஏன் தொடர்பு கொள்ளவேண்டும்?

அவள் தனது படுக்கையை ஒழுங்கு செய்துவிட்டுக் கதவைப் பூட்டிக்கொண்டு வகுப்புக்கு விரைந்தாள்.

"சந்தியா இரு நானும் வரேன்!" என்று ஓட்டமும் நடையுமாக ஜூலி அவளுடன் சேர்ந்துகொண்டாள். சந்தியாவுக்கு சட்டென்று ஜானின் நினைவு வந்தது. இவள் எப்படி அவனிடம் மாட்டிக்கொண்டாள் என்று தோன்றிற்று.

"நேற்று இரவு இரண்டு மணிக்குத்தான் ரூமுக்கு வந்தேன் தெரியுமோ?" என்றாள் ஜூலி.

"தெரியாது. நான் தூங்கிப் போயிட்டேன். எங்கே போனே?"
"சும்மா இப்படி நடக்கப்போனேன்."

"தனியாகவா?"

"தனியாகத்தான். துறைமுகத்துக்குப் போய் கடலைப் பார்த்தபடி உட்கார்ந்திருந்தேன். அங்கே ஒரு ஆள் சிநேகிதமானான். ரொம்பத் தமாஷாகப் பேசினான். பொழுதுபோனதே தெரியல்லே. ஹாஸ்டலுக்கு நடந்துவர நேரமாகிவிட்டது..."

"வழியெல்லாம் உனக்கு எப்படித் தெரியும்?"

"கையிலே மேப் வெச்சிருந்தேனே. அதைப் பார்த்து நடக்க வேண்டியதுதானே?" என்றாள் ஜூலி லேசாக.

இந்தச் சுதந்திரப் போக்கே ஜானுக்குப் பிடிக்காமல் இருந்திருக்கும். இவள் எப்படி அவனுடன் இருந்தாள்?

"இங்கே கொஞ்ச தூரத்திலே ஸோன்ஸ்வான் என்கிற அழகிய ஏரி இருக்காம். சாயங்காலம் நாள் போகப் போறேன். வறியா?"
"அங்கே போக ரயில் இருக்கு. ஆனால் நாம நடந்தே போவோம். கட்டணம் ரொம்ப அதிகம்."

மாலையில் நடக்க என்று பிரத்யேகமான கால் ஜோடுகளை அணிந்துகொண்டு அவர்கள் கிளம்பினார்கள். ரயில்வே கிராஸிங் தாண்ட முடியாமல் ரயில் வந்து நின்றது. நான்கே பெட்டிகள் கொண்ட சின்ன ரயில். வண்டியோட்டி அவளைப் பார்த்துப் பெரிதாகப் புன்னகைத்து "ஹலோ!" என்று கையசைத்தான். அவளுக்குத் தூக்கிவாரிப்போட்டது.

பிறகு அடையாளம் தெரிந்தது. அவன்தான் அவளை அன்று டாக்ஸியில் அழைத்து வந்தது. சூர்யா.

அவளுடைய திகைப்பு நீங்குமுன் அவன் தன் கதவைத் திறந்து கொண்டு குதித்தான். அவளை நோக்கி வந்தான்.

7

“ஹாய்!” என்றான் அவன் அவளைப் பார்த்து சினேகிதமாக. “என்னை நினைவிருக்கிறதா?”

அவனுடைய சிரிக்கும் விழிகளைப் பார்த்தபடி “நினைவிருக்கிறது,” என்று அவள் புன்னகை செய்தாள்.

“ஸாரி... உங்க பெயர் எனக்குத் தெரியாது” என்றான் அவன்.

“சந்தியா”

அவன் வியப்புடன் புருவங்களை உயர்த்தினான்.

“வேடிக்கை! என் பெயர் சூர்யா!” என்று கையை நீட்டி அவள் கையைக் குலுக்கினால்.

அவள் ஆச்சரியப்படாமல் சிரித்தாள். பிறகு நினைவு வந்தவளாய், இது என் “ரூம்மேட்” என்று அறிமுகப்படுத்தினாள்.

“எங்கே போகிறீர்கள்?”

“ஸோன்ஸ்வான்.”

“பின்னே வண்டியில் ஏறுங்களேன். இது அங்குதான் போகிறது.”

“வேண்டாம்... கட்டணம் அதிகம்!”

அவன் சிரித்தான்.

"திரும்பி வரும்போது ரயிலைப் பிடியுங்கள் என்னுடைய கெஸ்ட்டுகளாக என் கேபினில் உட்காருங்கள்."

அவன் பதிலுக்குக் காத்திராமல் விரைந்து ரயிலில் ஏறி, தன் இருக்கையில் அமர்ந்து, அவர்களைப் பார்த்துப் புன்னகையுடன் கையை அசைத்து உடனடியாக வண்டியைக் கிளப்பினான்.

ரயில் கிளம்பியதும் அதை ஒட்டிய மலைப்பாதையில் இருவரும் வேகமாக நடைபோடுகையில் "யார் அவன்?" என்றாள் ஜூலி.

"எனக்குத் தெரியாது. நான் இந்த ஊருக்கு வந்து இறங்கியபோது இவன் தன் நண்பனுடைய டாக்ஸி என்று சொல்லி ஏற்றிக்கொண்டு இங்கே இறக்கினான்."

"இந்தியனா?"

"பெயரைப் பார்த்தால் அப்படித்தான் தோன்றுகிறது. ஆனால் நார்வீஜிய பாஷையை ரொம்ப சுலபமாகப் பேசுகிறான்."

"திரும்பிப் போகும்போது நமக்கு ஃப்ரீ ரைட் கொடுக்கிறேன் என்கிறானே!"

"போய்த்தான் பார்க்கிறது!" என்று சந்தியா சிரித்தாள். "இந்தியாவில் இப்படியெல்லாம் செய்ய எனக்கு சந்தர்ப்பம் கிடைக்காது!"

"ஏன்?"

"ஏன்னா, அங்கே சொஸைட்டியே வேறே! முதலாவது ரயில் ஓட்டறவன் இப்படி வழியில் போற பெண்களைப் பார்த்து என் காபினுக்கு வந்து சவாரி செய்யுங்கள் என்று கூப்பிட மாட்டான். இரண்டாவது அப்படிக் கூப்பிட்டுப் பெண்களும் சென்றால் தவறாகப் பேசுவார்கள். பெண்களும் சுலபமாகப் போய்விட மாட்டார்கள்."

"போனால் என்ன தப்பு?"

"தப்பொண்ணும் இல்லேதான். வழக்கமில்லை."

பேசிக்கொண்டே வேக வேகமாக நடந்ததில் மூச்சிரைத்தது. அவர்கள் நின்று சுவாசத்தை இழுத்துக்கொண்டு சிரித்தார்கள். சுற்றிலும் மிக அழகாக இயற்கைக் காட்சி அளித்தது. எல்லா யோசனைகளும் விலகி அந்தத் தருணத்து சந்தோஷம்தான் நிஜம் என்று தோன்றிற்று. வழியில் புதர்களில் மண்டிக் கிடந்த ப்ளூ பெர்ரி பழங்களைப் பறித்துச் சாப்பிட்டுக்கொண்டே சென்றார்கள்.

ஏரி வந்துவிட்டது என்பதற்கு அறிகுறியாக நிறைய ஜனநடமாட்டம் தெரிந்தது.

சட்டென்று ஏரி தெரிந்தது. பெரிதாக, மிக அழகாக, மிக அமைதியாக, வெள்ளை நாரைகள் சிறகுகள் படபடக்க அங்கிருந்து பறந்தன.

"ஓ எத்தனை அழகு!" என்றாள் சந்தியா பரவசத்துடன்.

"வா அந்தப் பாறையில் உட்கார்ந்து நீருக்குள் காலை விடலாம்" என்றாள் ஜூலி. இருவரும் பாறைமேல் ஏறி ஷூவைக் கழற்றி நீருக்குள் காலை அமுக்கியதும் நீரின் ஜில்லிப்பு, உச்சிக்கு ஏறிற்று. ஏரியைச் சுற்றி உட்கார்ந்திருந்த எல்லாரும் அநேகமாய் இளைஞர்களாக இருந்தார்கள். இரண்டு குடும்பங்கள் 'பிக்னிக்' செய்ய வந்திருந்தன. பெரியவர்கள் குழந்தைகளுடன் பந்தெறிந்து விளையாடிக்கொண்டிருந்தார்கள். ஒரே சிரிப்பும் பரிகாசமுமாக இருந்தது.

ஜூலி சில விநாடிகள் அவர்களையே பார்த்துக்கொண்டிருந்து விட்டு ஏதோ யோசனையுடன் பாறைமேல் அகப்பட்ட கற்களை நீருக்குள் விட்டெறிய ஆரம்பித்தாள்.

எதுவுமே பேசத் தோன்றாமல் சந்தியா சுற்றுப்புறச் சூழலின் அழகில் லயித்திருந்தாள்.

"நான் சின்னவளாயிருந்தபோது எங்கள் வீட்டில் நிறைய பிக்னிக்குக்குப் போவோம். பாவம், என் தம்பிக்கும் என் தங்கைக்கும் அந்த அதிர்ஷ்டம் இல்லே" என்றாள் ஜூலி திடீரென்று.

"ஏன்?"

"ஏன்னா எங்கம்மாவுக்கு வாழ்க்கையிலே முன்னேறணும்னு வெறி வந்துவிட்டது. எங்களுக்காக நேரம் ஒதுக்க முடியல்லே!"

குரலில் மிதமிஞ்சிய சீற்றமோ வெறுப்போ தொனித்தது. சந்தியா வியப்புடன் அவளைப் பார்த்தாள்.

ஜூலி கற்களை நீரில் விட்டெறிந்து கொண்டே ஆத்திரத்துடன் சொன்னாள்.

"எப்படி அதிகப்படியாக சம்பாதிப்பது என்பதில்தான் அம்மாவுக்குக் குறி. எங்களுடைய சௌகர்யமான வாழ்க்கைக் காகத்தான் உழைக்கிறாளாம்! வீட்டு வேலை எல்லாவற்றிற்கும் மெஷின் வாங்கிப் போட்டிருக்கிறாள். என் தம்பி கேட்காமலேயே விளையாட்டு சாமான்கள். நான் கேட்காத வேண்டாத டிரஸ்கள். அத்தனை கெட்டிக்காரிக்கு விஷயம் மட்டும் தெரியாது. எங்களுக்கு இதெல்லாம் வேண்டாம். அம்மாதான் வேண்டும்! ஒரு விஷயம் சொன்னால் உனக்கு ஆச்சரியமாக இருக்கும். எங்கள் வீட்டில் நாங்கள் எல்லாருமாகச் சேர்ந்த க்ரூப் போட்டோ கிடையாது. ஏனென்றால் அம்மாவுக்கு நேரமில்லே!"

"அப்பா இல்லையா?" என்றாள் சந்தியா தயக்கத்துடன்.

அவருக்கு அம்மாவைப்

"அப்பா இருக்கிறார். நல்லவேளை, அவருக்கு அம்மாவைப் போலப் பேராசைக் கிடையாது. எங்களுக்காகத்தான் ரொம்பப் பொறுமையாக அம்மாவுடன் சேர்ந்து இருக்கிறார் என்று நினைக்கிறேன். நானும் என் தங்கையும் வெளியே தனித்தனியாக வேறு ஊரில் இருக்கிறோம். என் தம்பியை நினைத்தால்தான் கஷ்டமாக இருக்கிறது. வீட்டில் இருக்கும்வரை அம்மாவுடைய பிரியம் வேண்டாமா? அம்மாவுக்குப் புரிவதில்லை. உங்களுக் காகத்தானே உழைக்கிறேன் என்கிறாள். இந்த சௌகரியம் எல்லாம் எனக்கு வேண்டாம். நீயே அனுபவி என்று நான் பதினாறு வயசில் வீட்டைவிட்டுக் கிளம்பிவிட்டேன். என் தங்கை பதினைந்து வயதிலே கிளம்பிவிட்டாள்."

சந்தியா திகைப்புடன் கேட்டுக் கொண்டிருந்தாள்.

“தனியாக எப்படி இருக்க முடியும்? செலவுக்கு என்ன செய்வீர்கள்?”

“ஏதாவது பார்ட் டைம் வேலை கிடைக்காமல் போகாது. வீட்டிலிருந்தும் செலவுக்குக் கொஞ்சம் வாங்கிக்கொள்வோம். படிப்பு இலவசம்தானே!”

“விடுமுறைக்கு வீட்டுக்குப் போவீர்களா?”

“போவோம். ஆனால் அம்மாவுக்கும் அப்பாவுக்கும் நேரமிருக்காது. நாங்கள் போவதே அம்மாவுக்குத் தொந்தரவோ என்று எனக்கு வெறுத்துப்போகும். அமெரிக்காவில் எல்லாரும் சந்தோஷமாய் இருக்கிறார்கள் என்று நினைக்காதே. இன்று எல்லா அமெரிக்கக் குழந்தைகளும் அநாதைகள்...”

இவள் தன்னுடைய பிரத்யேக துக்கத்தினால் மிகக் கடுமையாக விமர்சிக்கிறாள் என்று சந்தியா நினைத்துக்கொண்டாள். எப்பவும் உற்சாகம் கொப்புளிக்கப் பேசும் ஜூலிக்குள் இத்தனை கசப்பு மண்டிக் கிடக்கும் என்று நம்புவது கஷ்டமாக இருந்தது.

ஜானைப்பற்றிக் கேட்கலாமா என்று நினைத்துப் பேசாமல் இருந்தாள். இரண்டு மாதங்கள் சேர்ந்திருக்கப்போகிறோம். தானாகச் சொல்வாள். சொல்லாவிட்டாலும்தான் நமக்கென்ன வந்தது என்று நினைத்துக்கொண்டாள். அவளுக்கு எத்தனையோ விஷயங்கள் குழப்பமாக இருந்தன. அம்மாவுக்கும் தனக்கும் ஒரு தலைமுறை வித்தியாசமென்றால் தனக்கும் ஜூலிக்கும் ஒரு யுக வித்தியாசம் இருக்கும் போலிருந்தது.

“ஏரியைச் சுத்தி நடக்கலாம் வறியா ஜூலி?” என்று அவள் ஷூவை மாட்ட ஆரம்பித்தாள்.

“ஓகே” என்று மறுவிநாடி ஷூவை மாட்டிக்கொண்டு கௌனிலிருந்த தூசியைத் தட்டினாள் வேகத்துடன். துக்கத்தையும் துடைத்து விட்டமாதிரி. மீண்டும் சுபாவமான உற்சாகம் கொப்புளிக்க ஜூலி சிரித்துக் கொண்டு கிளம்பியதைப் பார்க்க சந்தியாவுக்கு ஆச்சரியமாக இருந்தது.

"ஹாஸ்டலுக்குத் திரும்பத்தான் டிரெனியிலே டிரிப் கிடைக்குமே. இப்ப ஏரியைச் சுற்றி ஒரு ரவுண்ட் ஓடலாமா?" என்றாள் ஜூலி.

"ஓகே!"

சின்னப் பெண்கள்போல் இருவரும் ஓட ஆரம்பித்தார்கள். அங்கு அவர்களைப்போல் வந்திருந்த மற்ற மாணவர்கள் வெறும் அவர்களை அடையாளம் கண்டுகொண்டு கைதட்டி ஆரவாரம் செய்தார்கள்.

சந்தியாவுக்கு உடம்பெல்லாம் ஜுரம் பற்றிக்கொண்டது போல் இருந்தது. எப்பொழுதோ பள்ளியில் படிக்கும்போது ஓடியது. இப்பொழுது பத்து வயது குறைந்துபோனதுபோல் வேகம் வந்தது. இருந்தும் ஜூலிதான் மானைப் போல் ஓடினாள். போகவேண்டிய இடத்தை அடைந்ததும் புல்வெளியில் அமர்ந்து மூச்சிரைத்தபடி உட்கார்ந்து இருந்தாள். சந்தியா அவளை அடைந்தபோது சிரிக்கக் கூட முடியாமல் மூச்சிரைத்தது. இருவரும் தண்ணென்றிருந்த அந்தப் புல்வெளியில் மல்லாந்து படுத்தார்கள். நீல நிற வானம் உயரே நிர்மலமாக இருந்தது. ஓடிய ஓட்டத்தில் சூடாகியிருந்த உடம்பில் புல்தரை ஜில்லென்று முதுகில் பட்டது.

"ஹாய் ஜூலி!"

இருவரும் விடுக்கென்று திரும்பிப் பார்த்தார்கள். உயரமாக ஜான் நின்றிருந்தான். ஜூலியைப் பார்க்க சந்தியாவுக்கு வியப்பாக இருந்தது. எந்தவிதமான பதற்றத்தையும் காண்பிக்காமல் ஜூலி நிமிர்ந்து உட்கார்ந்தாள்.

"நீ எப்ப வந்தே?" என்றாள்.

ஜானின் முகம்தான் மாறியிருந்தது. வார்த்தைகளில் தடுமாற்றம் தெரிந்தது.

"நேற்று வந்தேன்!"

"நீ வருவது எனக்குத் தெரியாது."

ஜான் ஒன்றும் சொல்லாமல் அவளையே பார்த்துக்கொண்டு நின்றான்.

"நான் இங்கு வருவது உனக்குத் தெரியுமா?" என்றாள் ஜூலி சந்தேகம் தட்டும் குரலில்.

"ஆமாம்."

"எப்படி?"

"உன் தங்கை சொன்னாள்."

"டாம் ஹர்" என்று சபித்தபடி ஜூலி எழுந்தாள். அப்பொழுதுதான் சந்தியா இருப்பது நினைவு வந்தது போலத் திரும்பி ஜானுக்கு அவளை அறிமுகப்படுத்தினாள்.

"திஸ் இஸ் ஜான்" என்றாள் சந்தியாவிடம் லேசாக.

"தெரியும். இன்று காலையில் நாங்கள் சந்தித்தோம்" என்றாள் சந்தியா.

"ஓ!" என்றாள் ஜூலி மெல்லிய வியப்புடன். "இவனுடன் நான் கொஞ்சம் பேசணும். நீ தனியாய் ஹாஸ்டலுக்குப் போவியா சந்தியா?" என்றாள் தயக்கத்துடன்.

"ஓ ஷ்யூர்... நோ பிராப்ளம்!' என்று சந்தியா கிளம்பினாள்.

சற்றுதூரம் அவள் நடந்த பிறகு ஜூலி சொல்வது தெளிவாகக் கேட்டது.

"நம்ம ரெண்டு பேருக்கும் நடுவே எல்லாம் முடிந்துவிட்டது. ஜான் ஏன் என்னைத் தொடர்ந்து வந்திருக்கே?"

சந்தியா ஸோன்ஸ்வான் ரயில் நிலையத்தை நோக்கி வேகமாக நடந்தாள். ஜூலிக்கு இப்படிப்பட்ட பிரச்சினைகள் இருக்கும் என்று அவள் நிச்சயமாக நினைத்திருக்கவில்லை. அந்தத் தளதளவென்ற மதர்த்த உடம்பும், கலீர் சிரிப்பும், சதா சர்வகாலமும் யாரையாவது சீண்டும் குறும்பும் - வெறும் வெளிப்போர்வையாக இருக்க முடியுமா?

'எல்லாக் குழந்தைகளும் அநாதைகள்.' அது உண்மையாக இருக்குமா? சுபிட்சச் சீமைகளின் குழந்தைகளுக்கு ஏக்கங்கள் உண்டா?

அவளுக்கு விமானத்தில் சந்தித்த சாமியாரின் நினைவு வந்தது. இவர்களின் ஏக்கங்களை அவரும் அவரது குருவும் உபயோகித்துக்கொள்கிறார்களா?

இந்திய சாமியாரைப்பற்றி இப்படியெல்லாம் அந்நிய மண்ணில் நின்று நினைப்பது கூச்சமாக இருந்தது. டில்லியில் இருந்தால் அதே சாமியாரை அவள் அக்குவேறு ஆணிவேறாகப் பிய்த்து அலசியிருப்பாள். அவளுள் ஏதோ ரசாயன மாற்றம் ஏற்பட்டு விட்டதுபோல் தோன்றிற்று.

இனிமேல் உன் உறவு வேண்டாம் என்று உதறிக்கொண்டு தேசத்தைவிட்டு வந்தவளை ஒருத்தன் துரத்திக்கொண்டு வந்தானானால் அவளுக்கு எரிச்சல் ஏற்படாமல் என்ன செய்யும்? இத்தனைக்கும் கணவன் என்ற உரிமைகூட இல்லாதவன். இவனுடன் எப்படி ஜூலி இரண்டு வருஷம் இருந்தாள் என்று புரியவில்லை.

அநாதைகளுள் அவளும் ஒரு அநாதையாக இருக்க வேண்டும். பரஸ்பர பச்சாதாபத்தினால் ஏற்பட்ட ஈர்ப்பாக இருக்க வேண்டும்.

பக்கத்திலேயே இருந்தது ரயில் நிலையம்.

ஸோன்ஸ்வான்தான் கடைசி நிலையம் ஆனதால் வெளியிலிருந்து வரும் ரயிலே ஒரு "U" வட்டம் அடித்துத் திரும்பிப் போகும்.

அவள் நிலையத்திற்குச் சென்று காத்திருந்தாள். அட்டவணையில் அறிவித்திருந்தபடி நிமிஷம் பிசகாமல் வண்டி வந்தது "U" வட்டம் அடிக்கும் போதே அவளைக் கவனித்து சூர்யா கையசைத்தான். வண்டி நின்றதும், "வெல்கம் டு மை காபின்" என்று நாடக பாணியில் கையை வீசினான். "எங்கே ஜூலி" என்றான்.

"அவள் யாருடனோ பேச நின்றுவிட்டாள்" என்றபடி அவள் அவனைத் தொடர்ந்து ஏறினாள்.

“நீங்கள் சௌத் இந்தியனா?” என்றான் அவன் எடுத்த எடுப்பில்.

“நான் ஒரு இந்தியன்” என்றாள் அவள் சிரித்து. “அம்மா அப்பா தமிழ் நாட்டைச் சேர்ந்தவர்கள். நீங்கள்...?”

“நானும் தமிழன்தான்!” என்றான் அவன் தமிழில். “நீங்க தமிழ் பேசுவீங்க இல்லே?”

“நல்லாப் பேசுவேன்!”

“குட்!” என்றான் அவன் மலர்ச்சியுடன்.

“உங்க டிரஸ்ஸையும், நிறத்தையும் பார்த்துப் பஞ்சாபியோ உ.பி. யோன்னு நினைச்சேன்.”

“நா உங்களை இந்தியன்னே நினைக்கல்லே. ஈரானின்னு நினைச்சேன்.”

அவன் பெரிதாகச் சிரித்தான்

“நீங்க வெறும் பிராணின்னு சொன்னாலும் சரிதான்.”

அவள் பக்கென்று சிரித்தாள்.

“இங்கே சூர்யான்னு வேற யாராவது இருங்காங்களா?”

“அதெப்படி இருக்க முடியும், என் பேரிலே இன்னொருத்தன்?”

அவள் மீண்டும் சிரித்தாள்.

“ஏன் முடியாது?”

“இங்கே இருக்கிற இந்தியர்கள் எல்லாரையும் எனக்குத் தெரியும். சுப்பிரமணியன், சாமிநாதன் என்கிற பெயர்கள்கூட இங்க ஒண்ணுக்கு மேல இல்லே. ஏன் கேட்கிறீங்க?”

“டில்லியிலே நார்வீஜியன் எம்பெஸியிலே ஹான்ஸன் என்கிறவர் சூர்யா என்கிறவரைச் சந்திக்கச் சொன்னார்.”

அவன் சிரித்தான்.

“அவனோடத்தான் இப்பப் பேசிக்கிட்டிருக்கீங்க.”

அவள் சந்தேகத்துடன் சொன்னாள்.

"அவர் ஏதோ பிரைவேட் கம்பெனியிலே பெரிய உத்யோகம் பார்க்கிறதா..." அவன் சிரித்துக்கொண்டே மணியைப் பார்த்து வண்டியைக் கிளப்பினான்.

"இவன் ஏதோ இன்ஜின் டிரைவரா இருக்கானேன்னு பார்க்கறீங்க!"

அவன் கடகடவென்று சிரித்தான். "நா வாரத்திலே ரெண்டு நாள் பஸ்கூட ஓட்டுவேன்! இதெல்லாம் என்னுடைய பொழுது போக்கு வேலைகள்! ஹான்ஸன் சொன்ன விவரமும் சரிதான்."

அவள் வியப்புடன் அவனைப் பார்த்தாள். "ரயில் ஓட்டறது ரொம்பச் சுலபம். நீங்களும் ஓட்டலாம்...வாங்க!" என்றான்.

அவள் உற்சாகத்துடன் அவனருகில் அமர்ந்துகொண்டாள்.

8

"கண்களை மூடிக்கிட்டே ஓட்டலாம். ஆக்ஸிடென்ட் ஆகாது." என்று அவன் உறுதி அளித்தான்.

"நீங்க அப்படித்தான் ஓட்டறீங்களா?"

"கண்ணை முழிச்சு சுற்றும் முற்றும் பார்ப்பேன். இல்லேன்னா உங்களைப் போலவங்க பார்வையிலே படறது எப்படி? ஓட்டும்போது லேசா கவனம் இருந்தா போதும். எல்லாம் ஆட்டோமாட்டிக்."

ஒவ்வொரு ஸ்டேஷனில் நிற்கும்போதும் அவன் காசுக்கு டிக்கெட் கொடுப்பதையும் கவனித்து அவள் சிரித்துக் கொண்டே கேட்டாள்.

"கண்டக்டர் வேலையும் நீங்களே செய்யணுமா?"

"கண்டக்டர், பழுதானா மெக்கானிக்-கோளாறானா டெக்னிஷியன், எல்லா வேலையும் நானேதான் செய்யணும். கக்கூஸ் இருந்தா அதையும் கழுவச் சொல்லியிருப்பாங்க."

"நல்லவேளை! இந்த ரயில் சின்னது. கக்கூஸ் இல்லே!"

அவள் விழுந்து விழுந்து சிரித்தாள்.

"சும்மா சிரிச்சுக்கிட்டிருந்தா எப்படி? ஓட்டுங்க!" என்று அவன் பரிகசிக்கவும் அவள் ஸ்டியரிங் வீலைப் பிடித்துக்கொண்டாள்.

"நல்லா ஓட்டறேன், இல்லே?"

"பிரமாதம்!" என்று அவன் பாராட்டினான்.

"உங்களைப் பார்த்த உடனேயே நினைச்சேன், நீங்க கெட்டிக்காரப் பெண்ணா இருக்கணும்னு."

அவள் பக்கென்று சிரித்தாள்.

"ஏர் போர்ட்டிலேயேவா?"

"ஏர் போர்ட்டிலேயே! ஆனா சந்தேகப் பிராணின்னும் தெரியும்!"

"எப்படி?"

"நாங்க ஒழுங்கா உங்களைக் கொண்டு சேர்ப்போமோ இல்லையோன்னு சந்தேகம் இருந்ததா இல்லையா?"

அவள் திடுக்கிட்டாள்... இதைத்தான் தன் நண்பனிடம் இவன் சொல்லிச் சிரித்திருக்க வேண்டும் என்று அவள் நினைத்துக் கொண்டாள்.

"இல்லவே இல்லே!" என்றாள் அவள் ரோசத்துடன்.

"அப்படின்னா ரொம்பச் சரி. நோ கம்ப்ளெயின்ட்ஸ்," என்று அவன் புன்னகைத்தான்.

வண்டி ஸ்ட்ரூடிங்காட் நிலையத்தில் நின்றதும்,

"வாங்க, போகலாம்" என்றான்.

அவள் நிலையத்தின் பெயரைப் பார்த்து திகைத்துக் கேட்டாள்.

"அடாடா உங்க பேச்சைக் கேட்டுக்கிட்டே வந்ததிலே வழியிலே இறங்கவே மறந்து போனேனே! கடைசி ஸ்டாப்தானே இது?"

"ஆமாம்."

"மறுபடி ஸோன்ஸ்வாருக்குத்தானே வண்டி போகும்? என்னை பிளிண்டர்ன்லே இறக்கிவிடுங்க!"

"என் ட்யூட்டி முடிஞ்சு போச்சு. ஹாஸ்டலுக்குப் போக என்ன அவசரம்? இங்கேதான் என் வீடு இருக்கு. வாங்க... ஏதாவது சாப்பிட்டுவிட்டுப் போகலாம்."

"என்ன மணியாச்சு இப்ப?" என்று பார்த்து "ஒன்பது மணியா?" என்று ஆச்சரியப்பட்டாள்.

"நம்ப ஊர் கணக்கெல்லாம் இங்கே நீங்க பார்க்கக் கூடாது. இருட்டியிருக்கா? கோடை காலத்திலே இங்கே யாரும் வீட்டிலேயே தங்கமாட்டாங்க. விடிய விடிய வெளியேயே சுத்துவாங்க."

"சரி, கொஞ்ச நேரம் இருந்துட்டுக் கிளம்பிடறேன். நா படிக்கிறதுக்காக வந்திருக்கேம்ப்பா! நாளை கிளாசுக்குத் தயார் படுத்திக்கணும்!"

"சரிம்மா! உங்க இஷ்டம்போல் செய்யுங்க!" என்றான் அவன் பரிகாசமாக.

அங்கிருந்து அவர்கள் இன்னொரு ரயிலில் ஏறி ஒரு நிலையத்தில் இறங்கி ஓர் அழகிய சீரான காலனியில் இருந்த அவனுடைய வீட்டை அடைந்தார்கள்.

வாசலில் பிரம்மாண்டமான கார் இருந்தது.

வீடு விசாலமாக இருந்தது. நேர்த்தியாக அலங்கரிக்கப் பட்டிருந்தது. ஆனால் துப்புரவாக இருக்கவில்லை.

அவள் சுற்றும் முற்றும் பார்த்து "எங்கே அவங்க?" என்றாள்.

"யாரு?"

"உங்க வைஃப்!"

"ஓ!" என்று அவனும் சுற்றுமுற்றும் பார்த்து "தெரியல்லியே!" என்றான்.

"அப்படின்னா?"

"இருங்க, பார்த்துச் சொல்றேன்" என்று அவன் சோபாக்கடியிலும், கட்டிலுக்கடியிலும் தேடிவிட்டு,

"காணோம்!" என்றான்.

"என்ன விளையாடறீங்களா?" என்று அவள் சிரித்தாள். "அவங்க அங்கேயா பதுங்கியிருப்பாங்க?"

"சொல்ல முடியாது எங்க இருக்கான்னு!" என்று அவன் சிரித்தான்.

"நா பார்த்ததேயில்லை அவளை!"

அவளுக்குச் சிரித்துச் சிரித்துக் கண்களில் நீர் வந்தது.

"வைஃப் இல்லேன்னா எனக்குச் சாப்பாடு எப்படிப் போடப் போறீங்க?"

"என்ன அப்படிச் சொல்லிட்டீங்க? நா என்ன ஆளாத் தெரியல்லியா உங்களுக்கு? என்ன வேணும்? ஸ்பா கட்டி, மக்கரோணி, ஸாண்ட்விச், ஆம்லெட்?"

"ஐய்யே! அதெல்லாம் அலுத்துப்போச்சு எனக்கு. அரிசி இருக்கா? கொஞ்சம் தயிர் சாதம்தான் வேணும் இப்ப!"

"இருக்கே, வாங்க சமையல் ரூமுக்கு" என்றான் அவன் உற்சாகமாக.

சமையல் அறை ஏகக் களேபரமாக இருந்தது. ஸின்கில் பாத்திரங்கள் நிரம்பியிருந்தன.

அவன் சுறுசுறுப்பாக ஸ்டோர் ரூமைத் திறந்து அங்கிருந்த பல பொட்டலங்களிலிருந்து ஒன்றைப் பொறுக்கி, "ஆ, இதோ இருக்கு அரிசி!" என்று கொடுத்தான்.

"நா பாத்திரம் தேய்க்கிறேன். நீங்க சாதம் வடிச்சிடுங்க" என்று ஒரு மாண்டலின் சீனிவாசன் டேப்பைச் சுழலவிட்டுக் காரியத்தில் இறங்கினான்.

அவளுக்கும் சமையல் வேலை அதிகம் தெரியாததால் இந்த அனுபவம் நூதனமாக இருந்தது. பெரிய மகிழ்ச்சியைத் தந்தது.

சாதம் செய்து முடிந்ததும், "எங்கம்மா அனுப்பின தொக்கு, ஊறுகாய்" என்று வரிசையாக அவன் மேஜைமேல் வைத்தான். வாங்கி வைத்திருந்த யோகர்ட், தயிர் இருந்தது. அவளுக்கு

உண்மையிலேயே சாப்பாடு தேவாமிர்தமாக இருந்தது. அதற்குப் பிறகு சற்று நேரம் பொதுவாக அரட்டை அடித்துவிட்டு பதினொன்றடித்ததும் அவள் பதறிக்கொண்டு எழுந்தாள். அவன் ஸ்ட்ரூட்டிங்காட் வரை வந்து மாற்று ரயிலில் ஏற்றி விட்டான்.

"அடிக்கடி வாங்க!" என்றான்.

"சாதத்தைத் தவிர வேறு என்ன செய்யத் தெரியும் உங்களுக்கு?"

அவளுக்குச் சிரிப்பு வந்தது. பதில் சொல்வதற்குள் ரயில் கிளம்பிவிட்டது. மனசும் வயிறும் நிறைந்திருந்தது.

அன்று மாலைப் பொழுதையும் அவன் பேச்சையும் நினைத்து நினைத்துச் சிரிப்பு வந்தது.

அவள் ஹாஸ்டலில் அறையை அடைந்தபோது ஜூலி பாடம் படித்துக்கொண்டிருந்தாள். படுக்கையில் சாய்ந்து உட்கார்ந்த நிலையில்.

"ஹேட் எ நைஸ் டைம்?" என்றாள் புன்னகையுடன்.

"வெரி நைஸ் டைம்" என்று சந்தியா தொப்பென்று திருப்தியுடன் தன் படுக்கையில் அமர்ந்து ஷூவைக் கழற்றினாள்.

"நீ எப்ப வந்தே ரூமுக்கு?"

"ஒன்பது மணிக்கே வந்துவிட்டேன்!"

"டிட் யூ ஹாவ் எ நைஸ் டைம்?" என்று இங்கு கேட்கப்படுகிற வழக்கமான கேள்வியைக் கேட்டபடி அணிந்துகொண்டிருந்த ஆடைகளை அவிழ்த்து நைட்டீக்குள் நுழைந்தாள்.

"நாட் ரியலி" என்று ஜூலியின் மெல்லிய குரல் ஒலித்தது.

படுக்கைக்குத் தாவி கம்ஃப்ர்டர் என்கிற மெல்லிய மெத்தைப் போர்வைக்குள் நுழைந்த ஜூலியை சந்தியா கேள்விக்குறியுடன் பார்த்தாள்.

"அந்த ஜான் இருக்கானே, மூடைக் கெடுக்கிறவன்," என்றாள் ஜூலி கோபத்துடன்,

"பின்னே என்னோடு வந்திருக்கிறதுதானே!"

"இல்லே, எனக்கு அவனோடு பேச வேண்டியிருந்தது! அவன் இங்கு வரப்போகிறான் என்று எனக்குத் தெரியாது. அவனைப் பார்த்து எனக்கு அதிர்ச்சியாப் போச்சு. அவனை ஒரேயடியாய் மறக்கணும்னுதான் நான் ஆஸ்லோவுக்கே வந்தேன் சந்தியா!"

சந்தியா குறுக்கிடாமல் அவளை அனுதாபத்துடன் பார்த்தபடி ஒருக்களித்துப் படுத்தாள்.

"நானும் ஜானும் இரண்டு வருஷங்கள் காதலர்களாக இருந்தோம்!"

இவர்கள் இந்த விஷயத்தை எத்தனை சாதாரணமாகச் சொல்லுகிறார்கள் என்று சந்தியாவுக்கு மீண்டும் வியப்பு ஏற்பட்டது. "எனக்கு என்னைப் புரிந்துகொள்ளாத அம்மா இருந்த மாதிரி அவனுக்கு அவனைப் புரிந்துகொள்ளாத அப்பா இருந்தார். அவர் ரொம்ப மோசம். குடிகாரர். அடிப்பார். திட்டுவார். நிஜமாகவே ரொம்பவும் இவனைச் சின்ன வயதில் கொடுமைப்படுத்தியிருக்கார். எனக்கு இவனைக் கண்டு ரொம்ப பரிதாபமாக இருந்தது. இவனுடைய கஷ்டங்கள் புரிந்தது. அதனால் சேர்ந்து வாழ ஆரம்பித்தோம்."

"உங்க அம்மா அப்பா ஒன்றும் சொல்லல்லியா?"

"அம்மாவுக்கு ஜானைக் கட்டோடு பிடிக்கல்லே, மற்றபடி அவர்கள் என்ன சொல்ல முடியும்? இவன் ஒருத்தனுடனேயே நான் சினேகிதம் வைத்துக் கொண்டிருந்தது அம்மாவுக்குப் பிடிக்கல்லே!"

சந்தியா அதிர்ச்சியுடன் அவளைப் பார்த்தாள். சத்தியமாக இது வேறு உலகம். அவளுடைய அப்பாவும் அம்மாவும் டி.வி. சீரியல் ராமாயண மகாபாரத கதாபாத்திரங்கள்போல் புராண உடையில் நின்றார்கள்.

"வேறு நல்ல ஆண்கள் கிடைக்கவில்லையா? இவன் உன்னை உறிஞ்சிவிடுவான் என்பாள். இந்த விஷயத்தில் அம்மா போட்ட எடை சரியாக இருந்தது. இவன் தன் பாரத்தையெல்லாம்

என்மேல் சுமத்தப் பார்த்தான். இவன் அழும்பொதெல்லாம் நானும் அழணும். என்னிடமிருந்து ரொம்ப எதிர்பார்த்தான். எனக்குச் சிரிக்கணும், பறக்கணும், ஓடணும். இவன் கழுத்தில் கட்டின பாறாங்கல்லைப் போல என்னை இழுத்தான். இனிமே முடியாதுன்னு கிளம்பிட்டேன். இப்ப இங்கே வந்து நிற்கிறான். அதனாலே ஒரு சண்டை போட்டுட்டு வந்தேன், இனிமே என்னை நெருங்க முடியாதுன்னு!"

"சியர் அப் ஜூலி. அவன் இங்கே உன்னைத் தொந்தரவு செய்ய முடியாது. செய்தால் புகார் கொடுக்கலாம்."

கையிலிருந்த புத்தகத்தை மூடி மேஜைமேல் வைத்துவிட்டு ஜூலி படுத்துக்கொண்டாள்.

"அவன் அந்த அளவுக்குப் போக மாட்டான். உண்மையில் அவன் ஒரு கோழை."

பிறகு விட்டத்தைப் பார்த்தபடி சோர்ந்த குரலில் சொன்னாள்.

"அவனுடைய கோழைத்தனமே எனக்கு வெறுப்பைத் தருகிறது. நானும் ஸென்ஸிடிவ்தான். பாதிப்புகள் அதிகம்தான். ஆனால் நான் அதற்காக முகத்தைத் தொங்க போட்டுக் கொண்டு உட்கார மாட்டேன்!"

பிறகு சட்டென்று சந்தியாவின் பக்கம் திரும்பிச் சிரித்தாள்.

"இந்த ஆண் பெண் உறவிலே ரொம்ப ஜாக்கிரதையா இருக்கணும் சந்தியா. முக்கியமா அமெரிக்க ஆண்கிட்ட கவனமா இருக்கணும். அநேகம் பேர் கோழைகள். பொறுப்பேற்க யாருக்கும் தைரியமில்லே. படுக்கைக்கு இட்டுச் செல்லத் தயாரா இருப்பான்கள். அதுக்கு மேல எதுவும் வேண்டாம் அவன்களுக்கு. இங்கே நிறைய அமெரிக்க வாலிபர்கள் வந்து இருக்கிறார்கள். நீ யார் வலையிலேயும் விழுந்துடாதே!"

சந்தியா சிரித்தாள்.

"நானா? நிச்சயமா மாட்டேன்...கவலைப்படாதே!"

"உனக்கு டில்லியில் யாராவது பாய் ஃப்ரண்டு இருப்பான்."

“யாருமில்லே!”

“வாட்டுயூ மீன்?” என்றாள் ஜூலி வியப்புடன். “தீவிர பெண் இயக்கத்தைச் சேர்ந்தவளா நீ?”

“அதெல்லாம் இல்லே. எனக்கு ஆண் சினேகிதர்கள் உண்டு. ஆனா நீ நினைக்கிற விதத்திலே இல்லே.”

“ஏன் அப்படி?”

“எனக்கு இதுவரை யாரையும் பிடிக்கல்லே!”

“தூங்கலாமா ஜூலி?” என்றாள் சந்தியா பேச்சைத் தொடர விரும்பாமல்.

“ஓகே” என்றாள் ஜூலி தன் மேஜை விளக்கை அணைத்து. “நீ ரொம்ப கெட்டிக்காரி. பிரச்சினைகளை வளர்த்துக் கொள்ளவில்லை.”

சந்தியா பதில் சொல்லாமல் சுவர் பக்கம் திரும்பிப் படுத்துக் கொண்டாள். ஜூலியின் பேச்சைக் கேட்டால் அம்மா என்ன சொல்வாள் என்று நினைத்துச் சிரிப்பு வந்தது. அம்மா அப்பாவின் மேல் கோபம் வரும்போதெல்லாம் அவள் எவ்வளவு முறை நினைத்திருக்கிறாள். வீம்புக்காவது அவர்களைப் பழிவாங்குகிற மாதிரி தமிழ் பேசத் தெரியாத எவனையாவது காதலித்து அவனுடன் ஓடிவிட வேண்டுமென்று! யாரும் கிடைக்கவில்லை. ஜானைப் பார்த்தாலே உபயோகமற்றவன் என்று அவளுக்குப் பட்டது. ஜூலிக்கு ஏன் ஆரம்பத்திலேயே புரியவில்லை? தன்னால் அப்படிப்பட்ட ஒருத்தனிடம் காதல் கொள்ள முடியாது என்று தோன்றிற்று. அவளுடைய மனசின் இயல்பான பாலன்ஸுக்கு எது காரணம் என்று அவளுக்குத் தெரியாது. அவளுடைய வகுப்பிலும் கல்லூரியிலும் எத்தனையோ பெண்கள் அசட்டுப் பிசட்டு என்று நடந்து கொள்வதும் கண்டபேருடன் வீட்டுப் பேருக்குத் தெரியாமல் ஊர் சுற்றுவதும் உறவு வைத்துக் கொள்வதும் அவளுக்குத் தெரியும். அதில் மிகச் சிலர்தான் நிஜ வாழ்வில் தம்பதிகளாவார்கள். மற்றவை

எல்லாம் வேடிக்கையாக, நகரும் மேகமாக அல்லது கண்ணீராக மாறும் வெறும் சம்பவங்கள்தான்.

அப்படியெல்லாம் இல்லாமல் தன் மரியாதையைக் காப்பாற்றிக் கொண்டு படிப்பையும் ஒழுங்காக கவனித்துக் கொண்டதைப் பற்றிய பிரக்ஞையில்லாமல், பாராட்டாமல் அம்மாவும் அப்பாவும் அவளைக் கண்டித்ததும், அது தங்களது கடமை என்று நினைத்ததும்தான் எத்தனை பெரிய பிளவை ஏற்படுத்திற்று? அதற்கு ரோசப்படுவதற்குக் கூட அவளுக்கு உரிமையில்லை என்பது போலல்லவா வம்புக்கிழுத்தார்கள்!

அதைப் பற்றியெல்லாம் இப்பொழுது நினைக்கும்போதும் ரோசமேற்பட்டது. என்னைப் புரிந்துகொள்ள அவர்கள் முயற்சியே செய்யவில்லை என்று துக்கமேற்பட்டது. தொண்டைக் குழியில் கனமாக ஏதோ ஒன்று அமர்ந்து கண்களில் நீரை வரவழைத்தது.

“உனக்காகத்தான் நாங்க உசிரை வெச்கிக்கிட்டிருப்போம் என்கிறதை நீ மறக்கக்கூடாது.”

என்ன டயலாக் இது, பிரகலாத சரித்திரத்தில் வருகிற மாதிரி! எனக்காக உசிரை மட்டும் வெச்சுக்கிறது எந்த விதத்திலே உபயோகம், வீட்டு மேலேயும், நிலத்து மேலேயும் வைக்கிற மாதிரி? அப்புறம் கைவிட்டு நழுவிப் போச்சேன்னு ஒப்பாரி வெச்சு என்ன லாபம்?

பழசெல்லாம் நினைவுக்கு வர, மீண்டும் அவசரத்துடன் கோபம் ஏற்பட்டது. ‘மறுபடியும் உங்களுடைய வலைக்குள்ளே அகப்பட்டுக்க மாட்டேன். எனக்கு இப்பக் கிடைச்சிருக்கிற சுதந்திரத்தை நா முழுமையா அனுபவிக்கப்போறேன். நான் முட்டாளில்லே. என்னைக் கவனிச்சுக்க எனக்குத் தெரியும். பிரச்சினைகள்லே மாட்டிக்காம இருக்கத் தெரியும். உழக்குப் போல இருக்கும் மனோன்மணிக்குள் இருக்கும் தைரியத்துக்கு ஒரு சரித்திரக் காரணம் உண்டு என்றால், என்னுடைய துணிச்சலுக்கும் ஒரு காரணம் உண்டு. இந்தக் காரணத்துக்கு

மொழியும் மண்ணும் பிரதேசங்களும் எல்லைகள் இல்லை. மனிதஉறவுகளே இதன் எல்லைகள். உணர்வுகளே இதன் வரம்புகள். 'அகம்' என்னும் 'ஈகோ' இந்த நாடகத்தின் மையக் கரு-

தூக்கத்திலும் அம்மா வந்தாள். கண்ணீர் பெருக்கினாள். "உன் இஷ்டப்படி இரு. ஆனா என்னை வேண்டாம்னு மட்டும் ஒதுக்காதே" என்றாள். அவளுடன் ஜூலியும் சேர்ந்து கொண்டாள். எனக்கு அம்மா வேணும் என்று அழுதாள்.

9

அம்மாவிடமிருந்து கடிதம் வந்தது, கண்ணீரிலேயே வார்த்தைகளை நனைத்துக் கோத்த மாதிரி. "நீ இல்லாமல் வீடு நன்றாகவேயில்லை. எனக்குப் பித்துப் பிடித்ததுபோல் இருக்கிறது. என்னைப்போல் அப்பா புலம்பாவிட்டாலும் ரொம்ப ஏங்கிப் போனது தெரிகிறது. சரியாகச் சாப்பிடாமல் இளைத்துப்போயிட்டார். தயவு செய்து கோடைப்பள்ளி முடிஞ்சதும் இந்தியாவிற்குத் திரும்பிவிடு."

அம்மாவின் கடிதம் ஒரு சின்ன சலனத்தைக்கூட ஏற்படுத்தவில்லை. "நா எதுக்கு வரணும்?" என்று வீம்பு பிறந்தது. 'சினிமா டயலாக் மாதிரி நீங்க பேசறதைக் கேட்கவா?'

கோடைப்பள்ளி முடிவதற்குள் உலகம் தலைகீழாகிவிட்டது. அங்கிருந்த சுதந்திரக் காற்றில் மனம் பலூனைப்போல் உப்பிவிட்டது. தளைகளே இல்லாமல் இருப்பது எப்படிப்பட்ட அனுபவம்!

மேற்படிப்புப் படிக்க சர்வ கலாசாலையில் இடம் கிடைத்து விட்டது, உபகாரச் சம்பளத்துடன், இருப்பதற்குத்தான் இடம் தேடவேண்டும். அது கொடுத்த தெம்பில் அப்பாவுக்குக்

கடிதமும் எழுதியாகிவிட்டது. நான் உங்களுக்கு முதலிலேயே சொல்லியிருந்தபடி இங்கேயே எம்.ஏ.க்குச் சேர்ந்து படிக்கப் போகிறேன். திரும்பி வா என்று நீங்கள் எழுதி என் மனசைக் கலைக்கப் பார்க்காதீர்கள்!

அம்மா இந்தக் கடிதத்தைப் பார்த்து 'ஓ'வென்று அழுவாள் நிச்சயம். "நாங்க என்னம்மா பண்ணிட்டம் எங்களை நீ அப்படி ஒரேயடியா ஒதுக்கிவைக்கும்படியா?"

திடீர் திடீரென்று இந்தக் கேள்வி அவளுள் எட்டிப் பார்த்தது. அவளுக்கு அதற்கு விடைசொல்லத் தெரியவில்லை. ஒவ்வொருத்தர் ஒவ்வொரு துருவமாக இருக்கும்போது சேர்ந்திருப்பது அசாத்தியமான காரியம் என்று மட்டுமே தெரிந்தது. பட்சிகளுக்கு இருக்கும் விவேகம் நமக்கில்லை. பறக்கத் தெரிந்த பிறகு பறந்து போ என்று சொல்லத் தைரியமில்லை. பாசத்தின் பலவீனம் அது என்று சொல்வ தெல்லாம் சப்பைக்கட்டு. கண் துடைப்பு. "என் மகள் நீ," "என் உடைமைப் பொருள் நீ," "என் அதிகாரத்திற்குள் இருக்க வேண்டியவள் நீ" என்கிற எதிர்பார்ப்பு "உன்னால் என் பெருமை அதிகரிக்க வேண்டும்; கௌரவம் அதிகரிக்க வேண்டும்" என்கிற எதிர்பார்ப்பு.

ஸாரி, என்னிடமிருந்து நீங்கள் எதையும் எதிர்பார்க்கக் கூடாது. உலகம் ரொம்பவும் மாறிவிட்டது. யாரும் இப்பொழுது கூட்டுக்குள் இருக்க வேண்டிய அவசியமில்லை... சுயமாக நான் என் காலில் நிற்கும்வரை என்னை வளர்த்தீர்கள். அதற்கு ரொம்பத் தாங்க்ஸ், அதற்குப் பின்னும் உங்கள் கஷ்டத்தில் என்னை இறுக்கிக்கொள்ள முயன்றால் நான் திமிறித்தான் ஆக வேண்டும்.

பள்ளி முடிய இன்னும் பத்து நாட்கள்தான் இருந்தன. அதற்குப் பிறகு ஹாஸ்டல் அறையைக் காலி செய்யவேண்டும். அங்கிருந்த வேறு மாணவர் விடுதிகளில் இடம் கிடைக்கவில்லை. என்ன செய்வது என்று குழப்பமாக இருந்தது. மனோன்மணி எப்பொழுதோ வேறு ஜாகை பிடித்து விட்டாள்.

"உங்களுக்கு இன்னும் இடம் கிடைக்கவில்லையா சந்தியா? ஒன்றும் பிரச்சினையில்லே. நான் தெரிந்தவங்ககூட இருக்கப் போறேன்... எங்களோடு நீங்களும் இருங்கோ!" என்றாள்.

அரசியல் விவகாரத்தில் கிளிப்பிள்ளையைப் போல் பேசினாலும் அவளுக்கு நல்ல மனசு. அவளையும் சேர்த்து எட்டு இலங்கைத் தமிழர்கள் ஒரு வீட்டில் இருக்கப் போகிறார்கள். இவளையும் கூப்பிடுகிறாள்.

"ரொம்ப நன்றி மனோன்மணி. இடம் கிடைக்கவே இல்லேன்னா உங்ககிட்ட சொல்றேன். உங்களுக்கே பாவம் நெருக்கடியாயிருக்கும்."

"ஓ, பிரச்சினை இல்லே!"

நல்லவள் பாவம். ஆனால் அவர்களுடன் நிச்சயம் தங்க முடியாது. அவர்களது அரசியல் பேச்சுகளால் பாதிக்கப் படாமல் இருக்க முடியாது.

இடத்தைப் பற்றிய பிரச்சினையைத் தீர்த்தாக வேண்டும். சட்டென்று சூர்யாவின் நினைவு வந்தது. ரொம்ப நாளாயிருந்தது, அவனைப் பார்த்து. அன்று அவன் வீட்டிற்குச் சென்ற பிறகு ஒரு முறைதான் சில நிமிஷங்களுக்கு ஒரு கடையில் சந்தித்தாள். ஸ்வீடனுக்கு வேலையாகக் கொஞ்ச நாட்கள் போகப் போவதாகச் சொல்லியிருந்தான். இன்று இவனுக்கு டெலிபோன் செய்து பார்க்க வேண்டும் என்று அவள் அறையைப் பூட்டிக்கொண்டு கிளம்பினாள்.

ஜூலிக்கு வேறு ஒரு காதலன் கிடைத்து விட்டான். நீள முடியும் அழுக்குப் பாண்ட்டும் புகைபிடித்துப் பிடித்துக் காவி ஏறிய பல்லுமாக இருக்கும் ஓர் அமெரிக்கன்.

ஜூலிக்கென்று எப்படி இப்படி ஆட்கள் கிடைக்கிறார்கள் என்று வியப்பாக இருந்தது. வருத்தமேற்பட்டது. ஜூலியுடைய புத்திசாலித்தனத்துக்கும், இவர்களுக்கும், கொஞ்சமும் பொருத்த மில்லை என்று தோன்றிற்று. இவர்களது அநாதைத்தனமே பொதுவான விஷயமாக இருக்க வேண்டும்.

ஒரு நாள் மத்தியானம் வகுப்பு இல்லை என்று அறைக்கு வந்தபோது வழக்கமாக கதவைத் தாளிடாமல் உள்ளே இருக்கும் ஜூலி உள்பக்கம் தாளிட்டிருந்தாள். சற்றுப் பொறுத்துக் கதவைத் திறந்தாள். அந்தப் புதியவன் சட்டையில்லாமல் அமர்ந்திருந்தான்.

திடுக்கிட்டுப் போயிற்று ஒரு நிமிஷம்.

"இது ஹென்றி...சந்தியா!" என்று ஜூலி இயல்பாக அறிமுகப்படுத்தியதும் முள்மேல் இருப்பது போல் இருந்தது. "புத்தகங்களை வைப்பதற்காக வந்தேன்" என்று சொல்லி, "நான் லைப்ரரிக்குப் போகிறேன்" என்று கிளம்பி வெளியே வந்து கொஞ்ச நேரத்துக்கு மார்பு படபடத்தது. ஜூலியின் மீது காரணம் புரியாமல் கோபம் வந்தது. கொஞ்ச பழக்கத்திற்குள் இவர்களால் எப்படிப் படுக்கைக்குப் போய்விட முடிகிறது என்று திகைப்பேற்பட்டது.

லைப்ரரிக்குப்போய் சேர்வதற்குள் மனசு சமாதானமாகி விட்டது. அம்மாவுடைய பத்தாம் பசலித்தனத்தில் ஐம்பது சதவிகிதம் நமக்குள்ளும் இருக்கு என்று சிரிப்பு வந்தது.

'இவன் ஒருத்தனுடனேயே நான் சிநேகிதம் வைத்துக் கொண்டிருந்தது அம்மாவுக்குப் பிடிக்கல்லே!'

அம்மாக்கள் இப்படி நினைக்கும் கலாசாரத்தைச் சேர்ந்தவர்கள் இவர்கள். நான் இன்னும் கன்னி கழியாதவள் என்கிற விஷயம் ஜூலிக்கு எப்படிப்பட்ட அதிர்ச்சியைத் தந்தது!

என் இடத்தில் ஜூலி இருந்திருந்தால் இத்தனை நாளைக்கு சூர்யாவுடன் -

"ஹலோ!"

அவள் திடுக்கிட்டுத் திரும்பினாள்.

இப்பொழுது உண்மையிலேயே தூக்கிவாரிப் போட்டது. சூர்யா நின்றிருந்தான்.

"என்னது இது... பேயைக் கண்ட மாதிரி அரண்டுபோயிட்டீங்க?" என்று சிரித்தான்.

அவள் தன்னைச் சமாளித்துக்கொண்டு சிரித்தாள்.

"உங்களுக்குத்தான் இப்போ டெலிபோன் செய்யணும்னு கிளம்பினேன். என்ன உங்களைக் காணும் இத்தனை நாளா?"

"ஸ்வீடன்லே கொஞ்சம் அதிக நாள் தங்கவேண்டி வந்துவிட்டது. ஏன்? என்னை ரொம்ப மிஸ் பண்ணீங்களா?"

"ரொம்ப!" என்று அவள் சிரித்தாள். "சாதம் சாப்பிடணும் போல் இருக்கும்போதெல்லாம் உங்க ஞாபகம் வரும்!"

அவன் விளையாட்டாகத் தன் கையிலிருந்த புத்தகத்தால் அவள் தலையைத் தட்டினான்.

"நீங்க மாறமாட்டீங்க. நம் ஊர் சோத்துப் பண்டாரமாத் தான் இருக்கப் போறீங்க."

"அத்தனை சுலபமா சில விஷயங்களை மறக்க முடியாது."

"இங்கேயே இருந்தீங்கன்னா மாறிடுவீங்க. நா இந்த ஊர்க்காரனா மாறியாச்சு, எல்லா விஷயத்திலேயும். இந்தியாவிற்குத் திரும்பினா கஷ்டப்படும்."

"பாஷையை மறக்கல்லையே!"

"பாஷை மறக்காது சுலபமா."

அவன் திடீரென்று ஞாபகம் வந்தவனாய், "எனக்கு எதுக்கு போன் பண்ணணும்னு கிளம்பினீங்க" என்றான்.

"ஓ மறந்தே போனேன். ஒரு முக்கியமான விஷயத்துக்காக உங்களைப் பார்க்கணும்னு நினைச்சேன்-எனக்கு இங்கே எம்.ஏக்கு அட்மிஷன் கிடைச்சிருக்கு, ஸ்காலர்ஷிப்போடு. தங்கறதுக்கு இடம் வேணும். ஹாஸ்டல்லேயெல்லாம் விசாரிச்சாச்சு. இடமில்லேங்கறாங்க."

"என்னோடு தங்கலாமே நீங்க!"

அவளுக்குத் தூக்கிவாரிப் போட்டது. அவனைப் பார்த்தாள்.

"விளையாடாதீங்க!"

“ஏன்... இதில் என்ன தப்பு?”

“இந்த ஊரிலே யாரும் எதையும் கண்டுக்க மாட்டாங்க.”

“பரவாயில்லே,” என்றாள் அவள் கூச்சத்துடன். “ஏதாவது ஒரு குடும்பத்தோடு இருக்க முடிஞ்சா நல்லது, பேயிங் கெஸ்ட்டா?”

“ஓகே!” என்றான் அவன் சரளமாக. “இங்கே ஒரு பஞ்சாபி இருக்கார் சோப்ரான்னு. அவரும் அவருடைய மனைவியும் தான் இருக்காங்க. அவங்க வீட்டிலே கீழே ஒரு ரூம்லே யாராவது ஒரு ஸ்டூடன்ட் இருப்பான். இப்பக் காலின்னு நினைக்கிறேன். போய் விசாரிப்போமா?”

“ரைட்டோ,” என்றாள் அவள் உற்சாகத்தோடு.

காரில் ஏறி உட்கார்ந்து பெல்ட்டை மாட்டிக்கொண்டதும் அவன் காரைக் கிளப்பிக்கொண்டே சொன்னான்.

“நீங்க என்னோடு தங்க மறுக்கறது எனக்குக் கஷ்டமாக இருக்கு. என்னிக்காவது உங்க கையாலே தயிர் சாதம் கிடைக்குமேன்னு நினைச்சேன்!”

அவள் சிரித்தாள்.

“என்னிக்கு வேணும்னு சொல்லுங்க. நா வந்து சாதம் செய்யறேன்.”

“இந்த சோப்ரா இருக்காரே, அவர் இந்த ஊருக்கு வந்து நாற்பது வருஷமாகிறது. கொஞ்சம் போராடிப்பார். நீங்க அதைப் பொறுத்துக்கணும், அதாவது அங்கே தங்க இடம் கிடைச்சா!”

“எனக்கும் அவருக்கும் என்ன சம்பந்தம் இருக்கப்போறது?”

“ஆ, அத்தனை சுலபமா அவர்கிட்டேந்து கழண்டுக்க முடியாது.”

“என்ன செய்வார்?”

“அவர் ஒரு எழுத்தாளர். ஹிந்தியிலேயோ, உருதுவிலேயோ எழுதுறார். உங்களுக்கு ஹிந்தி வேற தெரியுங்கறதனாலே ஆபத்து. தன் கதைகளையும் கவிதைகளையும் படிக்க ஆரம்பிச்சிடுவார்.

உங்களுக்குக் கிடைக்குமோ இல்லையோ இலக்கியம் நிறைய கிடைக்கும். என்னோடு இருந்தா இந்தச் சிரமம் இல்லே. எனக்குக் கதை எழுத வராது. நீங்களே சமைச்சு நீங்களே சாப்பிட்டுக்கலாம்.

“எனக்குச் சமைக்கவே வராது. அதுக்கு இலக்கியம் தேவலை!”

“உங்க சாமர்த்தியம்,” என்று அவன் தோளைக் குலுக்கிச் சிரித்தான்.

இவன் இயல்பாகப் பேசுவது அவளுக்குப் பிடித்தது. ஆனால் ஆள் எப்படிப்பட்டவன் என்று திட்டவட்டமாகத் தெரியவில்லை. யாரையும் முழுசாக அறிந்துகொள்வதோ தீர்மானமாகப் புரிந்துகொள்வதோ முடியாத காரியம் என்று அவள் நினைத்துக் கொண்டாள். இந்த ஊருக்கு வந்து ஆறு வருஷங்கள் ஆகிறது என்று சொல்லியிருந்தான். எப்படி வந்தான், ஏன் வந்தான் என்றெல்லாம் அவள் அவனைக் கேட்கவில்லை. இங்கு நல்ல வேலையில் இருக்கிறான். நிறைய சினேகிதர்கள் இவனுக்கு. எந்த நார்வீஜிய அழகியுடனும் அவனுக்குத் தீவிரத் தொடர்பு இருப்பதாகத் தெரியவில்லை.

“இரண்டு வருஷம் ஊரைப்பத்தி நினைக்காம இங்க எப்படி இருக்கப்போறீங்க?” என்றான் அவன் திடீரென்று.

“ஏன் அதிலே என்ன கஷ்டம்?”

“இந்த ஊரிலே கஷ்டம், குளிர்காலத்திலே வெயிலும், வெளிச்சமும் இல்லாம இருக்கும். ரொம்ப பேருக்குத் தாங்காது.”

“உங்களைப்போல சினேகிதங்க இருக்கும்போது என்ன கஷ்டம்?”

“தாங்க்யூ!”

“நீங்க எப்படி இருக்கீங்க?”

“எனக்குப் பழகிப்போச்சு. மூணு வருஷத்துக்கு முந்திவரை அம்மா உயிரோடு இருந்தப்ப இந்தியாவுக்குப் போயிடலாம்னு தோணும். இப்பப் போகணும் என்கிற ஆர்வம் இல்லே. கூடப் பிறந்தவங்க யாருமில்லே.”

அவள் பதில் சொல்லாமல் உட்கார்ந்திருந்தாள்.

வண்டி சடக்கென்று ஒரு மேட்டில் நின்றது.

"இதுதான் சோப்ராவின் வீடு. அவர் கதை படிக்கும்போது கொட்டாவி விடாதீங்க. ரூம் கிடைக்காது." என்றான் அவன் சிரிக்காமல்.

அவள் பக்கென்று சிரித்தாள்.

"அப்படி அவர் விரட்டினார்னு வெச்சுக்குங்க. இந்த மேட்டுக்குக் கீழ் இறங்கினா ஸ்டேஷன் இருக்கு. அங்கிருந்து ரயில் பிடிச்சு என் வீட்டுக்கு வரத் தெரியுமில்லே?"

"தெரியும்" என்று அவள் மீண்டும் சிரித்தாள்.

சோப்ரா அவள் எதிர்பார்த்ததைவிட வயதானவராக இருந்தார். ரொம்ப உற்சாகத்தோடு அவர்களை வரவேற்றார்.

"அறை காலியாக இருக்கிறது. தாராளமாகத் தங்கலாம்" என்றார். "என் மனைவி இந்தியாவிற்குப் போயிருக்கிறாள். நான்கு நாட்களில் வந்துவிடுவாள். அவள் வந்த பிறகு நீ வரலாம். இல்லை அவசரம் என்றால் இப்பொழுதே வா. நோ பிராப்ளம்" என்றார்.

"இல்லை இல்லை நான் அப்புறமே வரேன்," என்றாள் அவள் அவசர அவசரமாக.

சூர்யா சிரிப்பை அடக்கிக்கொள்பவன்போல் எங்கேயோ பார்த்தான்.

அவளுக்கு ஹிந்தி தெரியும் என்கிற ஆர்வத்தில் சோப்ரா பேச ஆரம்பித்தார்.

சூர்யா எழுந்தான்.

"நாங்க கிளம்பறோம். எனக்கு வேறு எங்கோ போகணும். சந்தியாவை ஹாஸ்டலில் இறக்கிவிட்டுப் போகணும்" என்றான்.

"நீங்கள் போங்கள். நான் சந்தியாவைக் கொண்டு விடுகிறேன்," என்றார் சோப்ரா.

அவள் பதறிக்கொண்டு எழுந்தாள். “இல்லே நானும் கிளம்பறேன்.”

“அட இரு” என்று சோப்ரா அவள் கையைப் பிடித்து உட்கார்த்தினார். “இங்கே சாப்பிட்டுவிட்டுப் போகலாம்.”

சூர்யா அவளைப் பார்த்துப் புன்னகைத்தான். “நீ தான் சாதம் வடிக்கணும்” என்றான் தமிழில். “குழைக்காம பாத்துக்க.”

அவள் நாக்கைத் துருத்தி அழகு காண்பித்தாள்.

அவன் சென்றதும் சோப்ரா அவளருகில் வந்து அமர்ந்து கொண்டார். “கவலைப்படாதே. இது உன் வீடுபோல் நினைத்துக்கொள்” என்றார். “ஏதாவது படம் பார்க்கிறாயா? ‘மண்டி’ காஸட் இருக்கு.”

படம் வேண்டாம் என்றால் எங்கே கதை படிக்க ஆரம்பித்து விடுவாரோ என்ற பயத்தில் “சரி” என்றாள்.

அவர் காஸட்டை வீடியோவில் பொருத்திவிட்டு, “நீ பார். நான் சாப்பாட்டைச் சூடுபண்ணிக் கொண்டுவருகிறேன்” என்று உள்ளே போனார். ஆரம்பக் கூச்சம் அவள் படத்தில் லயிக்க ஆரம்பிக்கையில் அவர் பிளேட்டுகளில் சாப்பாட்டையும், கண்ணாடிக் கிண்ணங்களில் ஒயினுமாகக் கொண்டு வந்தார். படத்தைப் பார்த்தபடியே அவள் சாப்பிட்டாள். படம் லேசில் முடிவதாகத் தெரியவில்லை. மணி பத்தரை ஆகிவிட்டதை உணர்ந்து, “நான் போகணும்... நேரமாகி விட்டது” என்றாள்.

“நாதான் கொண்டு விடறேன் என்று சொன்னேனோ இல்லையோ, இன்னும் அரைமணி நேரம்தான். முடிந்துவிடும்” என்றார் சோப்ரா.

அவருடைய பார்வையே அவளுக்குப் பிடிக்கவில்லை. இவர் என்ன மாதிரி கதைகள் எழுதுவார் என்று புரியவில்லை. கடவுளே இவருடைய கூரைக்கு அடியில் எப்படி இருப்போம் என்று கவலையேற்பட்டது.

படத்திலே மனசே ஓடவில்லை. ஒருவழியாக அது முடிந்ததும் அவள் எழுந்தாள்.

"என்ன பறக்கிறே இப்படி?" என்றார் சோப்ரா, உல்லாசமாக.

"இங்கேயே படுத்துவிட்டுக் காலையில் போகலாமே!"

"ஐய்யய்யோ முடியாது!" என்றாள் அவள் திடுக்கிட்டு.

"ஏன்? யார் என்ன சொல்லிவிடுவார்கள்? நாளைக்கு சனிக்கிழமை. பள்ளி கிடையாது. நீ இரவு யாருடன் இருந்தாய் என்று யாரும் கேட்கப்போவதில்லை."

முற்றிலும் எதிர்பாராத திருப்பமாக இருந்தது இது. அப்பாவைவிட அதிக வயசிருக்கும் இவருக்கு. ஆனால் கண்களில் என்னவோ தெரிந்தது, அசிங்கமாய்.

"கேட்க யாருமில்லேன்னாலும் எனக்குப் போகணும்," என்றாள் அவள் பிடிவாதமாக.

"ஓ கமான்" என்று அவர் அவளை அணைத்தார். "இந்தக் குளிருக்கு இதமாக இங்கேயே இரு. காலையில் போகலாம்."

பிடி இரும்பாக இருந்தது. அவளது கன்னங்களில் சூடாக அதரங்கள் பதிந்தன.

உடம்பெல்லாம் தீப்பற்றியது. காளி சுவரூபம் எழுந்தது. சரேலென்று அவரது பிடியை உதறி, மின்னல் வேகத்தில் படியைத் தாண்டி வாசல் கதவைத் திறந்துகொண்டு தலைதெறிக்க மேட்டின் கீழ்நோக்கி அவள் ஓட ஆரம்பித்தாள்.

10

“ரோக்! ஸ்கௌண்டரல்!”

கீழிறங்கினவுடன் ரயில் நிலையம் இருக்கும் என்று சூர்யா சொன்ன ஞாபகத்தில் தலைதெறிக்க ஓடுகையில் ஆத்திரம் தீர திரும்பத் திரும்ப வாய் சபித்தது.

“ரோக்! ராஸ்கல்!”

தெருக்களில் ஒரு பிராணி இல்லை. கோடை முடிய ஆரம்பித்துவிட்டது என்பதற்கு அறிகுறியாக, இரவுகள் இருள ஆரம்பித்துவிட்டன. பதினொன்றரை மணிக்குக் கும்மிருட்டாக இல்லாவிட்டாலும் இருட்டுதான். குளிர வேறு செய்தது. குத்திக் கொலை செய்தாலும் ஏன் என்று கேட்க ஆள் கிடையாது.

அந்த தைரியம்தானா அந்தக் கிழவனுக்கு? தூத்தேறி, எத்தனை திமிர்! எனக்குத் தாத்தாவைப்போல் இருக்கிறான்.

“யார் என்ன சொல்லிவிடுவார்கள்? மற்றவர்கள் ஏதாவது சொல்வார்கள் என்ற பயம் இருந்தால்தான் இவன் கண்ணியமாக இருப்பானா? இவன் மனைவிக்கெதிரில் வாலைச் சுருட்டிக் கொண்டிருப்பானா? இவனெல்லாம் எழுத்தாளனா?

இவன் கதையைக் கேட்பதுதான் பயங்கரம் என்று சூர்யா நினைக்கிறான். இவன் - ஆளே பயங்கரம்!

சட்டென்று அவள் நின்றாள். ஸ்டேஷன் தெரிந்தது. ரயில் வரும் ஓசை கேட்டது. அவள் கிடுகிடுவென்று சென்று வண்டி வந்ததும் ஏறிக்கொண்டாள். சூர்யா வசிக்கும் இடத்தில் இறங்கி, இன்னும் ஆத்திரம் குறையாமல் அவன் வீட்டிற்கு நடந்து அழைப்பு மணியை அழுத்தும்போதுதான் ஹாஸ்டலுக்குச் செல்லாமல் இங்கு ஏன் வந்தோம் என்று மெல்லிய திகைப்பு ஏற்பட்டது.

சில விநாடிகளில் கதவு திறந்தது. சூர்யா ஹவுஸ் கோட்டில் இருந்தான்.

அவளைக் கண்டு ஏக ஆச்சரியத்துடன்.

"குட் ஹெவன்ஸ்! சந்தியா இங்க எப்படி வந்தே?" என்றான்.

பிறகு சிரித்தபடி, "அவர் கதை படிக்கும்போது கொட்டாவி விடாதேன்னு சொன்னேனோ இல்லையோ!" என்றான்.

"சூர்யா ப்ளீஸ்! பேசாதீங்க. எனக்கு வர்ற ஆத்திரத்திலே எது கிடைச்சாலும் உங்க மண்டையிலே போட்டுடுவேன்!"

அவள் ஆயாசத்துடன் வரவேற்பறையில் இருந்த சோஃபாவில் தொப்பென்று உட்கார்ந்தாள்.

சூர்யா அவள் எதிரில் கார்பெட் தரையில் மண்டியிட்டு அமர்ந்தான். பொத்துக்கொண்டு வந்த சிரிப்பை அடக்குபவன் போல் முகம் இருந்தது.

"அவன் மோசமான எழுத்தாளன்தான். இருந்தாலும் இத்தனை ஆத்திரப்படும்படியான மோசம் இல்லே!"

"ஷட் அப் வில் யூ?" என்றாள் சந்தியா கோபத்துடன் "அவர் ஆளே மோசம்!"

சூர்யா விறைத்துக்கொண்டு நிமிர்ந்தான்.

"அப்படின்னா?"

"ராத்திரி தங்கிட்டுக் காலையிலே போகலாம்னு ஆரம்பிச்சார். ஏதோ பெரியவர், அப்பா மாதிரி நினைச்சுச் சொல்றாரேன்னு நா நிக்கிறேன். என்னை இறுக்கிப் பிடிக்க ஆரம்பிச்சுட்டார்."

அந்த நினைப்பே மார்பைப் படபடக்கச் செய்தது.

"ஓ மை காட்!" என்றான் சூர்யா திகைப்புடன். "அந்த சோப்ராவா அப்படி நடந்துகிட்டான்?"

பிறகு கடகடவென்று சிரித்தான்.

"சிரிக்காதீங்க!" என்றாள் அவள் அதிர்ச்சியுடன்.

"சிரிக்காம பின்னே என்ன செய்யறது? சரியான ஜோக்கர் போல இல்லே நடந்துகிட்டிருக்கான்? மிஸஸ் சோப்ரா ஒரு சீக்காளி. அவனுக்கு இந்த ஊர்லே யாரும் கிடைச்சிருக்க மாட்டங்க."

"நாதான் அகப்பட்டேனா அப்ப?"

சூர்யா எழுந்து அவளை உற்றுப் பார்த்து லேசான புன்னகையுடன் அவள் தோளில் கைகளை வைத்தான்.

தலையை அசைத்து "ஐயோ பாவம். நீதான் அகப்பட்டுக்கிட்டே" என்றான்.

அவன் கண்களில் மித மிஞ்சிய கருணை தெரிந்தது. சட்டென்று ஒரு நெருக்கம் தோன்றிற்று. உடனடியாக மனசு லேசாகிச் சிரிக்க முடிந்தது.

"நல்லவேளை நீங்க இன்னிக்குப் பேச்சுவாக்கிலே அங்கே ரயில்வே ஸ்டேஷன் இருக்கிறதைப் பத்திச் சொன்னீங்க. அதை ஒரே பிடியாப் பிடிச்சு தலைதெறிக்க ஓடினேன், வழியெல்லாம் ரோக் ஸ்கௌண்டரல்னு கத்திக்கிட்டு!"

அவன் புன்னகை மாறாமல் அவளைப் பார்த்தபடி நின்றிருந்தான். தீவிர யோசனையில் இருப்பவன் போல் பட்டது.

"அவன் அப்படி நடந்துப்பான்னு நா நினைக்கல்லே. ஸாரி," என்றான் மெல்ல. "ஸ்டேஷனைப் பத்தி நா சொல்லியிருக்கல்லேன்னா என்ன செஞ்சிருப்பே?"

“எங்கிருந்தாவது போன் செஞ்சிருப்பேன். யாரையாவது ஸ்டேஷனுக்கு வழி கேட்டிருப்பேன். எனக்கு பயமொண்ணு மில்லே சூர்யா-ஆனா அந்தக் கிழவன் என்னை அவமதிச்சான். எனக்குத் தங்க இடம் வேணுங்கறதனாலே நா மலிவாப் போயிட்டேன்னு நினைச்சானா இல்லையா?”

“அப்படியெல்லாம் நினைக்கிற அளவுக்கு அவனுக்கு சாமர்த்தியம் கிடையாது” என்று சூர்யா தலையசைத்தான்.

“ரொம்ப நாளா இந்த மாதிரி ஒரு சந்தர்ப்பத்துக்குக் காத்துக்கிட்டிருந்திருப்பான் முட்டாள்.”

“என்னாலே அவன் வீட்டிலே இருக்க முடியாது சூர்யா. வெறும் பொம்பளைங்க இருக்கிற வீடாப் பாருங்க.”

“இந்தியக் குடும்பங்கள்ளே யாரும் அப்படிக் கிடைக்கமாட்டாங்க.”

“இந்த ஊர்க்காரங்களானாலும் எனக்கு ஒண்ணும் கஷ்டமில்லே.”

“ஓகே. விசாரிச்சுப் பார்க்கறேன். ஆனா இன்னி ராத்திரி நீ இங்கதான் தங்கணும். இனிமே ரயில் கிடையாது. என் காரை என் சினேகிதன் எடுத்துக்கிட்டுப் போயிருக்கான்.”

நமுட்டுச் சிரிப்பு சிரித்தபடி எதிரில் நிற்கும் அவனைப் பார்த்து அவள் சிரித்தாள்.

“தங்கிட்டுப் போறேன்! அந்த சோப்ராவையே சமாளிச்சவளுக்கு என்ன பயம்?”

“சோப்ரா முட்டாள். அவனைவிட நான் கெட்டிக்காரன்.”

“முட்டாள்தான் அதிக ஆபத்தானவன்!”

அவன் சிரித்துக்கொண்டே உள்ளே சென்றான். சற்றுநேரம் கழித்து இரண்டு பெரிய கோப்பைகளில் சூடாக போர்ன்வீடா கலந்து வந்து அவளிடம் ஒன்றை நீட்டினான்.

அவளுடைய கோப்பையுடன் தன் கோப்பையை இடித்து.

“சோப்ரா போல முட்டாள்களுக்கு சியர்ஸ்!” என்றான்.

“ஏன்?”

“இல்லேன்னா நீ இப்படி என் கால்லே வந்து விழுந்திருக்க மாட்டே!”

அவள் எழுந்தாள். “நா கிளம்பறேன்” என்றாள் பொய் கோபத்துடன்.

“சரி” என்றான் அவன் சிரிக்காமல். “இங்கிருந்து எட்டு கிலோமீட்டர்தான். இப்ப நடக்க ஆரம்பிச்சியானா கார்த்தாலே ப்ரேக்ஃபாஸ்டுக்குப்போய்ச் சேர்ந்துடுவே!”

“பரவாயில்லே!”

அவன் சிரித்துக்கொண்டே அவளை இழுத்து வந்து உட்கார்த்தினான்.

“நீ ரொம்ப ரோஷக்காரி. இன்னிக்கு ஏற்பட்ட அட்வெஞ்ச்சர் போதும். என் பெட்ரூமுக்குக் கதவு உண்டு. தாழ்ப்பாள் உண்டு. அங்க நீ படுத்துத் தூங்கு, நா இந்த சோஃபாவிலே தூங்கறேன். ஓகே?”

அவளுக்கு இப்பொழுது உண்மையிலே மனசு மிகவும் லேசாகிப் போயிற்று. இன்னும் சற்றுநேரம் உட்கார்ந்து அரட்டை அடித்துவிட்டு அவன் காட்டிய இடத்திற்குச் சென்று படுத்துக் கொண்டாள். படுத்த சில நிமிஷங்களில் உறங்கிப்போனாள்.

காலையில் கண்விழித்தபோது வெயில் பளீரென்று அறைக்குள் நுழைந்திருந்தது. சமையலறையிலிருந்து லால்குடியின் வயலின் இசைத்தது.

முந்தைய இரவின் நினைவெல்லாம் பகபகவென்று படையெடுத்தது. சோப்ராவை நினைத்து இப்பொழுது சிரிக்கக்கூட முடிந்தது. அவள் விடுக்கென்று எழுந்து கதவைத் திறந்துகொண்டு வெளியே வந்தாள்.

“ஹலோ, குட்மார்னிங்.”

‘ஏப்ரன்’னைக் கட்டிக்கொண்டு சமையலறையில் ஏதோ காயை நறுக்கிக்கொண்டிருந்த சூர்யா சுழன்று திரும்பினான். அவளைப் பார்த்துப் புன்னகைத்து,

"குட் ஆஃப்டர்னூன்" என்றான்.

"என்ன மணி?" என்றாள் அவள் வியப்புடன்.

"அதிகமில்லே, பன்னிரண்டரைதான்!"

"மைகாட்!" என்றாள் அவள் அதிர்ச்சியுடன். "எங்கம்மா இருந்திருந்தாங்கன்னா என்னை வெட்டி ஊறுகாய்போட்டிருப்பாங்க!"

"அப்போ, அந்த சோப்ரா சொன்னது சரிதான்!" என்றான் சூர்யா, தொடர்ந்து காயை வெட்டியபடி.

"என்ன சொன்னான்?"

"காலையிலே போன் பண்ணான். 'அந்தப் பெண் சுத்த கட்டுப்பெட்டிக் குடும்பம் போலிருக்கு... என் பெண்ணாட்டம் நினைச்சுத் தோள்லே கை போட்டேன்; என்னவோ ஏதோன்னு பயந்துபோய் ஓடியே போயிட்டா'ன்னான்!"

"பெண்ணாட்டம் நினைச்சானாமா?" என்றாள் அவள் புதிய ஆத்திரத்துடன். "அவன் பெண்கிட்ட இப்படி நடந்துகிட்டான்னா அவனுக்கு மூளைக்கோளாறு, வியாதின்னு அர்த்தம்!"

"பாவம், ராத்திரி முழுக்கத் தூங்கல்லியாம் கவலையிலே!"

"ரோக்! நீங்க என்ன சொன்னீங்க?"

"நா என்ன சொல்லமுடியும்? அந்தப் பெண்ணைப்பத்திக் கவலைப்படாதே. அவ எந்த ஆபத்திலேயும் சிக்கியிருக்க மாட்டான்னு சொன்னேன்."

"அவ்வளவுதானா? ஏன் எப்படி நடந்துகிட்டேன்னு கேக்கல்லியா?"

அவன் திரும்பி மெல்லிய புன்னகையுடனேயே சொன்னான்.

"அவனுடைய முட்டாள்தனம் எனக்குப் புரிஞ்சு போயிட்டபோது நா எதுக்குக் கேட்கணும்? உன்னை நா அங்கே விட்டுட்டு வந்தது என் தப்பு."

அவன் உண்மையிலேயே, வருத்தப்படுவதை அவளால்

புரிந்துகொள்ள முடிந்தது.

“ரொம்ப நல்லாயிருக்கே! தனியா ஒரு பெண்ணைக் கண்டா கையைப்பிடிச்சு இழுக்கிறது என்ன நார்மலான காரியமா?”

“அவன் நார்மல் ஆசாமி இல்லேங்கறேனே! போதும், சோப்ராவைப் பத்திப் பேசி இன்னிப் பொழுதை வீணாக்க வேண்டாம். உன் புரோக்ராம் என்ன?”

“வீடு வேட்டையைத் தவிர ஒண்ணுமில்லே.”

“அந்த வேட்டையை இப்பவே ஆரம்பிக்கலாம். அப்படியே எங்கேயாவது வெளியிலே போலாம். பல் தேய்க்கிற வழக்கமிருந்தா தேய்ச்சுட்டு வா. பாத்ரூமிலே புது பிரஷ் இருக்கு. சாப்பாடு ரெடி!”

“என்ன சாப்பாடு?”

“ஸஸ்பென்ஸ்!” என்று அவளை சமையலறைக்குள் நுழைய விடாமல் மறித்து நின்றான்.

அவள் சிரித்துக்கொண்டே குளியலறைக்குச் சென்று பல் விளக்கி முகம் கழுவிக்கொண்டு வந்தாள்.

சமையலறையிலேயே இருந்த சின்ன டேபிளில் அவன் இரண்டு பிளேட்டுகளை வைத்து சாப்பாட்டையும் பரிமாறினான்.

சாதத்தையும் சாம்பாரையும் பார்த்து அவள் கையைக் கொட்டிக் கண்களை அகல விரித்தாள்.

“இதெல்லாம் செய்யத் தெரியுமா உங்களுக்கு?”

“எட்டு வருஷமா சமைச்சுக்கிட்டிருக்கேன்!” என்றான் அவன் அடக்கமாக.

“ரொம்ப நன்றாயிருக்கு” என்று அவள் சப்புக் கொட்டிக்கொண்டு சாப்பிட்டாள்.

“மறுபரிசீலனை செய்யறியா?”

“எதுக்கு?” என்றாள் அவள் புரியாமல்.

“என்னோடு தங்கறதைப் பத்தி!”

அவள் உஷாரரானாள்.

“நோ தாங்க்யூ” என்றாள் அவள் தீர்மானமாக.

“ஓகே. பயப்படாதே!” என்றான் அவன் சிநேகிதமாக. “நான் விசாரிச்சு ஏற்பாடு பண்ணறேன். கிளம்பலாம் வா. ஏற்கனவே காலை வெயில் எல்லாம் வீணாப் போச்சு உன் தூக்கத்தினாலே!”

அவள் தயாராகி வெளியில் வந்தபோது அவன் காரை வீச்சு வீச்சென்று துடைத்துக்கொண்டிருந்தான்.

“காரை யாரோ சிநேகிதன் எடுத்துட்டுப் போயிருக்கிறதா சொல்லல்லே?” என்றாள் அவள் சந்தேகத்துடன்.

“திருப்பிக் கொண்டு வந்து கொடுத்துட்டானே!” என்றான் அவன் திரும்பாமல்.

அவள் நம்பாமல் அவனைப் பார்த்தாள். அவன் சடக்கென்று அவளைத் திரும்பிப் பார்த்துச் சிரித்தான்.

“நா இன்னொரு சோப்ரான்னு நினைச்சியா?”

“ஆ அதெல்லாம் இல்லே!” என்று அவள் சமாளித்துக்கொண்டு சிரித்தாள்.

நிச்சயம் இந்தக் கார் இங்கேயேதான் இருந்திருக்க வேண்டும் என்று அவள் நினைத்துக்கொண்டாள். நேற்று இரவு அவளுக்கிருந்த பதற்றத்தில் காரைப் பற்றின கவனம் இருக்கவில்லை. அவளை அங்கு தங்க வைக்க வேண்டும் என்கிற காரணத்தால் அப்படிச் சொன்னானா? அவளுக்கு லேசாக முகம் சிவந்தது. ஆனால் இந்த நினைப்பு ஏதும் எரிச்சலையோ கோபத்தையோ ஏற்படுத்தாதது ஆச்சரியமாக இருந்தது. அவன் இதுவரை கண்ணியக்குறைவாக நடந்துகொள்ளாதபோது கோபம் ஏன் ஏற்படவேண்டும் என்று அவள் நினைத்துக் கொண்டாள். நேற்று அவனுக்குக் களைப்பாக இருந்திருக்கலாம். நள்ளிரவுக்குமேல் காரை எடுக்க சோம்பல்பட்டு அப்படி ஒரு

காரணத்தைச் சொல்லியிருக்கலாம்.

அவளுக்குத் திடீரென்று சிரிப்பு வந்தது.

"என்ன சிரிக்கிறே?"

"ஒண்ணுமில்லே. சோப்ராவைவிட நீங்க கெட்டிக்காரங்கன்னு நினைச்சேன்."

அவன் புன்னகையுடன் ஏறி அமர்ந்து காரைக் கிளப்பினான்.

"எங்கம்மா எனக்குக் கொடுக்காத சர்டிஃபிகேட்டை நீ கொடுத்ததுக்கு தாங்க்ஸ்!"

"உங்கம்மா ஏன் கொடுக்கல்லே?"

"அம்மாவுக்கு நா ஒரு உதவாக்கரைன்னு எண்ணம்!"

"ஓ எல்லா அம்மாக்களுக்கும் தங்களோட குழந்தைகளைப் பத்தி அப்படித்தான் எண்ணம்!" என்றாள் அவள் சமாதானமாக. "ஏன்னா மத்தவங்க குழந்தைகளோடு நம்மை ஒப்பிட்டுப் பார்த்துக்கிட்டே இருப்பாங்க!"

அம்மா எதிரில் நின்றாள்.

'எல்லார் வீட்டிலேயும் பெண்கள் பெரியவங்க பேச்சைக் கேட்டுக்கிட்டு தேமேன்னு இல்லே? நீ மட்டும் ஏன் வயிற்றெரிச்சலைக் கொட்டறே?'

அப்பா ஒத்து ஊதினார்.

'நீ என்ன செய்யரே யாரோட போறேன்னு ஒண்ணும் எங்களுக்குத் தெரியறதில்லே-எந்த வம்பிலேயாவது மாட்டிண்டு எனக்குத் தலைக்குனிவை ஏற்படுத்தாதே...'

அதாவது அவள் மூலம் தலைக்குனிவு ஏற்படலாம் என்று பயப்படுகிறார்கள். பெற்ற குழந்தையைப்பற்றி எத்தனை கேவலமான நினைப்பு-நான் எந்தவிதக் காரணத்தையும் கொடுக்காமல் இருக்கும்போதே?

நேற்று சோப்ராவிடமிருந்து தப்பி வந்த கதையையும் பிறகு சூர்யா வீட்டில் தங்கியதையும் அறிந்தால் என்ன சொல்வார்கள்?

சாமர்த்தியமாக சமாளித்தாளே என்று சந்தோஷப் படமாட்டார்கள். ஏதோ விபரீதம் நிச்சயம் ஆகியிருக்க வேண்டும் என்று பீதியடைவார்கள். ஏனென்றால் என்மேல் நம்பிக்கையில்லை!

“உங்க சர்டிஃபிகேட் எனக்கு வேண்டியதில்லே” என்று அவள் முணுமுணுத்தாள்.

“என்னது?” என்றான் சூர்யா.

“ஒண்ணுமில்லே” என்றாள் அவள் கூச்சத்துடன். “எங்க போறோம்?” என்று பேச்சை மாற்றினாள்.

“முதல்லே உன் வீட்டுப் பிரச்சினையை ஸெட்டில் செய்வோம். அதுக்கப்புறம்தான் மத்த யோசனை.”

“ரைட்!” என்றாள் அவள் நிம்மதியுடன். “இரண்டு மூணு நார்வீஜியக் குடும்பங்கள் எனக்குத் தெரியும். வாரக் கடைசியிலே சாதாரணமாகக் கிடைக்க மாட்டாங்கங்கறது தான் பிரச்சினை. இன்னிக்குக் காரியமாகலேன்னாலும் நாளைக்குள்ளே முடிச்சுடலாம். இன்னிக்கும் என் வீட்டிலேயே நீ தங்கினா நாளைக்குக் காலையிலே சீக்கிரம் கிளம்பிடலாம் வீடு வேட்டைக்கு.”

அவள் சற்று யோசித்தாள். பிறகு “சரி” என்றாள். “நடுவிலே மாத்து டிரஸ் மட்டும் ஒண்ணு ஹாஸ்டல்லேந்து எடுத்து வந்துடலாம்.”

“நோ பிராப்ளம்” என்று சூர்யா புன்னகைத்தான்.

11

அவர்கள் தேடிக்கொண்டு சென்ற இரண்டு வீடுகள் பூட்டியிருந்தன.

“சனி ஞாயிறிலே வீட்டிலே யாரும் இருக்கமாட்டாங்க. முக்கியமா கோடைகாலத்திலே,” என்று அவன் அவளைப் பார்த்து உதட்டைப் பிதுக்கினான். “இன்னிக்குச் சாயங்காலமா போன் பண்ணிப் பார்த்து நாளைக்குப் போய் பார்க்கலாம். இப்ப எங்கேயாவது போகலாம். ஸ்கீ ஜம்ப் பார்த்திருக்கியோ?”

“இல்லே!”

“என்னது இது... இங்க வந்து இரண்டு மாசமாறது. ஸ்கீ ஜம்ப் கூடவா பார்க்கல்லே?”

“நானும் என் ரூம்மேட் ஜூலியும் போறதா இருந்தோம். அவளுக்கு அதுக்குள்ளே ஒரு காதலன் கிடைச்சுட்டான். அவளைத் தொந்தரவு செய்யக் கூடாதுன்னு பேசாம இருந்துட்டேன். அப்புறம் மெல்ல மெல்ல எல்லாருக்கும் ஜோடி கிடைச்சுட்டாங்க! வேற யாருமே கிடைக்கல்லே! சாதுப் பெண்ணுன்னு நினைச்ச யாழ்பாணப் பொண்ணுகூட யாரையோ பார்க்கப் போயிடறா!”

குழந்தை செய்யும் குறும்பைப் பார்க்கும் ரசனையுடன் அவன் லேசான புன்சிரிப்போடு அவள் பேச்சைக் கேட்டான்.

"ஏன் உனக்கு யாரும் ஜோடி கிடைக்கல்லியா?"

"இல்லே!" என்று அவள் சிரித்தாள். "விவஸ்தையே இல்லே இவங்களுக்கு!"

"எப்படிச் சொல்றே?"

"எனக்குச் சொல்லத் தெரியல்லே." என்றாள் அவள் குழப்பத்துடன். "இரண்டு நாள் பழக்கத்துக்குள்ளே காதலர்கள் ஆயிடறாங்க!"

அவன் சிரித்தான்.

"அதிலே என்ன தப்பு? கண்டதும் காதல்னு கேள்விப் பட்டதில்லே?"

"எனக்கு அதிலே நம்பிக்கையில்லே!" அவன் அவளை விநோதமாகப் பார்த்தான். "நீ ரொம்ப ஜாக்கிரதையா இருக்கே!"

அவள் வெடுக்கென்று அவன் பக்கம் திரும்பினாள்.

"இதிலே எல்லாம் ரொம்பக் கவனமாகத்தான் இருக்கணும்னு நான் நினைக்கறேன்!"

அவன் ஒரு விநாடி பேசாமல் இருந்து பிறகு பெரிதாகச் சிரித்தான்.

"உங்கப்பா அம்மாவுடைய கண்டிப்பு உனக்குப் பிடிக்கலே. ஆனால் அவங்க வளர்த்தவிதம் உன் எண்ணங்களை நிறைய கண்டிஷன் செய்திருக்கு!"

"எனக்கு அதெல்லாம் தெரியாது. என்னுடைய வளர்ப்புப் பாதின்னா சுய அறிவுன்னு ஒண்ணும் இருக்கே. அதுக்கு விவஸ்தை என்னன்னு தெரிய வேண்டாம்? அந்த ஜூலி இருக்காளே, படிப்பிலே ரொம்ப கெட்டிக்காரி. காதல் விஷயத்திலே பெரிய ஸைஃபர்! அவ பொறுக்கற ஒவ்வொரு காதலனும்-கடவுளே, சரியான பொறுக்கிப் பயலாட்டம் இருக்கான்!"

பெரிய நகைச்சுவையைக் கேட்பவன் போல் சூர்யா சிரித்தான்.

ஸ்கீ ஜம்ப்பை அடைந்துவிட்டதால் வண்டியை நிறுத்தி அவளைப் பார்த்துப் புன்னகையுடன் கேட்டான்...

"நீ எந்த மாதிரி ஆளாப் பொறுக்கப் போறே?"

"நிச்சயம் பொறுக்கிப் பயலா இருக்கமாட்டான்," என்று அவள் சிரித்தாள்.

"குலம், கோத்திரம், ஜாதகம் பார்த்துப் பொறுக்கற சமூகத்தைச் சேர்ந்தவள் நீ. கவனமாத்தான் இருப்பே!"

அவள் சரேலென்று அவனை நிமிர்ந்து பார்த்தாள்.

"எனக்கொண்ணும் அதைப்பத்தியெல்லாம் கவலையில்லே."

"அதைப்பத்தியில்லேன்னா வேற எதைப்பத்தியாவது இருக்கும். சட்டுனு நம்பிக்கை வராது. கவனமா இருக்கத் தோணும். இதுக்கெல்லாம் வளர்ப்புதான் காரணம்! நீயே ஒரு அமெரிக்கப் பெண்ணாயிருந்தா வேற மாதிரி இருப்பே!"

"அவள் குழப்பத்துடன் தலையசைத்தாள். எனக்கு ஒண்ணும் புரியல்லே!"

"உனக்கு நிதானமாத்தான் புரிய வைக்கணும். இப்ப இறங்கறியா?" என்றான் அவன் பரிகாசமாக.

அவள் சிரித்துக்கொண்டே இறங்கினாள். மேடான பகுதியாக இருந்ததால் குளிரிற்று, அவள் போட்டுக்கொண்டிருந்த ஸ்வெட்டரை ஊடுருவிற்று.

அவன் அவளைக் கவனித்துச் சட்டென்று தன்னுடைய ஜாக்கெட்டைக் கழற்றி அவள்மேல் போர்த்தினான்.

"வேண்டாம், வேண்டாம், எனக்கு ஸ்வெட்டர் இருக்கு" என்று அவள் மறுத்தாள். "பரவாயில்லே, போட்டுக்கோ. எனக்கு இந்த ஊர் குளிர் பழக்கம்" என்று அவன் கட்டாயப்படுத்தி அவள் கையைப் பிடித்துக்கொண்டு நடந்தான்.

பனிச் சறுக்குப் பாறை மிக உயரமாக இருந்தது.

'அடேயப்பா இத்தனை உசரத்திலேந்து ஸ்கீ ஜம்ப்' செய்வாங்களா என்று வாயைப் பிளக்க வைத்தது.

லிஃப்டில் அவர்கள் மேல்தளத்துக்குச் சென்றார்கள். ஆஸ்லோ முழுவதையும் அங்கிருந்து கண்டபோது அவள் கையைக் கொட்டி சந்தோஷத்துடன் சிரித்தாள். அவளது குழந்தைத்தனமான சந்தோஷத்தைப் புன்னகையுடன் கவனிப்பது அவளுள் இடையே கூச்சத்தை ஏற்படுத்திற்று. பிறகு சுபாவமான வீம்பு எழுந்தது. 'என்ன வேணா நினைச்சுக்கட்டும்- என் உணர்ச்சிகளை என்னாலே மறைச்சுக்க முடியாது' என்று நினைத்துக் கொண்டாள்.

"இங்கிருந்து கீழே நடந்து போனா என்ன?" என்றாள்.

"போகலாம், வழிக்கிடிச்சுன்னா உருண்டு விழணும்!"

"வழுக்காம பார்த்துக்கிறது!"

அவன் ஓகே என்பதற்குள் அவள் இறங்க ஆரம்பித்தாள்.

"வேகமாகப் போகாதே சந்தியா!" என்று அவன் சொல்லச் சொல்ல அவள் சிரித்துக்கொண்டே வேகமாக இறங்கி சற்றுதூரம் சென்றதும்தான் புரிந்தது. வேகத்தை அடக்க முடியவில்லை. கால்கள் கட்டுக்குள் அடங்காமல் பயங்கர வேகத்துடன் செங்குத்தான பாதையில் இறங்க ஆரம்பித்தது. "சூர்யா!" என்றாள் அவள் பீதியுடன். சூர்யா பின்னால் வெகுதூரத்தில் இருப்பதுபோல் பட்டது.

கால் வழுக்கும் போல் இருந்தது. அடிவயிற்றைப் பயம் கவ்வுகையில் சூர்யாவின் கரங்கள் பலமாக அவள் தோள்பட்டைகளைப் பற்றி நிறுத்தின. பற்றிய வேகத்தில் இரண்டு பேரும் கீழே சரியும் நிலையில் அவள் அவனை இறுக்கிப் பிடித்துக்கொண்டு நின்றாள்.

தன்னை ஆசுவாசப்படுத்திக் கொண்ட சூர்யா,

"சரியான கிறுக்குப்பிடிச்ச பெண்ணாயிருக்கியே நீ!" என்று கோபித்தான். "கீழே விழுந்திருந்தியானா என்ன ஆகியிருக்கும்னு நினைக்கிறே? கையும் காலும் முறிஞ்சிருக்கும்."

அதிர்ச்சி தெளிந்துவிட்ட நிம்மதியில் அவள் சிரித்தாள். மேல்மூச்சு கீழ்மூச்சு வாங்கிற்று. கரங்கள் இன்னும் அவனைக் கெட்டியாகப் பிடித்திருந்தன.

நிலைமையின் விபரீதத்தை அவள் இன்னும் உணரவில்லை என்று நினைத்தவன் போல அவன் தொடர்ந்து சொன்னான்.

"அந்நிய தேசத்திலே கால் ஒடிஞ்சு நீ படுத்துக்கிட்டியானா உன்னைக் கவனிச்சுக்க யார் இருக்காங்க, யோசிச்சியா?"

சட்டென்று அவளுடைய உற்சாகம் வடிந்து, சிரிப்பில் விரிந்திருந்த அதரங்கள் சுருங்கின. கைகளை அவள் சோர்வுடன் இறக்கினாள்.

அவளுடைய இடையைப் பிடித்தபடி அவன் நடந்தான்.

"நான் கவனிச்சுப்பேன்னாலும் காலை ஒடிச்சிக்கிட்டு இந்த வெயில் காலத்திலே படுத்துக் கிடக்கறது முட்டாள்தனம்," என்றான் சமாதானமாக.

அவள் பதில் சொல்லாமல் நடந்தாள்.

"ஸாரி, நான் கொஞ்சம் கோபமாப் பேசிட்டேன்," என்றான் அவன் மன்னிப்பு கேட்கும் குரலில். "எங்கே விழுந்துடு வியோன்னு எனக்கு ரொம்ப பயமாய்ப் போய்விட்டது."

அவள் சட்டென்று அவனைத் திரும்பிப் பார்த்தாள். அவன் உண்மையிலேயே கவலைப்பட்டவனாகத் தெரிந்தான். அவன் பொறுப்பில் இங்கு இந்தத் தருணத்தில் அவள் இருக்கும்போது அவனுக்குக் கவலை ஏற்படுவது இயல்புதான் என்று அவள் நினைத்துக்கொண்டாள்.

"நான் ஓடினது அசட்டுத்தனம்தான்" என்றாள் அவள் கூச்சத்துடன். "அத்தனை செங்குத்தா இருக்கும்னு நா நினைக்கல்லே. எனக்கே பயமாத்தான் போச்சு, விழுந்துடு வோனோன்னு. இனிமே அப்படி ஓடமாட்டேன். ப்ராமிஸ். ஒரு ஸ்கி ஜம்ப்தானே இருக்கு இங்கே?"

"ஒண்ணுதான் நல்லவேளை!"

மேலே லிஃப்டை அடைந்து கீழே பயணிக்கும்போது அவன் அவள் காதை விளையாட்டாகத் திருகினான்.

"உன் அப்பா அம்மா எப்படித்தான் உன்னை சமாளிச்சாங்களோ!"

"சமாளிக்கிறதா? தினம் ரகளைன்னா!" என்று அவள் சிரித்தாள். "நிம்மதியாயிருப்பாங்க இப்போ!"

அவன் அவளை தீர்க்கமாகப் பார்த்தான்.

"நீ நிம்மதியா இருக்கியா?"

"ரொம்ப!" என்றாள் அவள் சிரித்துக்கொண்டு. "இங்கே இருக்கிற என் சுதந்திரத்தை ஒவ்வொரு விநாடியும் சந்தோஷமா அனுபவிச்சுக்கிட்டிருக்கேன்!"

"சோப்ரா அனுபவம் உள்பட?"

"அதுவும் உள்பட!" என்று அவள் பகபகவென்று சிரித்தாள்.

ஒவ்வொரு பேச்சுக்கும் சிரிப்பு வந்தது. நடப்பதற்குப் பதில் ஓடத் தோன்றிற்று. கீழே ரெஸ்டாரன்டில் அந்தக் குளிரிலும் ஐஸ்க்ரீம் சாப்பிடுவது ஆனந்தமாக இருந்தது. பிறகு குளிருகிறது என்று இருவரும் அவனுடைய ஜாக்கெட்டைச் சுற்றிக்கொண்டு காருக்கு நடந்தது வேடிக்கையாக இருந்தது.

காருக்குள் அமர்ந்ததும், "இப்ப எங்கே?" என்றான் அவன்.

"ஹாஸ்டலுக்குப் போய் ஒரு மாற்று டிரெஸ் எடுத்துக்கறேன்" என்றாள் அவள், அறைக்குள் ஜூலியும் ஹென்றியும் இருந்தால் என்ன செய்வது என்கிற யோசனையுடன். அவர்கள் ஹாஸ்டலை அடைந்தபோது கிட்டத்தட்ட காம்பவுண்டு காலியாகத் தெரிந்தது. அவள் ஹாஸ்டலுக்குச் சென்று ஜாக்கிரதையாக இரண்டுமுறை கதவைத் தட்டிவிட்டு, "ஜூலி, நான் சந்தியா வந்திருக்கேன்" என்று குரல் கொடுத்துப் பதில் வராததால் தன் சாவியினால் கதவைத் திறந்துகொண்டு உள்ளே சென்றாள். நல்ல வேளையாக ஜூலி இருக்கவில்லை.

அவள் அவசரமாகப் போட்டுக்கொண்டிருந்த உடையை மாற்றி ஒரு மாற்றுடுப்பும் இரவுக்காக ஒரு மாக்ஸியையும்

எடுத்துக் கொண்டாள். மேஜைமேல் ஜூலியின் கண்ணில் படும்படியாக 'நான் நாளை மாலைதான் வருவேன்' என்று எழுதி வைத்துவிட்டுக் கிளம்பினாள்.

அவள் வருவதைத் தொலைவிலிருந்து பார்த்து சூர்யா புன்னகைத்தான். இவன் ஒரு நல்ல சினேகிதன் என்கிற உணர்வில் அவள் தன்னையறியாமல் புன்னகைத்தபடி காரில் உட்கார்ந்தாள்.

"இந்த டிரெஸ் உனக்கு ரொம்ப நல்லாயிருக்கு" என்றான் அவன், அவள் சற்றும் எதிர்பாராமல். "ஓ தாங்க்யூ!" என்றாள் இயல்பாக. அதை உடனடியாக மறந்தவளாய், "ஜூலி உள்ளே இருக்காளோ-என்கிற சந்தேகத்திலே கொஞ்ச நேரம் வெளியிலே நின்னேன்," என்றாள்.

"ஏன் நிற்கணும்?"

"அவளோட பாய் ஃப்ரண்டோட அவ உள்ளே இருப்பாளோன்னு எனக்கு பயம்."

அவன் பெரிதாகச் சிரித்தான்.

"அவளுக்கு பயமில்லாதபோது உனக்கென்ன பயம்?"

"அதுதான் என்னுடைய அவஸ்தை இப்போ!" என்று அவள் சிரித்தாள்.

"நீ ஒரு விநோதமான காம்பினேஷன்" என்றான் அவன்.

"எப்படி?"

"ஒரு பக்கம் பழைய காலத்து மனுஷி மாதிரி பேசறே. ஒரு பக்கம் ரொம்ப அறியாப் பெண்ணா இருக்கே."

"எனக்குப் பிடிச்சிருக்கு இந்த காம்பினேஷன்" என்றாள் அவள் சிரித்தபடி.

"ஓ, எனக்கும் பிடிச்சிருக்கே!" என்றான் அவன், சின்னக் குழந்தையை சமாதானப்படுத்துவது போல.

அவளுள் மெல்லிய கூச்சம் பரவிற்று. அவள் அதை மறைக்க வெளியே பார்வையைச் செலுத்தினாள். இவன் அவளைவிட

ஐந்தாறு வயது மூத்தவனாக இருப்பான் என்று நினைத்துக் கொண்டாள். ஆனால் சம வயதுக்காரன் போல் அரட்டை அடிக்க முடிந்தது. சிரிக்க முடிந்தது. முக்கியமாக பயமில்லாமல் அவனுடன் இருக்க முடிந்தது. அவன் திடீரென்று ஒருமையில் அழைக்க ஆரம்பித்ததுகூட இயல்பாகப்பட்டது.

அவன் காரைக் கிளப்பி வேகத்தை அதிகரித்துக்கொண்டே "என்ன பெரிய யோசனையிலே இருக்கே!" என்றான்.

"எனக்குன்னு யோசனை இருக்கக் கூடாதா?" என்றாள் அவள் வெடுக்கென்று. "என்னை என்னவோ நீங்க பாப்பான்னு நினைக்கிற மாதிரி இருக்கு."

அவன் சீராக ஓட்டிக்கொண்டே அவளை வியப்புடன் பார்த்துச் சொன்னான்.

"யோசனை இருக்கலாமே!" பிறகு அவளை தீர்க்கமாகப் பார்த்து "எந்த முட்டாளும் உன்னைப் பாப்பான்னு சொல்ல மாட்டான்" என்றான். "நா முட்டாள் இல்லேன்னு சொன்னேனே!"

"ரொம்பத் தம்பட்டம் அடிச்சுக்காதீங்க!" என்றாள் அவள். தன் கூச்சத்தை மறைக்க கழுத்தில் சுற்றியிருந்த துப்பட்டாவைக் கீழிறக்கி மேல் அங்கியைச் சரியாக மறைத்துக்கொண்டாள். அவளுடைய எல்லாச் சைகையையும் கவனித்த அவன் தனக்குள் சிரிப்பவன்போல் அதரங்களில் புன்னகையுடன் ஓட்டுவது அவளுள் ஓர் எரிச்சலை ஏற்படுத்தியது.

"முதல்லே எனக்குத் தங்க ஒரு நல்ல இடமா பார்த்துக் கொடுங்க! என்னுடைய கண்டிஷன்படி ஒரு இடமா!"

"அதாவது கல்யாணமாகாத ஆண்பிள்ளையோ ஊருக்குப் பெண்டாட்டியை அனுப்பிட்டு இருக்கிறவனோ இல்லாத இடமா...?"

"கரெக்ட்!" என்று அவள் பகபகவென்று சிரித்தாள்.

அவன் இள நகையுடன் வண்டியை வேகமாக ஓட்டினான்.

அதிக ஜன நடமாட்டமே இல்லாத விசாலமான துப்புரவான தெருக்கள். தெருக்கள் கிட்டத்தட்ட வெறிச்சோடி இருந்தன.

பொம்மைகள் போல புதுக்கருக்கு மாறாத வீடுகள். கவனமாக வைக்கப்பட்ட தோட்டங்கள். எத்தனை அமைதி இங்கு! ஜனங்கள் அதிகமில்லாததாலா? அபரிமிதமான சுபிட்சத்தாலா? டில்லியில் தினமும் எதற்காவது ஒரு ஊர்வலம் கிளம்பாமல் இருக்காது. எங்கோ, யாருக்கோ அநீதி என்று செய்தி வந்தாலும் டில்லி பல்கலைக்கழக மாணவர்கள் கொடியைப் பிடித்துக்கொண்டு கிளம்பிவிடுவார்கள். அல்லது எதற்காவது ஸ்ட்ரைக்-அவர்கள் செய்யாவிட்டால் உபாத்தியாயர்களின் ஸ்ட்ரைக்! எப்பவும் இரைச்சல், எப்பவும் நெரிசல் - பஸ்ஸிலும் கடைகளிலும் தெருவிலும் உயர்ந்த குரலில் பேச்சு. இங்கு இன்னொருத்தரின் பேச்சைக் கேட்க அதி கவனமாக இருக்கவேண்டும். இல்லாவிட்டால் காது கேட்காது. அங்கு அடுத்த வீட்டுப் பெண் இரவு தாமதமாக வந்தால் தெரு முழுவதும் கவலைப்படும். இங்கு பதினெட்டு வயசாகி விட்டால் பெற்ற பெண் எங்கிருக்கிறாள் என்றுகூட பாதி பெற்றோர்களுக்குத் தெரியாது-

‘உனக்காகத்தான் நாங்க உசிரை வெச்சுக்கிட்டிருக்கோம்னு நினைவிருக்கட்டும்டி’-

இந்த மாதிரி டயலாக் நிச்சயம் இங்கு கிடையாது. எல்லாரும் தனிப்பிரக்ருதிகள்-

கார் மெதுவாக ஒரு வீட்டின் முன் நின்றது. அவள் சுயநினைவுக்கு வந்தாள்.

“இது யார் வீடு?” என்றாள் அவள்.

“இங்கே உனக்குத் தங்க இடம் கிடைக்கும்னு நினைக்கிறேன்” என்றான் சூர்யா.

கார் சத்தம் கேட்டு தோட்டத்தில் உட்கார்ந்திருந்த ஒரு பெண்மணி மலர்ந்த முகத்துடன் அவர்களை நோக்கி வந்தாள். சூர்யாவைப் பார்த்து நார்வீஜியனில் ஏதோ சொல்லிவிட்டு சந்தியாவின் பக்கம் திரும்பி ஆங்கிலத்தில் சொன்னாள்.

“உன்னைச் சந்திக்க ஆவலாய்க் காத்திருந்தேன் சந்தியா, என் பெயர் ஜோனா!”

அவளுடைய வலுவான கரத்தைக் குலுக்கும்போது, எல்லா ஏற்பாடுகளையும் செய்துவிட்டுத்தான் சூர்யா தன்னை இங்கு அழைத்து வந்திருக்கிறான் என்று புரிந்தது. இவன் நம்மை முட்டாளாக்கப் பார்க்கிறான் என்று கோபம் வந்தது.

12

கஷ்கு முஷ்கு உடம்பும் ஆப்பிள் கன்னமுமாக இருந்த ஜோனாவின் தலைமுடி தும்பைப் பூவாக வெளுத்திருந்தது. மிகவும் சினேகிதமாக சந்தியாவின் கையைப்பற்றி, தோட்டத்து நாற்காலிக்கு அழைத்துச் சென்றாள். நேராக விஷயத்துக்கு வந்தாள்.

"நான் ஒருத்திதான் இருக்கிறேன் மெயின் வீட்டில் பேஸ்மென்ட் வீட்டில் இரண்டு பெண்கள் இருக்கிறார்கள். மெயின் வீட்டில் ஸிங்கிள் ஆள் தங்குவதற்கு வசதியாக ஒரு ரூம் கிச்சனும் பாத்தும் இருக்கு. அதை உனக்குக் கொடுக்க முடியும் என்று காலையில் சூர்யாவிடம் சொன்னேன். நான் சொன்ன வாடகையும் உனக்குச் சரியாக இருக்கும் என்று நினைக்கிறேன்."

அவள் விழித்தாள். சூர்யாவின்மேல் எழுந்த கோபத்தை வெகு பிரயாசைப்பட்டு அடக்கிக்கொள்கையில் சூர்யா அவசரமாக,

"ஓயெஸ் நோ பிராப்ளம்" என்றான். "இந்தியாவிலிருந்து வரும் பெண்கள் கொஞ்சம் பயந்த சுபாவம் உள்ளவர்கள். பாதுகாப்பான இடம் வேணும் என்பது முக்கியம்" என்று ஆங்கிலத்தில் படபடத்துவிட்டு ஏதோ நார்வீஜியனில் சொன்னான்.

ஜோனா கலகலவென்று சிரித்தாள்.

காரணம் புரியாத அவமானத்தில் சந்தியாவின் முகம் சிவந்து போயிற்று.

"இங்கு உன் இஷ்டம் போல் இருக்கலாம். நான் அடிக்கடி வெளியூர் போவேன். உனக்குப் பேச்சுத்துணைக்கு வேண்டு மானால் கீழே இரண்டு பெண்கள் இருக்கிறார்கள், ஏவா, நோரா என்று உன்னுடன் சினேகிதமாக இருப்பார்கள் நிச்சயம். யாருடனும் சம்பந்தம் வேண்டாம் என்றாலும் அது உன் இஷ்டம்!"

இனிமேல் உங்கள் இருவர் பாடு என்பதுபோல் சூர்யா அங்கிருந்த ஒரு நார்வீஜிய பத்திரிகைக்குள் மூக்கை நுழைத்துக் கொண்டிருந்தான்.

"வீட்டைப் பார்க்கிறாயா?"

சந்தியா எழுந்தாள். கூட சூர்யாவும் வருவான் என்று எதிர்பார்த்தாள். பத்திரிகையிலிருந்து விலகி அவளைப் பார்த்துப் புன்னகைத்து மீண்டும் அவன் அதற்குள் நுழைந்து கொண்டான்.

அவள் ரோசத்துடன் பேசாமல் ஜோனாவைத் தொடர்ந்து வீட்டிற்குள் சென்றாள்.

ஜோனா காண்பித்த பகுதி சின்னதாக மிகக் கச்சிதமாக இருந்தது. தனி வாசல் இருந்தது. வாஷிங்மெஷின், மின் அடுப்பு, ஃப்ரிட்ஜ் எல்லாம் அடக்கமாக இருந்தன. அவளுக்குப் பிடித்துப் போயிற்று.

"எனக்கு இந்த இடத்தை வாடகைக்குக் கொடுக்க வேண்டும் என்று அவசியமில்லை. ரொம்ப நாள் என் சினேகிதி இருந்தாள். அவள் போன பிறகு இது காலியாகத்தான் இருக்கிறது. சூர்யா உன்னைப் பற்றி ரொம்பச் சொன்னார். அதனால் சரி என்றேன்" என்றாள் ஜோனா.

சூர்யா என்ன சொல்லியிருப்பான் என்று யோசித்தபடி சந்தியா "ரொம்ப நன்றி" என்றாள்.

“ஒண்ணாம் தேதி வரலாமா?”

“தாராளமாக வரலாம். இப்பொழுதே உன்னிடம் சாவியைக் கொடுத்துவிடுகிறேன். உனக்கு நேரம் கிடைக்கும் போது சாமானைக் கொண்டு வந்து வைக்கலாம்.”

“அட்வான்ஸ் கொடுக்கணுமா?”

“அதெல்லாம் அவசியமில்லே,” என்று ஜோனா அவளுடைய தோளை அணைத்தபடி பெரிதாகப் புன்னகைத்தாள். “நீ சௌகர்யமாக இருக்க வேண்டும் என்பதுதான் முக்கியம். சூர்யாவை எனக்கு ரொம்ப நாளாகப் பழக்கம்!”

இப்படியும் ஒரு வீட்டுக்காரியா என்கிற வியப்புடன் அவள் வெளியே வந்தாள்.

“இடம் பிடிச்சிருக்கா?” என்றான் சூர்யா.

அவள் ஜோனாவின் பின்னால் நின்று நாக்கைத் துருத்தி அழகு காண்பித்தாள்.

அவன் சிரித்தான்.

ஜோனா அவனைப் பார்த்து, “டிரிங்க் கொண்டுவரேன் சூர்யா, என்ன கொண்டு வரட்டும்?” என்றாள்.

“நான் வரேன் உதவ” என்றபடி அவன் அவளுடன் சென்றான்.

எத்தனை கொழுப்பு இவனுக்கு என்று கறுவிக்கொண்டு சந்தியா அவன் பார்த்துக்கொண்டிருந்த பத்திரிகையைப் பிரித்து வைத்துக் கொண்டாள்.

இன்று காலையிலேயே, அவள் எழுந்திருப்பதற்கு முன்பே இந்த இடத்தை அவன் முடிவு செய்திருக்க வேண்டும். வேண்டுமென்றே வீடு வேட்டை செய்வது போல் நடித்திருக்கிறான். பூட்டின வீடுகளுக்கு முன்நின்று உதட்டைப் பிதுக்கி, ‘நாளைக்குத்தான் பார்க்கணும், அதுக்கு இன்னிக்கும் நீ என்னோடு தங்கினாத்தான் சரியாயிருக்கும்’ என்று சொல்லி அவளை ஒப்பவைத்து, மாற்றுடை கொண்டுவரும்படி செய்து–

'தி ரோக்! ஸ்கௌண்ட்ரல்!'

அவளுக்கு ஆத்திரத்தில் மார்பு படபடத்தது.

அவனும் அவனது சிரிப்பும்! படபடப்புடன் அவள் பக்கங்களைத் திருப்பும்போது.

"இதப்பார், அது நார்வீஜியன் பாஷை- தலைகீழா வேற வெச்சிருக்கே, ஜோனா கவனிக்கறதுக்குள்ளே கீழே வை" என்றான் சூர்யா.

அவள் படக்கென்று அதை மூடி வைத்தாள். சூர்யாவின் கையில் டிரே இருந்தது. கண்ணாடிக் கோப்பைகளில் சிவப்பு வைன் இருந்தது. அவன் பின்னாலேயே வந்த ஜோனா ஒரு கோப்பையை அவளிடம் கொடுத்தாள்.

"வைன்தான், ஒண்ணும் பண்ணாது!" என்று சூர்யா சிபாரிசு செய்தான், பட்டிக்காட்டானுக்குச் சொல்வதைப் போல. அவள் ஒன்றும் சொல்லாமல் அதை வாங்கிக் கொண்டாள். அவள் இருப்பதையே கவனிக்காதது போல் ஜோனாவும் சூர்யாவும் நார்வீஜிய பாஷையில் பேசிக்கொண்டிருந்தார்கள். இவன் வேண்டுமென்றே அவளைச் சீண்டுகிறான் என்று அவளுக்குத் தோன்றிற்று.

"கிளம்பலாம் சூர்யா!" என்றாள் அவள் அலுத்துப்போய்.

அப்பொழுதுதான் அவள் ஞாபகம் வந்ததுபோல் அவள் பக்கம் திரும்பி மன்னிப்பு கேட்டு அவன் எழுந்தான். கார் வரை ஜோனா வந்து வழியனுப்பினாள். கார் கிளம்பி ஜோனா கண்ணிலிருந்து மறைந்ததும் அவன் இத்தனை நேரம் அடக்கி வைத்திருந்த சிரிப்பை வெளியிடுபவன்போல் கடகடவென்று சிரித்தான்.

அவளுக்கு எரிச்சல் பற்றிக்கொண்டு வந்தது. ஆத்திரத்தில் கண்ணில் நீர் தளும்பிற்று.

அவன் ஒருவழியாக சிரித்து முடித்ததும்.

"சூர்யா, நா ஹாஸ்டலுக்குத் திரும்பிப் போயிடறேன். உங்களோடு வரமாட்டேன்" என்றாள்.

"ஏன்?" என்றான் அவன் வியப்புடன். "ஒரே நாள்லே வீடு ஃபிக்ஸ் பண்ணிக் கொடுத்திருக்கேன்... ஒரு தாங்க்ஸ் சொன்னியா எனக்கு?"

"பொய்யும் புனைசுருட்டும் சொல்றவங்களைக் கண்டா எனக்குப் பிடிக்காது!" "எனக்கும் பிடிக்காதுதான்" என்று அவன் ஒப்புத்துக் கொண்டான். "ஆனா என்ன செய்யறது, நீ நல்ல பெண்... ரொம்ப சாதுன்னு சொன்னாத்தான் ஜோனா வீடு கொடுப்பா!"

அவள் 'பக்'கென்று சிரித்தாள்.

"உங்களுக்குப் பொல்லாத்தனம் ரொம்ப, என்னை எப்படி ஏமாத்தினீங்க!"

"அபாண்டமா சொல்லக்கூடாது நீ! சினிமா பாருன்னு உக்காத்தி வெச்சேனா, கையைப் பிடிச்சு இழுத்தேனா?"

அவள் சிரிப்பை அடக்கிக்கொண்டு "நா ஹாஸ்டலுக்குத் திரும்பிடறேன்," என்று முணுமுணுத்தாள். "வீடுதான் ஃபிக்ஸ் ஆயிடுத்தே! நா உங்க வீட்டிலே தங்கவேண்டிய அவசியமில்லே."

"ரைட்தான். ஆனா நீ ஹாஸ்டலுக்குத் திரும்பினா உனக்குத்தான் சங்கடம்!"

"எப்படி?"

"நீ நாளைக்குத்தான் திரும்பப் போறேங்கற சந்தோஷத்திலே ஜூலி தன் பாய் ஃப்ரெண்டை ரூமுக்குக் கூப்பிட்டிருப்பா!' அதுவும் சாத்தியம்தான் என்று அவள் திகைத்தாள்.

"பாவம், அவங்க சந்தோஷத்தைக் கெடுக்கறது மகா பாவம்."

அவளுக்கு மீண்டும் சிரிப்பு வந்தது. இவன் எத்தனை சாமர்த்தியக்காரன் என்று வியப்பேற்பட்டது.

"என்ன சொல்றே?" என்றான் அவன், அவள் விரும்பினால் ஹாஸ்டலுக்குக் கொண்டுவிடத் தயாராக இருப்பவன் போல்.

"என்ன சொல்றது? உங்க வீட்டுக்கு வரதைத் தவிர வேற வழியில்லே!"

"ஆ, சிலசமயம் புத்திசாலித்தனமாகப் பேசறே! ஆனா உனக்கு நன்றி கிடையாது."

"தாங்க்யூ, தாங்க்யூ, தாங்க்யூ! ஆனா நீங்க ஏன் ஏமாத்தணும்னு எனக்குப் புரியல்லே- எத்தனை வாடகைன்னு எனக்குத் தெரியல்லே. நா வீடு பாக்கறதுக்கு முந்தியே நீங்க எல்லாம் பேசிட்டீங்க, நீங்க சொல்றபடியெல்லாம் நா கேட்டுப்பேன்னு நினைச்சாப்பலே...!"

"இப்பக்கூட உனக்கு சம்மதமில்லேன்னா நீ கழண்டுக்கலாம், நோ பிராப்ளம். உடனடியா ஃபிக்ஸ் பண்ணல்லேன்னா நிறைய மாணவர்கள். உன்னை மாதிரி இப்ப அலைஞ்சுக்கிட்டிருப்பாங்க. கைநழுவிப் போயிடும். வாடகையும் ரொம்ப மலிவு- முன்னூறு க்ரோனர்தான்!"

"அது எப்படி?" என்றாள் அவள் வியப்புடன்.

"சூர்யாவை என்னன்னு நினைச்சே?" அவள் சட்டென்று காதைப் பொத்திக்கொண்டாள்.

"என்ன விஷயம்?" என்றான் அவன்.

"ரொம்ப தம்பட்டம்! என் காது செவிடாயிடும் போலிருக்கு!"

அவன் சிரித்தான்.

"இனிமே நா பேசல்லே. பாட்டுப் பிடிக்குமா உனக்கு?" என்றபடி டேப்ரெக்கார்டரில் காஸட்டைப் பொருத்தி முடுக்கிவிட்டான். ஜிஎன்பியின் 'திக்குத் தெரியாத காட்டில்' ஒலித்தது.

"ரொம்பப் பழைய பாட்டில்லே இது?" என்றாள் அவள்.

"ஆமாம்; எனக்கு ரொம்பப் பிடிக்கும். இந்த வார்த்தைகளும் அந்தக் குரல்லே இருக்கிற பாவமும் என்னை என்னமோ செய்யும்," என்றான், அவன் தனக்குள் பேசிக்கொள்பவனைப் போல. "நானே ஏதோ திக்குத் தெரியாம அலையறமாதிரி இருக்கும்."

அவள் யோசனையுடன் அவனைப் பார்த்தாள்.

"நிஜம்மாவே அப்படி ஒரு எண்ணம் இருக்கா?" என்றாள் மெல்ல.

“சிலசமயம் அப்படித் தோணும்.” அவளுக்குப் பரிச்சயமில்லாத சூர்யாவாக இப்போது அவன் தோன்றினான். அவன் விளையாட்டாகப் பேசும்போது அவனுடன் சரளமாக இருக்க முடிந்ததுபோல் இப்போது முடியவில்லை.

பாட்டு முடிவதற்குள் அவன் வீடு வந்துவிட்டது.

“நீங்க தனியா இருக்கிறதனாலே அப்படித் தோணுதோ என்னவோ!” என்றாள் அவள்.

“எப்படி?” என்றான் அவன் திடுக்கிட்டு.

“திக்குத் தெரியாம அலையற மாதிரி!”

“ஓ!” என்று அவன் வியப்புடன் சிரித்தான். “அதனாலே என்ன செய்யணும்ங்கறே?”

“கல்யாணம் பண்ணிக்கிட்டு குடும்பம் ஏற்படுத்திக் கிட்டீங்கன்னா...!”

“திக்குப் புலப்படுமா?” அவன் பெரிதாகச் சிரித்தான்.

“சரியான நூத்துக் கிழவி மாதிரி பேசறே சிலசமயம்!” என்றான் அவன், பலமாகத் தலையை அசைத்து.

“கல்யாணம் என்கிறது அவ்வளவு சுலபமான ஸொல்யூஷனா? எனக்குக் கல்யாணத்திலேயே நம்பிக்கை இல்லே.”

“ஏன்?” என்றாள் அவள் அப்பாவித்தனமாக.

“ஏன்னா இங்கே இப்போ அப்படிப்பட்ட ஸ்தாபனத்துக்கு அவசியமில்லே. இங்கே யாரும் இப்பக் கல்யாணம் செய்துக்கறதில்லே. சேர்ந்து வாழறதுதான்.”

அவள் யோசனையுடன் உட்கார்ந்திருந்தாள்.

“வீட்டுக்குள்ளே போய் பேசுவோமா?”

அவள் சுயநினைவு வந்து எழுந்தாள்.

ஜூலியின் நினைவு எதிர்பாராமல் எட்டிப் பார்த்தது. அவள்தான் திக்குத் தெரியாமல் அலைவதுபோல் இருந்தது.

சேர்ந்து வாழ்வது என்பதற்கு வரையறை இருப்பதாகத் தெரியவில்லை.

ஒருத்தன் போனால் இன்னொருத்தன் நுழைய வரிசையாகக் காத்திருக்கிறான் சேர்ந்து வாழ, இதிலேயே நிரந்தரத்தன்மை இல்லாதபோது திக்கு எப்படித் தெரியும்?

வீட்டுக்குள் நுழைந்ததுமே சூர்யா குறும்பும் சிரிப்புமாக மாறிவிட்டான்.

காலையில் மிகுந்ததையே சுடவைத்துச் சாப்பிட்டு முடித்தார்கள். ஃப்ரிட்ஜிலிருந்து அவன் ஐஸ்க்ரீமைக் கொண்டு வந்து கொடுத்து டிவியில் நார்வீஜியச் செய்தி அறிக்கையைப் போட்டான்.

அன்று அலைந்த அலைச்சலில் அவளுக்குக் களைப்பாக இருந்தது. சோஃபாவில் படுத்தபடி அவள் சற்றுநேரம் டிவியைப் பார்த்துக்கொண்டிருந்தாள். பாஷை புரியாததால் கண்களை அசத்திற்று. சூர்யா செய்தி அறிக்கையில் தீவிரமாக ஆழ்ந்து போனான். எழுந்து உள்ளே சென்று உடையை மாற்றிப் படுத்துக்கொள்ளவேண்டும் என்று நினைத்தபடியே அவள் தூங்கிப் போனாள்.

காலையில் கண்விழித்தபோது அறைக்குள் கட்டிலில் அவள் படுத்திருந்தாள். அறைக்கதவு சாத்தியிருந்தது. அவன் தூக்கிக்கொண்டு வந்ததுகூடத் தெரியாமல் எப்படி அப்படிக் கட்டையாகத் தூங்கினோம் என்று அவளுக்குக் கூச்சம் ஏற்பட்டது.

அவள் எழுந்து வெளியே வந்தாள். கூடத்து சோஃபாவில் அவன் கம்பளி போர்த்தித் தூங்கிக்கொண்டிருந்தான். இவன் ரொம்ப கண்யமானவன் என்று அவளுள் சட்டென்று ஒரு மதிப்பு ஏற்பட்டது. சோப்ரா கிழவனுக்கும் இவனுக்கும் எத்தனை வித்தியாசம்!

அவள் அவன் தூக்கத்தைக் கெடுக்கக்கூடாது என்று சப்தம் செய்யாமல் முகத்தைக் கழுவிக்கொண்டு வந்து காபி தயாரித்துக் குடித்தாள். அவன் எழுந்திருப்பதற்குள் ஏதாவது தயார் செய்யலாம் என்று சாமான்களைக் குடைந்து உப்புமா

செய்தாள். அவள் ருசி பார்க்க வாயில் ஒரு ஸ்பூன் போட்டுக் கொள்ளும்போது, "எப்படி இருக்கு?" என்றபடி அவன் வந்தான்.

அவள் சிரித்துக்கொண்டு "சுமாராயிருக்கு" என்றாள்.

"என்ன இவ்வளவு சீக்கிரம் எழுந்துட்டே?"

"சீக்கிரம் நேத்துத் தூங்கிட்டேன் போலிருக்கே?"

"சாதாரணத் தூக்கமில்லே, கல்லுபோல இருந்தே!"

"உங்களை யார் என்னைத் தூக்கச் சொன்னது? சோஃபாவிலேயே இருந்திருக்கலாமே? நீங்க உள்ளே படுத்திருக்கலாம்!"

"சே, ஒரு நல்ல சான்ஸை நா விடுவேனா? முழிச்சிட்டிருக்கறச்சே நீ தூக்கவிடுவியா?"

அவள் முறைத்தாள்.

"சீ, உங்களுக்கும் சோப்ராவுக்கும் வித்தியாசமில்லே!"

அன்று முழுவதும் சிரிப்பும் குறும்புமாகவே கழிந்தது. இரவு அவன் அவளைத் திரும்ப ஹாஸ்டலில் கொண்டு விட்டபோது அவனிடம் ரொம்பவும் நெருக்கம் ஏற்பட்டுவிட்டது புரிந்தது.

ஜூலி அவளை உற்சாகமாக வரவேற்றாள்.

"எப்படி இருந்தது வீக் எண்ட்?" என்றாள்.

"ரொம்ப நன்றாக இருந்தது!" என்றாள் சந்தியா.

"கடைசியில் ஒரு பாய்ஃப்ரண்டைப் பிடித்து விட்டாய்!"

"ஃப்ரெண்ட்தான். ஆனா நீ நினைக்கிறபடி இல்லே!"

ஜூலி வியப்புடன் அவளைப் பார்த்தாள்.

"வாட்டு யூ மீன்? இரண்டு ராத்திரி வெளியிலே தங்கிட்டு வந்திருக்கே! ஒண்ணுமே நடக்கல்லேங்கறியா!"

சந்தியா சிரித்தாள்.

"நீ நினைக்கறது நடக்கல்லே!"

ஜூலி தலையசைத்தாள்.

“நா நம்பமாட்டேன்.”

“நம்பல்லேன்னா நா என்ன செய்யமுடியும்? உனக்குத் தோணறதெல்லாம் எனக்குத் தோன்றக்கூட செய்யாது. எங்களுக்கெல்லாம் ஒரு பில்ட் இன் கட்டுப்பாடு உண்டு!”

“எனக்கு வேடிக்கையாய் இருக்கு. நீ ஒரு வேஷதாரியா இருக்கணும். இல்லை, மனக்கூச்சம் ரொம்ப உள்ளவளா இருக்கணும்!”

சந்தியா அதற்கு ஏதும் பதில் சொல்லாமல் உடையை மாற்றிக்கொண்டு படுத்தாள்.

தான் பொய் சொல்வதாகத்தான் ஜூலி நினைப்பாள் என்று உணரும்போது வேடிக்கையாக இருந்தது. அம்மாவும் நம்பமாட்டாள். உண்மையில் ஏதோ ஒன்று நமக்குள் கண்டிஷன் செய்கிறது என்று தோன்றிற்று. இத்தனை வருஷங்களாக இந்த ஊரில் இருக்கும் சூர்யாவையும் கண்டிஷன் செய்கிறது.

கண்டவனுடன் படுக்கைக்குத் தாவும் ஜூலிக்குத்தான் ஏதோ கோளாறு. இருக்க வேண்டும்- அதற்கு அவளுடைய கலாசாரம் காரணம் என்கிறான் சூர்யா.

“எத்தனை நாளைக்கு உன்னால இப்படி இருக்க முடியும்?” என்றாள் ஜூலி சவால் விடுவதைப் போல.

“ஏன், எனக்கு வேற யோசனைக் கிடையாதா? நா இங்கே படிக்க வந்திருக்கேன் ஜூலி!” என்றாள் சந்தியா படபடப்புடன்.

13

ஜோனாவின் வீட்டிற்குக் குடிவந்து ஒரு வாரமாகிவிட்டது. முதல் நாள் பார்த்ததுதான். பிறகு ஜோனா கண்ணில் படவில்லை. அவள் வீட்டிற்குள் இருப்பது சில சமயங்களில் இரவில் மெலிதான ரேடியோ ஓசையிலும் காலை நேர நடமாட்டங்களின் சத்தத்திலும் தெரியும். பேஸ்மென்டிலிருந்தும் அதிக சத்தம் வராது- அங்கு வசிக்கும் இரண்டு பெண்களும் அவசரமாகக் காலையில் வெளியேறுவதையும் இரவு தனித்தனியாக வருவதையும் சந்தியா தனது ஜன்னல் வழியாகக் கவனித்திருக்கிறாள்.

வந்த புதிதில் முதல் இரண்டு நாட்கள் அங்கிருந்த நிசப்தம் அச்சுறுத்தியது. இரவு தூக்கம் வரவில்லை. “தனிக் குடித்தனம் எப்படியிருக்கு?” என்று சூர்யா டெலிபோனில் விசாரித்தபோது சட்டென்று பதில் சொல்லமுடியாமல் தொண்டையில் ஏதோ சிக்கிக்கொண்டது.

“இங்கே ஏன்னு கேட்க ஆளில்லே. உன் வீட்டுக்கே வந்துடறேன்,” என்று சொல்லத் துடித்த நாக்கை அடக்கிக்கொண்டு, “நல்லாயிருக்கு. நோ பிராப்ளம்!” என்றாள். அவனையும் பிறகு காணவே இல்லை.

அவனைக் காணாதது நல்லதாய்ப் போயிற்று. சீக்கிரத்தில் தனிமை பழகிவிட்டது. இப்படிப்பட்ட தனி வாழ்வை நானாகத்தான் தேடிக்கொண்டேன், என்று அவள் தன்னைச் சமாதானப்படுத்திக் கொண்டாள். யாருடைய தயவும் எனக்குத் தேவையில்லை! என்று நெஞ்சு நிமிர்ந்து வீம்பு பிறந்தது.

கலாசாலையில் புதிய வகுப்புகள் துவங்கிவிட்டன. தானாகச் சமைத்துச் சாப்பிட்டுக் கல்லூரிக்குச் செல்வது வினோதமாக இருந்தது. அடுப்படியில் நேரத்தை அதிகம் செலவழிக்காமலே சமாளிக்கும் வழிகள் சீக்கிரத்தில் தெரிந்துபோயின.

“சாம்பாரும், ரசமும் செய்ய நேரமில்லை. ஆனால் அவற்றிற்காக நான் ஏங்கிப் போய்விடவில்லை” என்று அம்மாவுக்கு எழுதத் தோன்றிற்று. உண்மையில் ஏக்கம் எழத்தான் செய்தது. அது எழும்போதெல்லாம் அசட்டுத்தனமான உணர்வுகள் என்று அவற்றை அமுக்கவும் முடிந்தது.

இன்று எழுந்திருக்கும்போதே நாளை சனிக்கிழமை என்று ஞாபகம் வந்தது. வார இறுதி என்றால் ஜோனா வீட்டில் இருக்கமாட்டாள். அந்தப் பெண்களும் எங்கேயாவது போய் விடுவார்களோ என்னவோ! தனியாக இந்த வீட்டில் எப்படி இருப்பது என்று யோசனை ஏற்பட்டது.

சூர்யா வந்து கூப்பிட்டால் அவன் வீட்டிற்குப் போகலாம் என்ற யோசனையை அது எழுந்த விநாடியே அவள் அமுக்கினாள். என்ன ஆகிவிட்டது நமக்கு என்று திகைப்பேற்பட்டது. இந்தியாவில் இப்படிப்பட்ட எண்ணம் தோன்றுமா? இது அந்நிய நாடு என்பதற்காக என் நிலையைப் பலவீனமாக்கிக் கொள்வது அசட்டுத்தனம் என்று அவள் நினைத்துக் கொண்டாள். சூர்யா சென்றமுறை இருந்தமாதிரி இப்பவும் இருப்பான் என்பது என்ன நிச்சயம்?

எத்தனை நாளைக்கு இப்படியிருக்க முடியும்? என்று ஜூலி பரிகசித்தது நினைவுக்கு வந்தது. ஒருத்தர் கட்டுப்பாட்டுடன் இருக்க முடியும் என்பதே அவளுக்கு உலக மகா அதிசயமாக இருக்கும்போது அவள் ஏன் பரிகசிக்க மாட்டாள்?

ஜூலியை நினைத்துத்தான் அதிசயமாக இருந்தது. கோடைப்பள்ளி முடிந்த கையுடன் நிர்விசாரமாக அமெரிக்காவுக்குக் கிளம்பத் தயாரானாள்.

"ஹென்றியும் நீயும் என்ன செய்யப்போகிறீர்கள்?" என்றாள் சந்தியா தனக்குள் எழுந்த கேள்வியை மறைக்க இயலாமல்.

"என்ன செய்யப்போகிறோமா? என்றாள் ஜூலி அலட்சியமாக, "நான் என் ஊருக்குத் திரும்புகிறேன். அவன் தன் ஊருக்குத் திரும்புகிறான்!"

"சேர்ந்து வாழப் போகிறீர்களோ என்று கேட்டேன்!" என்றாள் சந்தியா ஜாக்கிரதையாக.

"அந்தத் தப்பை நான் மறுபடியும் செய்யப்போவதில்லை" என்றாள் ஜூலி, தீவிரமாகத் தலையை அசைத்து.

சந்தியா சங்கடத்துடன் தன் மூட்டையைக் கட்டத் துவங்கினாள். 'அவனோடு படுக்கைக்கு ஏன் போனே?' என்று கேட்க வேண்டும்போல் இருந்தது. அந்தக் கேள்விக்கு இங்கு அர்த்தம் ஏதும் இல்லை என்று தோன்றிற்று. அந்தத் துருக்கிப் பெண் இந்த இரண்டு மாதங்களும் ஒரு அமெரிக்கன் தோளைச் சதா அணைத்தபடி திரிந்தாளே அவளும் மற்றவர்களுக்கு டாட்டா சொல்லுவதுபோல் அவனுக்கும் சொல்லிவிட்டு நேற்று தன் தேசத்துக்குக் கிளம்பிப் போனாள். இவர்களுக்கு இது ஒரு நியாயமான, இயல்பான விளையாட்டு, சிகரெட்டையோ, கோக்கா கோலாவையோ பகிர்ந்து கொள்வதைப் போல.

இது ரொம்பவும் ஆரோக்கியமான உணர்வு என்கிறாள் ஜூலி. விடைபெறும்போது அவளை அணைத்துக் கண்ணீர் விட்டாள்.

"உன் மனக்கூச்சத்தையெல்லாம் நீ விடணும், வாழ்க்கையை அனுபவிக்கத் தெரியணும்" என்று உபதேசம் செய்தாள்.

இப்பொழுது கல்லூரிக்குக் கிளம்பத் தயாராகும்போது இந்த உபதேசத்தை நினைத்துச் சிரிப்பு வந்தது.

நீ மனக்கூச்சம் என்று நினைக்கிறாய். நான் அதை என் சுதந்திரம் என்று நினைக்கிறேன். இந்த என் எண்ணம் என்

கலாசாரத்தின் பாதிப்பு என்று நீ நினைத்தால் எனக்கு ஏதும் வெட்கமில்லை. என் உடம்பு என் கட்டுக்குள் இருக்கிறது என்கிற பெருமை எனக்கு உண்டு, மனமே அதற்கு பரமார்த்த குரு. அடங்கிய சிஷ்யனாய் அது இருப்பது மனக்கூச்சத்தால் இல்லை. சுதந்திரத் தீர்மானத்தால்.

டோஸ்டும், கார்ன்ஃபளேக்சும் பாலுமாகக் காலை ஆகாரம் முடிந்ததும் அவள் எல்லாக் குழாய்களும் மூடியிருக்கின்றனவா என்று பார்த்துவிட்டுத் தன் பகுதியைப் பூட்டிக்கொண்டு புத்தகக்கட்டுடன் கலாசாலைக்குக் கிளம்பினாள்.

எங்கிருந்தோ காரசாரமான விவாதம் காதில் பட்டதும் சற்றுத் தயங்கி நின்றாள். பேஸ்மெண்டிலிருந்து குரல்கள் வந்தன. ஒரு குரல் மிருதுவாகவும் மற்றொரு குரல் தடித்ததாகவும் கிட்டத்தட்ட ஆண் சாயலாக இருந்தன. கீழேயிருக்கும் பெண்களுக்குள் நார்வீஜிய பாஷையில் ஏதோ சர்ச்சை.

அதிசயமாக வந்த இந்தக் குரல்களே தெம்பு ஊட்டியதைப் போல் இருந்தது- உயிரோட்டம் உள்ள இடம் என்பதற்கு நிரூபணமாக.

தெருவில் இறங்கி நடக்க ஆரம்பித்ததும் வேகமாக ஓர் இளம் பெண் அவளைத் தாண்டிக்கொண்டு ஓட்டமும் நடையுமாகச் சென்றாள். கண் இமைக்கும் போதில் அவளுடைய அழகிய முகமும் அழுது சிவந்த பளபளத்த கண்ணும் மூக்கும் தெரிந்தன. நடை வேகமாக இருந்தாலும் உடம்பில் நளினம் பளிச்சிட்டது. மிருதுவான குரல் கொண்டவள் இவளாகத்தான் இருக்க வேண்டும் என்று சந்தியா நினைத்துக் கொண்டாள்.

சர்வகலாசாலைக்குச் செல்ல வீட்டிலிருந்து சற்றுதூரம் நடந்து பழைய அரண்மனையின் விஸ்தாரப் பூங்காவைக் கடந்து நேஷனல் தியேட்டர் ஸ்டேஷனுக்குச் சென்று ரயிலைப் பிடிக்கவேண்டும். ரயிலுக்கு இன்னும் பத்து நிமிஷங்கள்தான் இருந்தன என்கிற பரபரப்பில் சந்தியா சுற்றுமுற்றும் பார்க்காமல் தெருவைக் கடந்து பூங்காவுக்குள் நடந்தாள். பூங்காவில் இருக்கும் ஏரிகளையும். அதில் எப்போதும் மிதக்கும்

வெள்ளை அன்னங்களையும் கும்பலாகக் கரையில் அமரும் வெண்புறாக்களையும் ரசித்தபடி நடப்பது கலாசாலையிலிருந்து திரும்பும்போதுதான் சாத்தியம். அதுவும் இனிமேல் அதிக நாட்களுக்கு முடியாது என்று தோன்றிற்று. இப்பொழுதே குளிர ஆரம்பித்து விட்டது. நல்ல குளிர் காலத்தில் சூரிய வெளிச்சமே இருக்காது என்று சூர்யா பயமுறுத்தினது நினைவுக்கு வந்தது. வெளிச்சமே இல்லாவிட்டால் எப்படி இருக்கும்? அந்த எண்ணத்தை விரட்டுபவள் போல் அவள் தலையைச் சிலிர்த்துக்கொண்டு நடந்தாள்- அதுவும் ஓர் அனுபவமாக இருக்கும். இங்கு தங்குவதென்று முடிவு எடுத்த பிறகு இதைப்பற்றியெல்லாம் யோசிப்பதிலும் ஏதும் அர்த்தமில்லை.

தன்னையறியாமல் அவள் பார்வை சுழன்றபோது சட்டென்று கால்கள் ஒரு விநாடி தயங்கி நின்றன. ஏரியைப் பார்த்தபடி இருந்த பெஞ்சில் அந்தப் பெண், பேஸ்மெண்டில் வசிக்கும் பெண், அமர்ந்து முகத்தை இருக்கைகளாலும் மூடியபடி அழுது கொண்டிருந்தாள். இப்படி இவள் அழும்படியாக இவளுடைய தோழி என்ன சொல்லியிருப்பாள் என்று வியப்பாக இருந்தது. முன்பின் அறிமுகமில்லாதவளை எப்படி விசாரிப்பது என்ற தயக்கத்தை மீறி, சந்தியா இயல்பாக உந்தப்பட்டவள்போல் அவளருகில் சென்று அவள் தோளில் கையை வைத்தாள்.

அந்தப் பெண் சரேலென்று நிமிர்ந்தாள்.

சந்தியா லேசாகப் புன்னகைத்து,

“என்ன துக்கம் உனக்கு?” என்றாள் ஆங்கிலத்தில். “ஏதாவது உதவி வேணுமா?”

அந்தப் பெண் அவசரமாகக் கண்களைத் துடைத்துக் கொண்டாள்.

“வேண்டாம், வேண்டாம், தாங்க்ஸ்” என்றாள் தடுமாற்றத்துடன்.

“நான் நீ இருக்கும் இடத்தில்தான் இருக்கிறேன். என் பெயர் சந்தியா!” என்றாள் சந்தியா புன்னகை மாறாமல்.

அந்தப் பெண்ணின் முகத்தில் லேசான மலர்ச்சி ஏற்பட்டது.

"ஓ, எனக்கு இப்போது நினைவுக்கு வருகிறது," என்றாள் கூச்சத்துடன். "என் பெயர் ஏவா!"

"நாம் சினேகிதர்களாக இருக்கவேண்டும்," என்று சந்தியா அவளுடைய கையைப் பற்றினாள். "என்னுடைய அறைக்கு வாயேன், உனக்கு நேரம் கிடைக்கும்போது!"

"வருகிறேன். தாங்க்ஸ்" என்றாள் ஏவா, நெருக்கம் காண்பிக்காமல்.

"நான் இப்பொழுது டிரெயினைப் பிடிச்சு ஓடணும், பிறகு சந்திக்கலாம்," என்றாள் சந்தியா மென்மையாக.

டிரெயினைப் பிடிக்க அரக்கப் பரக்க நடக்கும்போது, அவள் தன்னை அதிகப்பிரசங்கி என்று நினைத்திருக்க வேண்டும் என்று தோன்றிற்று. இந்த ஊர்க்காரர்கள் சட்டென்று யாருடனும் பழகி விடுவதில்லை என்பதை அவள் இந்த இரண்டு மாதங்களில் தெரிந்துகொண்டிருந்தாள். தங்களுக்குள்ளேயே நெருக்கமாக இருப்பார்களா என்று அவளுக்குத் தெரியவில்லை. எல்லாரும் தனித்தனிப் பிரஜைகளாக தனித்தனி வாழ்வு வாழ்வதாக, சப்தமில்லாத சந்தடியற்ற வீடுகளைப் பார்க்கும்போதெல்லாம் அவளுக்குத் தோன்றும்...

'அழுவது என் சுதந்திரம். இவள் யார் நம்மைக் கேட்க' என்று ஏவா எரிச்சல் பட்டால் ஆச்சரியப்படுவதற்கில்லை. ஆனால் அவள் அப்படி இதயம் விண்டுவிடும் போல் அழுவதைப் பார்த்தும் பார்க்காமல் போவது எப்படி? 'நாம் சினேகிதர்களாக இருப்போம்' என்றபோது ஏவாவின் முகத்தில் சிரிப்பே இல்லை. 'உன்னோடு நான் என்ன பகிர்ந்துகொள்ள முடியும்?' என்று நினைக்கிறாளோ!

நாபியிலிருந்து ஓர் இனம் புரியாத ஏக்கம் அலை அலையாக எழுந்தது. இது அந்நிய தேசம். இதில் நான் ஒரு முகமற்றவள். இங்கிருக்கும் மற்ற முகங்களுடன்தான் நான் கூட்டு சேரமுடியும். 'நான் நார்வீஜியனாவே மாறிவிட்டேன்' என்று சொல்லிக் கொள்ளும் சூர்யாகூட முகமற்றவன்தான். இல்லாவிட்டால்

இத்தனை நாட்களுக்கு இந்த ஊர் பெண்ணுடன் சேர்ந்து வாழ ஆரம்பித்திருக்கமாட்டானா?

அவன் யாருடன் வாழ்ந்தால் என்ன, வாழாவிட்டால் என்ன என்று அவள் தனக்குள் அலுத்துக்கொண்டு வண்டி ஏறினாள். ஆனால் சூர்யாவின் நினைவு மனசில் ஒரு மலர்ச்சியை ஏற்படுத்திற்று. அவன் இந்தியன் என்பதும் காரணமாக இருக்கவேண்டும் என்று அவள் நினைத்துக்கொண்டாள்.

கல்லூரி முடிந்து வீடு திரும்பியபோது நாளை சனிக்கிழமை என்று மீண்டும் நினைவு வந்தது. எப்படித் தனியாக வார இறுதியைக் கழிக்கப்போகிறோம் என்று மெல்லிய ஏக்கம் படர்ந்தது.

ரேடியோவோ, டி.வியோ அவள் பகுதியில் இல்லை. பேஸ்மெண்ட் பெண்களும் பழகுவார்கள் என்று தோன்றவில்லை. ஜோனாவுக்கு வயதுப் பொருத்தம் இல்லை. அவளைவிட வயதில் பெரியவளான வீட்டுக்காரியுடன் என்னதான் பேசமுடியும்?

வீட்டுக்குள் நுழைந்து சூடாகக் காபி கலந்து குடிக்க உட்கார்ந்தபோது அம்மாவின் நினைவு வந்தது. இழுத்துப் பிடித்து அம்மா பேச வரும்போது தான் பிடிவாதமாக விலகிக் கொண்டதும் எரிச்சல் பட்டதும் வெகு காலத்துக்கு முன் நடந்ததுபோல் இப்பொழுது மனசை நெருடிற்று. 'அம்மாவுக்கு என்னைப் புரிந்துகொள்ளத் தெரியாமல் போனது அவளுடைய குற்றம் இல்லை' என்று மெலிதான கருணை சுரந்தது. இப்பவும் அம்மாவுக்குச் சில விஷயங்களைப் பற்றித்தான் திரும்பத் திரும்பத் எழுதத்தெரிந்தது. சௌக்கியமாயிருக்கியா? தினமும் பால் குடிக்கிறியா? குளிரில் ஜாக்கிரதையா இருக்கணும். தனியா தெரியாத இடங்களுக்குப் போகாதே...

'பாவம் அம்மா' என்று அவள் புன்னகைத்துக் கொண்டாள். இங்கு துணையை எதிர்பார்த்து யாரும் எந்த வேலையையும் ஒத்திப்போடுவதில்லை. காத்திருப்பதில்லை என்றால் அம்மாவுக்குப் புரியப்போவதில்லை.

கதவு லேசாகத் தட்டப்படும் ஓசை கேட்டது. சூர்யாவாக இருக்கும் என்கிற எதிர்பார்ப்பில் அவள் சரேலென்று எழுந்தாள். அவனை வரவேற்கத் தயாராய் கிண்டல் வாக்கியம் நாவில் துருத்த, கண்ணாடிக் கதவை மூடியிருந்த வெள்ளைத் திரையைப் புன்னகையுடன் விலக்கிப் பார்த்தபோது வெளியே ஏவா நின்றிருந்தாள்.

தன்னுள் எழுந்த வியப்பை மறைத்துக்கொண்டு சந்தியா அவசரமாகக் கதவைத் திறந்து மலர்ச்சியுடன் வரவேற்றாள்.

ஏவாவின் முகம் இப்போது தெளிந்திருந்தது. அழகிய முகத்தில் லேசான புன்னகை படர்ந்திருந்தது.

“நான் வருவது உனக்குத் தொந்தரவில்லையே?” என்றாள் தயக்கத்துடன்.

“இல்லவே இல்லை. உண்மையில் எனக்கு ரொம்பத் தனிமையாக இருந்தது. என்னிடம் ரேடியோகூடக் கிடையாது, ஏதாவது சங்கீதம் கேட்கலாம் என்பதற்கு” என்றாள் சந்தியா.

ஏவா புன்னகையுடன் அமர்ந்துகொண்டாள்.

“இந்தியாவில் நாங்கள் குடிப்பதுபோல் சக்கரையும் பாலும் கலந்த காபி தரட்டுமா?” என்றாள் சந்தியா.

“சரி” என்று ஏவா தலையசைத்ததும் சந்தியா கலந்துகொண்டு வந்து அவளிடம் கோப்பையை நீட்டியபடி மிருதுவாகச் சொன்னாள்.

“உன்னை இப்படி இப்பொழுது சிரித்த முகத்துடன் பார்ப்பது ரொம்ப சந்தோஷமாக இருக்கிறது எனக்கு.”

ஏவா சட்டென்று ஒரு சங்கடத்துடன் காபிக் கோப்பையை வெறித்துப் பார்த்தாள்.

“ஸாரி... முன் பின் தெரியாத உன்னைக் காலையில் அப்படிக் கேட்டிருக்கக்கூடாது. ஆனால் நீ அப்படி அழுவதைப் பார்க்க எனக்கு ரொம்பக் கஷ்டமாகப் போய்விட்டது,” என்றாள் சந்தியா தொடர்ந்து.

சரேலென்று ஏவா நிமிர்ந்து அவளைப் பார்த்துக் கூச்சத்துடன் சிரித்தாள்.

“இல்லை, இல்லை, நீ கேட்டதில் ஒன்றும் தவறில்லை. நீ வந்து பேசின பிறகு எந்த வகையிலோ எனக்குச் சமாதானமேற்பட்டது. அதற்காக நான் நன்றி சொல்ல வந்தேன். இங்கு யாருக்கும் எப்படி வந்தது என்று கேட்கத் தோன்றாது. எல்லாரும் நல்லவர்கள்தான். ஆனால் நின்று விசாரிக்க நேரமிருக்காது.”

“நீ இங்கு எப்போது வேண்டுமானாலும் வரலாம். யாரும் அழுவது எனக்குப் பிடிக்காது” என்றாள் சந்தியா சினேகிதமாக.

ஏவா மீண்டும் தலையைக் குனிந்துகொண்டாள்.

“என் மேல்தான் தப்பு என்று நினைக்கிறேன். நான் ரொம்ப சீக்கிரம் உணர்ச்சிவசப்பட்டுப் போகிறேன். நோராவிடம் மன்னிப்பு கேட்கவேண்டும்.”

“யாரது நோரா?”

“என் சினேகிதி. நானும் அவளும்தான் சேர்ந்திருக்கிறோம். அவள் என்னை மிகவும் நேசிக்கிறாள். அவளுக்கு நான் எந்த துக்கத்தையும் கொடுக்கக் கூடாது.”

இதற்கு என்ன அர்த்தம் என்று புரியாத குழப்பத்துடன் சந்தியா, ஏவாவைப் பார்த்தாள். இவளுக்கு மனக் கோளாறோ, மனச்சோர்வோ இருக்கவேண்டும் என்று தோன்றிற்று.

14

காபியைக் குடித்து முடித்து நிமிஷ நேரத்தில் தன்னை நிலைப்படுத்திக்கொண்டு ஏவா சந்தியாவைப் பார்த்துச் சிரித்தாள்.

"காபி நன்றாக இருந்தது. நன்றி. சொல்லு நீ என்ன செய்ய வந்திருக்கிறாய்?"

"கோடைப் பள்ளிக்காக வந்தேன். பிறகு இங்கே எம்.ஏக்கு அட்மிஷன் கிடைத்தது. அதனால் தங்கிவிட்டேன்."

"இங்கே பிடித்திருக்கிறதா உனக்கு?"

"ஓ, ரொம்ப!" என்றாள் சந்தியா, சிரித்தபடி. "முக்கியமாக சுதந்திரமாக இருக்கிறேன்! அது எனக்கு ரொம்பப் பெரிய அனுபவம்!"

"எந்த மாதிரி சுதந்திரம்?" என்றாள் ஏவா தீவிரமான முகபாவத்தோடு.

"என் அப்பா அம்மாவுடைய கட்டுப்பாடான கண்காணிப்பி லிருந்து விலகி வெளியே வந்திருக்கிறேன் - அதுவே பெரிய விஷயம்?"

ஏவா யோசனையுடன் தன்னுடைய கவுன் பாக்கெட்டிலிருந்து சிகரெட்டை எடுத்து சந்தியாவுக்கு ஒன்றை நீட்டினாள். சந்தியா "நான் புகைப்பதில்லை!" என்று மறுத்ததும் அவளுடைய அனுமதியுடன் பற்ற வைத்துப் புகைக்க ஆரம்பித்தாள்.

"உனக்கு கூடப் பிறந்தவர்கள் இருக்கிறார்களா?"

"இல்லை நான் ஒருத்திதான்... அதனால்தான் அதிகக் கட்டுப்பாடு, கண்காணிப்பு."

"அவர்களுடன் சேர்ந்து இருந்தாயா?"

"இந்தியாவில் சாதாரணமாய்த் திருமணம் ஆகிறவரை பெற்றோருடன்தான் இருப்போம்."

"கேள்விப்பட்டிருக்கிறேன். திருமணம் கூட பெற்றோர் பார்த்து வைத்த பையனுடன்தான் நடக்குமாமே!"

"அநேகமாய் அப்படித்தான்!" என்று சந்தியா சிரித்தாள். "பட்டணங்களில் படித்தவர்கள் தாங்களே பொறுக்க ஆரம்பித்திருக்கிறார்கள்!"

"என்னால் இதைப் புரிந்துகொள்ளவே முடியாது. முன்பின் தெரியாத ஒருத்தனோடு எப்படி வாழ்வார்கள்?"

"அப்படித்தான் வாழ்ந்து வந்திருக்கிறார்கள் எவ்வளவோ காலமாய்!"

"சந்தோஷமாக இருப்பார்களா?"

சந்தியா உதட்டைப் பிதுக்கித் தோளைக் குலுக்கினாள்.

"எல்லாத் திருமணங்களும் சந்தோஷமாக இருக்கும் என்று சொல்ல முடியாது. எப்படியோ சமாளிக்கக் கற்றுக் கொள்கிறார்கள், சமூகத்தின் கட்டுப்பாட்டினால்."

சற்றுநேரம் ஏவா யோசனையுடன் புகை வளையங்களைப் பார்த்தபடி இருந்தாள்.

"அப்படிப்பட்ட சமூகத்தை எங்களால் புரிந்துகொள்ள முடியாது!" என்றாள் மிருதுவாக.

“அங்கேயும் மாறிவருகிறது. படித்த பெண்கள் சமூகக் கட்டுப்பாட்டை எதிர்க்க ஆரம்பித்திருக்கிறார்கள்!”

“நீ எதற்கு உன் பெற்றோர்களுடன் சண்டை போட்டாய்? உன் காதலனை அவர்கள் ஏற்கவில்லையா?”

சந்தியாவுக்குச் சிரிப்பு வந்தது. “அந்தப் பிரச்சினையெல்லாம் எனக்கு ஏதுமில்லை. எனக்குக் காதலே யார் மேலும் ஏற்படவில்லை.”

“பெரிய சண்டை என்று சொல்லமுடியாது. என் பெற்றோர்கள் என் வாழ்க்கையை ரொம்பவும் கட்டுப்படுத்துவது போல் எனக்குத் தோன்ற ஆரம்பித்துவிட்டது. தனியாக இருக்கவேண்டும் என்கிற எண்ணம் ஏற்பட்டபோது, இங்கு இடம் கிடைத்த செய்தி கிடைத்தது. உடனே கிளம்பி வந்து விட்டேன்.”

“உன் பெற்றோர்களுக்கு எப்படி இருந்தது?”

“ரொம்ப அதிர்ச்சியாகப் போயிற்று.”

சந்தியா நினைவுச் சுழலில் சிக்கிக்கொண்டு நிறுத்தினாள். குருக்கள் காட்டும் கற்பூர ஒளியில் முருகனின் சந்தனக் காப்பு தங்கமாய் ஒளிர்கிறது. தீபத்தைக் கண்களில் ஒற்றிக் கொண்டு நிமிரும்போது அப்பாவின் கண்ணீர் நிறைந்த விழிகள் தெரிகின்றன. அம்மாவின் பட்டுப்புடவை தலைப்பெல்லாம் கண்ணீரினால் ஈரமாகியிருக்கிறது. இவர்கள் எதற்கு இப்படி உணர்ச்சிவசப்பட வேண்டும் என்று இப்போது மெலிதான வெட்கமேற்பட்டது. என்னைக் குற்றவாளியாக்கப் பார்க் கிறார்கள்.

“யாருக்கும் துக்கத்தைக் கொடுக்கக் கூடாது சந்தியா!”

அவள் திடுக்கிட்டு நிமிர்ந்தாள். “என்ன செய்வது? எத்தனை நாட்களுக்கு இன்னொருத்தர் நம் வாழ்க்கையை நடத்த அனுமதிப்பது? நமக்காக நாம் எப்பொழுது வாழ்வது?”

இந்த வார்த்தைகளால் எந்த வகையிலோ தடுமாற்றமடைந்தது போல, ஏவா முடிந்துபோன சிகரெட்டை அங்கேயிருந்த ஒரு

சின்னத் தட்டில் அமுக்கி அணைத்து இன்னொன்றைப் பற்ற வைத்துக் கொண்டாள். விரல்களில் நடுக்கம் தெரிந்தது.

"உன்னைப்பற்றி நீ ஒன்றுமே சொல்லவில்லையே?" என்றாள் சந்தியா இயல்பாக.

ஏவா எதிர்பாராமல் சிரித்தாள்.

"நீ சராசரி இந்தியப் பெண் இல்லை என்று எனக்குப் படுகிறது. ஆனால் நான் சராசரி நார்வீஜியன் பெண். பதினேழு வயசில் வீட்டை விட்டு வெளியே வந்தேன். கிராஜுவேஷன் முடிந்ததும் வேலையில் சேர்ந்துவிட்டேன்."

"உனக்குக் கூடப் பிறந்தவர்கள் இருக்கிறார்களா?"

"இல்லை, ஆனால் நான் தனியாக வந்தது என் பெற்றோர்களுக்கு ஏதும் அதிர்ச்சி இல்லை. எங்கள் சமூகத்தில் அது இயல்பாக நடப்பது. வடக்கே திராம்ஸோ என்று கேள்விப்பட்டிருக்கிறாயா?"

"அடேயப்பா ரொம்பத் தொலைவல்லவா அது? விடுமுறைக்குப் போவாயா?"

"இல்லை, என் பெற்றோர்கள் மூன்று வருஷங்களுக்கு முன் பிரிந்துவிட்டார்கள்."

'அட கஷ்ட காலமே' என்று சந்தியா நினைக்கையில் ஏவா சிரித்தாள்.

"என்னுடைய அம்மா கதாசிரியை. பிரபலமானவள். என்னுடைய அப்பா ரொம்ப ரொம்ப நல்லவர். அவருடைய நல்லதனம் அம்மாவுக்கு போர் அடித்துவிட்டது... புதிய அனுபவங்களைத் தேடிப்போய்விட்டாள்!"

சந்தியா திகைப்புடன் அவளைப் பார்த்தாள். இதை எப்படி இவள் சிரித்துக்கொண்டே சொல்லுகிறாள்?

"அப்பா தனியாக இருக்கிறாரா?"

"இல்லை, நல்லவேளை. அவருக்கும் வேறு ஒரு துணை கிடைத்து விட்டது."

அதனால்தான் இவள் யாரிடமும் சொல்லத் தயங்குகிறாள் என்று தோன்றிற்று.

"அம்மாவிடமிருந்து எப்பொழுதாவது கடிதம் வரும். அம்மா இப்பொழுது ரொம்ப சந்தோஷமாக இருக்கிறாள். இப்பொழுதுதான் முதல் முறையாக உண்மையான காதலை அனுபவிப்பதாகச் சொல்கிறாள்!"

சந்தியா குழப்பத்துடன் அவளைப் பார்த்தாள்...

"அவர்கள் பிரிந்தது உன்னை பாதித்ததா?"

"ஓரளவுக்கு! எப்பொழுதாவது மனச்சோர்வு ஏற்பட்டால், விடுமுறையை வீட்டில் கழிக்கவேண்டும் என்று தோன்றினால் போக இப்பொழுது இடமில்லை. அவர்களுடைய வாழ்க்கையில் குறுக்கிட நான் விரும்பவில்லை."

ஜூலியின் அடிமனத்து ஏக்கம் இவளுக்குள்ளும் இருக்கும் என்று தோன்றிற்று. ஆனால் ஜூலி உற்சாகமானவள். ஏக்கத்தை மறக்கவும் மறைத்துக் கொள்ளவும் புதுப் புது அனுபவத்தைத் தேடிப்பார்க்கிறவள். தேவதை போல முகமும் உடம்பும் இவளுக்கு இருந்தாலும் இவள் எதோ பாரத்தைச் சுமக்கிறாள். குழப்பத்தில் இருக்கிறாள்.

"உன் தோழி நோரா என்ன செய்கிறாள்?"

"அவள் ஒரு பெண்கள் பத்திரிகை நடத்துகிறாள். ரொம்ப கெட்டிக்காரி. ரொம்ப நல்லவள். பெண் இயக்கத்துக்காகப் போராடுபவள்."

"ஓ? ஃபெமினிஸ்டா?"

"ஆமாம், பெண்கள் இயக்கம் இங்கே ரொம்ப வலுவானது. அவளைப் போலப் பெண்கள் இல்லாவிட்டால் ஆண்கள் பெண்களைக் கபளீகரம் செய்திருப்பார்கள்!"

சந்தியா தன்னையறியாமல் சிரித்தாள்.

"எதற்கு சிரிக்கிறாய்?"

"ஒன்றுமில்லை, ஸாரி..." என்று சந்தியா தன்னைச் சமாளித்துக் கொண்டாள். "மனுஷனை மனுஷன் கபளீகரம் செய்வது ஆதிகாலத்திலிருந்து நடந்து வருகிறது. பலமுள்ளவன் பலமில்லாதவனைச் சுரண்டுவான்!"

"பெண்கள் பலஹீனமானவர்கள் என்கிற பிரமையை எழுப்பி சுரண்டல் நடந்து வருகிறது!"

இவளும் தீவிரவாதியா அல்லது நோராவின் எதிரொலியா என்று புரியவில்லை.

"நீ சொல்வது உண்மைதான்" என்றாள் சந்தியா. "இந்தியப் பெண்களின் நிலையைப் பற்றி ஒரு நாள் விரிவாகச் சொல்லுகிறேன். நாம் தைரியமாக தீரமாக இருந்தால் எவரும் நம்மை ஒன்றும் செய்ய முடியாது."

"அது மட்டுமில்லை. நம் வர்க்கத்துக்காக எத்தனையோ சாதிக்க முடியும்!"

இன்று காலை இதயம் விண்டுவிடுவது போல இவள் அழுததற்கும் இப்பொழுது வீராவேசமாகப் பேசுவதற்கும் ஏதும் சம்பந்தம் இருப்பதாகத் தெரியவில்லை.

"இங்கே உங்களையெல்லாம் பார்த்தால் ரொம்ப சுதந்திரமானவர்களாகத் தெரிகிறீர்கள்," என்றாள் சந்தியா தயக்கத்துடன்.

"தனித்தனியாக வாழ்வதால் சுதந்திரமாக இருப்பதாக நினைத்துவிடாதே!"

"நினைத்தபடி நீங்கள் நடந்துகொள்கிறீர்கள். கல்யாணமாகாமலே குழந்தையைப் பெறுகிறீர்கள். யாரும் ஒன்றும் சொல்வதில்லை... சட்டப்படியும் அது குற்றமில்லை. அரசாங்கம் இளம் தாய்களுக்கு சலுகை தருகிறது. புருஷனின் கையை நீங்கள் எதிர்பார்க்கவேண்டியதில்லை...

"ஆ, இதில் இருக்கும் விஷயத்தை நீ கவனிக்கவில்லை!" என்று ஏவா குறுக்கிட்டாள். "இங்கு ஜனத்தொகையை பெருக்கவேண்டிய கட்டாயம் ஏற்பட்டிருக்கிறது. பெண்களைக்

குழந்தை பெறும் மெஷினாக நினைக்க ஆரம்பித்துவிட்டது. அரசாங்கம் பெண்ணை ஒரு பிரக்ருதியாகக் கருதுவதில்லை. ஒரு கருவி அவள். குழந்தையைப் பெற்றுக்கொண்டு வீட்டிலேயே இருக்கவேண்டும் என்று நினைக்கிறது. குழந்தைக் காப்பகங்கள் கிடையாது. அது இருந்தால் குழந்தைகளை அங்கே விட்டுவிட்டுப் பெண்கள் வேலைக்குப்போய்விடுவார்கள் என்று பயம்!"

அவள் முகத்தில் இருந்த படபடப்பு சற்று செயற்கையாகப் பட்டது.

"நான் சொல்வது சரிதானே நோரா?" சந்தியா திடுக்கிட்டு ஏவாவின் பார்வை சென்ற திசையைப் பார்த்தாள். அங்கே நோரா என்ற அந்தப் பெண் நின்றிருந்தாள். அவள் உள்ளே நுழைந்ததை எப்படிக் கவனிக்காமல் போனோம் என்று திடுக்கிட்டாள்.

நோரா உசரமாக ஒடிசலாக இருந்தாள். நடையிலும் பார்வையிலும் ஒரு கம்பீரம் தெரிந்தது. சுலபமாகச் சிரித்தபடி சந்தியாவின் கையைக் குலுக்கினாள். பிறகு ஏவாவின் அருகில் வந்து குனிந்து அவள் கன்னத்தில் முத்தமிட்டாள். ஏதோ நார்வீஜியனில் விசாரிக்க ஏவா தலையசைத்துப் புன்னகைத்தாள். தொடர்ந்து நோரா குனிந்து மெல்லிய குரலில் பேசியபோது சந்தியா உள்ளே சென்று அவளுக்கும் ஒரு கோப்பைக் காபி கலந்துகொண்டு வந்தாள்.

நோரா காபி குடித்தபடி பொதுவாகப் பேசிக்கொண்டிருந்தாள். ஏவாவின் பதற்றமோ, தடுமாற்றமோ இவளிடம் இல்லை. எதைப் பேசினாலும் ஒரு தீர்மானமாக வார்த்தைகள் விழுந்தன. மற்றவர்களை வசியப்படுத்தும் தன்மை தெரிந்தது.

நோரா சட்டென்று எழுந்தாள். "எனக்கு வேலை இருக்கிறது. நாளைக்கு கோபன் ஹேகனுக்குப் போகணும்!" என்றாள்.

"எதற்கு?" என்றாள் ஏவா.

சந்தியாவின் பார்வை அவள்மேல் பதிந்தது. ஏவாவின் முகத்தில் ஓர் இளக்கம் தெரிந்தது.

“திடீரென்று ஒரு மீட்டிங் ஏற்பாடாகியிருக்கிறது. மீட்டிங் முடிந்ததும் இரவே வந்து விடுவேன்.”

ஏவா பதில் ஏதும் சொல்லாமல் எழுந்தாள்.

“உனக்குப் பொழுது போகவில்லையென்றால் இங்கே வா,” என்றாள் சந்தியா.

“நாம் இருவரும் எங்கேயாவது போகலாம்.”

“நாளைக்கு நான் எங்கேயும் போகப்போவதில்லை. ஏக லாண்டரி வேலை இருக்கிறது” என்றாள் ஏவா.

அவர்கள் இருவரும் கிளம்பிச் சென்ற பிறகு வெகுநேரத்துக்கு அவர்களைப் பற்றிய யோசனை மனசில் சுழன்றது. இவர்கள் எப்படிப்பட்ட பெண்கள் என்று புரியவில்லை. ஏவாவைப் பார்த்தால் அப்பாவியைப் போல் தெரிந்தது. எதிலோ மாட்டிக் கொண்டிருப்பவள் போல் தோன்றிற்று. நோரா அங்கு நிற்பதை உணர்ந்துதான் அத்தனைத் தீவிரமாகப் பேசினாளோ என்று சந்தேகம் வந்தது.

இரவுச் சாப்பாட்டுக்கு என்ன செய்வது என்று புரியாமல் அவள் சோம்பலுடன் அரிசியைக் களைந்து குக்கரில் வைத்தாள். நாளைக்குச் சின்னதாக ஒரு ரேடியோ வாங்கிவிட வேண்டும். அல்லது சூர்யாவிடமிருந்து கடனாக ஒரு காஸட் பிளேயரும் சில தமிழ் காஸட்டுகளும் எடுத்துக் கொண்டு வந்தால்...

வாசல் மணி அடித்தது.

மறுபடி ஏவாவோ என்று விரைந்து கதவைத் திறந்தாள்.

சூர்யா நுழைந்தான்.

சட்டென்று மகிழ்ச்சி பரவ “அட இப்பத்தான் உங்களைப்பத்தி நினைச்சேன்!” என்றாள்.

“பக்தன் குரலைக் கேட்டதும் பிரத்யட்சமாயிட்டேன். பாத்தியா?”

அவள் சிரித்தாள்.

“சாத்தானை நினைச்ச உடனே சாத்தான் வந்து நிக்கும்பாங்க!”

"சரி சாத்தானையும், கோட்டானையும் நீயேன் நினைக்கணும்? பொழுது போகல்லியா?"

"பொழுது போகத்தான் இல்லே. நீங்க கடனாகக் கொஞ்ச நாளைக்குக் கொடுக்க முடிஞ்சா உங்க காஸட் பிளேயரை வாங்கிக்கலாமான்னு நினைச்சுக்கிட்டிருந்தேன்! அடுத்த மாதம் வரை இதற்கெல்லாம் சொந்தக் காசை செலவழிக்க முடியாது."

"ரெண்டு நாள் கழிச்சுத் தரேன்."

"இந்தச் சனி, ஞாயிறைத்தான் தாண்டறது எப்படின்னு பார்த்தேன்."

"என்னோடு தாண்டேன்!"

"எப்படி?" என்றாள் அவள் லேசாக முகம் சிவக்க.

"ஸ்டாக் ஹோம் வறியா என்னோடு?"

"வர்றேன்!" என்றாள் அவள் மகிழ்ச்சியோடு.

அவன் மூக்கைச் சுளுக்கிக்கொண்டு "என்னவோ தீஞ்ச வாசனை வருதே! என்ன?" என்றான்.

அவளும் மூச்சை இழுத்து மூக்கைச் சுளுக்கினாள். தீய்ந்த வாசனை வந்தது.

"கீழ் வீட்டிலே இரண்டு பெண்கள் இருக்காங்க. பெண் இயக்கத் தீவிரவாதிகள் ஏதாவது கொள்கைச் சர்ச்சையில் மாட்டிக்கிட்டு அடுப்பிலே என்ன வெச்சோம்னு மறந்து- ஐய்யய்யோ நாதான்"- என்று அவள் சமையலறைக்குள் ஓடினாள்.

அவனும் பின்தொடர்ந்தான்...

குக்கரின் மூடியிலிருந்து கருகிய புகை வந்தது.

'அரிசிதானே வெச்சேன்' என்று முணுமுணுத்தபடி காஸை அணைத்தாள்.

"அரிசி வெச்சியா? தண்ணி ஊத்தினியோ?"

நினைவிருக்கவில்லை. அவள் விழித்துப் பிறகு சிரிப்பைக் கட்டுப்படுத்த முடியாமல் பகபகவென்று சிரித்தாள்.

அவன் அவள் காதைத் திருகி "சாதம் கூட வடிக்கத் தெரியாத பொம்பளை என்ன பொம்பளை?" என்றான்.

"அசாதாரணமானவ, பேரு சந்தியா!" என்றாள் அவள்.

"நா ரொம்ப சாதாரணமானவன். வயிறு உண்டு. பசிக்கும். தீஞ்சதை சாப்பிட்டுப் பழக்கமில்லே. நா இப்ப ஒரு இந்திய விருந்துக்குப் போறேன். வா என்னோடு. உருப்படியா ஏதாவது சாப்பிடலாம்!"

"ஓ.கே." என்று அவள் உற்சாகமாகச் சிரித்தாள். சற்று முன்வரை இருந்த சோர்வு மறைந்து போயிற்று. புதிதாக மனதில் ஏதோ மலர்ந்த மாதிரி புத்துணர்வு பிறந்தது.

15

திடீரென்று நினைவு வந்தவளாய் அவள் கேட்டாள்.

"விருந்து யார் வீட்டிலே, சோப்ரா வீட்டிலேன்னா, நா வரல்லே!"

"சோப்ரா வீடில்லே!" என்று அவன் சிரித்தான். "இந்திய அம்பாஸிடர் வீட்டிலே!"

"ஐய்யோ, பெரிய மனுஷங்க வீடில்லையோ அது?" என்றாள் அவள் தயக்கத்துடன்.

"அதனால் என்ன உன்னைக் கூட்டிக்கொண்டு போறவனும் பெரிய மனுஷன்தானே!"

அவள் சிரித்தாள்.

"இந்தப் பெரிய மனுஷனோடு போகணும்னா எப்படி டிரெஸ் செய்துக்கணும்?"

அவள் போட்டுக்கொண்டிருந்த ஜீன்ஸையும் மேல் அங்கியையும் பார்த்து அவன் சற்று யோசனைக்குப் பிறகு சொன்னான்:

"புடவைன்னு ஒண்ணு நம்ம ஊர்ப் பெண்கள் உடுத்திப்பாங்களே, இருக்கா உங்கிட்டே?"

“இருக்கே!”

“கட்டிக்கத் தெரியும்னா கட்டிட்டு வா, ஆனா ஒருமணி நேரம்தான் இருக்கு நீ தயாராக.”

அவள் அவனுக்கு அழகு காட்டிவிட்டு உள்ளே சென்றாள். அரக்குச் சிவப்பில், மெலிதான இலை ஜரிகை போட்ட மைசூர் க்ரேப் சில்க் புடவை ஒன்று இருந்தது. முகத்தைக் கழுவி, மைதீட்டிப் பொட்டிட்டுப் புடவையை உடுத்தியபோது உருவமே மாறிப்போனாற்போல் இருந்தது. முடியை வாரி உயரத்தூக்கிக் கொண்டையாக வளைத்தாள். கண்ணாடியில் ஒரு பார்வை பார்த்து ‘மோசமில்லை’ என்று சொல்லிக் கொண்டாள்.

“நான் ரெடி!” என்று அவள் வெளியே வந்தபோது, சூர்யா அவளைச் சில விநாடிகள் கண்ணகலப் பார்த்து லேசாகச் சீட்டியடித்தான்.

“யூ லுக் பியூட்டிஃபுல்!” என்றான்.

“தாங்க்யூ” என்று அவள் வெட்கத்துடன் சிரித்தாள்.

திடீரென்று அவன் மௌனமாகிப் போனான். அவளுக்குக் காரணம் புரியாமல் கூச்சமேற்பட்டது.

“விருந்துக்கு எப்ப கிளம்பணும்?” என்று அவள் ஞாபகப்படுத்தியதும் அவன் “கிளம்பவேண்டியதுதான்” என்றான்.

“இரண்டு நாளைக்கு வேணுங்கற துணியை எடுத்து வெச்சுக்க, இப்பவே. மறுபடியும் இங்கே வரவேண்டிய அவசியமில்லே.”

“ராத்திரி படுக்க நான் இங்கே வரவேண்டாமா?”

“அவசியமில்லே, என் வீட்டிலே தூங்கு. காலையிலே கிளம்ப சௌகர்யமாக இருக்கும். இன்னும் இரண்டு ஃப்ரெண்ட்ஸ் வருவாங்க நம்ம கூட.”

இவன் பேச்சுக்கெல்லாம் மறுபேச்சுப் பேசுவதே சாத்தியமில்லை என்று தோன்றிற்று. உடுப்புகளை ஒரு சிறிய பையில் எடுத்து வைத்துக் கொள்ளும்போது தனக்குள் எட்டிப்பார்த்த தயக்கத்தைக் கண்டு அவளுக்கே வெட்கமேற்பட்டது. இவன்

மோசமானவனாக இருந்தால் என்றைக்கோ தன் குணத்தைக் காட்டி இருப்பான்.

அவள் கிளம்பியபோது அவன் மீண்டும் அவளை முழுசாகப் பார்த்தான்.

“நான் இன்னிக்கு நிஜமாகவே பெரிய மனுஷன்” என்றான்.

“இத்தனை நாளாப் பொய் வேஷம் போட்டீங்களா?”

அவன் புன்னகையுடன் அவள் தோளைப் பற்றிக் காருக்கு நடத்திச் சென்றான்.

“வேஷமில்லே; நினைப்பு இருந்தது. இன்னிக்கு அது நிஜம்னு தோணுது உன்னோடு நடக்கும்போது.” அவளுக்குத் திடீரென்று ரொம்பவும் கூச்சமேற்பட்டது. இவன் வெறும் விளையாட்டுப் பேச்சுப் பேசுவதே இயல்பாக இருந்தது. அவள் தன் கூச்சத்தை மறைக்க பக்கென்று சிரித்தாள்.

“என்கிட்ட இருக்கிறது இது ஒரே ஒரு சில்க் புடவைதான். உங்க நினைப்புக்குக் காரணம் என் டிரஸ்னா...!”

அவன் பதில் ஏதும் சொல்லாமல் காரின் கதவைத் திறந்து விட்டான். உட்கார்ந்து ஓட்ட ஆரம்பித்ததுமே காஸெட்டைப் போட்டு முடுக்கிவிட்டான். மாண்டலின் ஒலிக்க ஆரம்பித்தது. சமத்துப் பிள்ளையாய் சிரித்த முகத்துடன் பைஜாமா குர்த்தாவில் எதிரில் ஸ்ரீனிவாசன் உட்கார்ந்த மாதிரி இருந்தது. ‘எத்தனை தேஜஸ் முகத்திலே!’ என்றார் அப்பா. ‘இப்படி ஒரு பவ்யம் இந்தக் காலத்துப் பிள்ளைகளுக்கு இருக்கறதே அதிசயம்!’ என்று அம்மா ஆச்சரியப்பட்டாள்.

மாண்டலினுக்கு இணையாக சூர்யா விசிலடித்தான்.

“உங்களுக்குக் கர்னாடிக் மியூசிக் தெரியுமா?” என்றாள் அவள் வியப்புடன்.

“தமிழ்நாட்டிலே காவேரிக் கரையிலே வளர்ந்தவனுக்கு சங்கீத வாசனை இல்லாம இருக்காது!”

“அதையெல்லாம் மறந்துட்டு இங்கே எப்படி இருக்கீங்க?”

“மறக்கல்லியே! கூடவே வெச்சிட்டிருக்கேனே!”

“மண்வாசனை?”

“அதை நினைவிலே வெச்சுக்க வேண்டியதுதான். ஆண்டவன் நமக்குக் கால்களை நடக்கத்தான் கொடுத்திருக்கார். ஒரே இடத்தில் தங்க இல்லே. மரங்கள்தான் நின்ன இடத்திலே நிற்கும்!”

அவன் மீண்டும் விசிலடிக்க ஆரம்பித்தான். பிறகு நினைவு வந்தவனைப் போல நிறுத்தி அவளைப் பார்த்துச் சிரித்தான்.

“ஆனால் இந்தியாவிலேந்து தமிழ் பேசறவங்க வந்தா, அவங்களோடு பேசறது ரொம்ப சந்தோஷமாயிருக்கு, அதுவும் உன்னைப்போல் அழகான சுவாரசியமான பெண்ணாயிருந்தால் ரொம்ப விசேஷம்!”

“தாங்க்யூ” என்றாள் அவள். திடீரென்று ஏற்பட்ட ரோசத்துடன் என்னை வெறும் ஒரு பொழுதுபோக்கு சாதனமாக பாவிக்கிறான் என்று நினைத்துக் கொண்டாள்.

இறங்க வேண்டிய இடம் வந்துவிட்டதற்கு அடையாளமாக வண்டி நின்றது. ஒரு பெரிய வீட்டில் பிரகாசமான விளக்குகள் எரிந்தன. அவள் தயக்கத்துடன் நின்றபோது அவன் அவள் கையைத் தனதுக்குள் கோர்த்து ‘வா’ என்று புன்னகைத்த போது தன்னைப் பெரிய மனுஷியாக்குவது இவன்தான் என்று தோன்றிற்று.

“சேலை கட்டினதுமே உன் பர்ஸனாலிட்டி மாறிவிட்டது!” என்று அவன் கிசுகிசுத்தான்.

“எப்படி?”

“புதுசா வெட்கப்படறியே?”

“உங்க பார்வை இன்னிக்குப் புதுசா இருக்கறதாலே” என்று அவள் சிணுங்கினாள்.

அவன் குனிந்து அவளை இளநகையுடன் பார்த்தான்-

“வெறும் பார்வைக்கேயா...?”

இதற்கு என்ன அர்த்தம் என்று அவள் கேட்க முனைகையில் உள்ளேயிருந்து அவர்களை வரவேற்க யாரோ வந்து விட்டார்கள்.

அம்பாஸிடருக்கு வெள்ளைக்கார மனைவியென்பது சந்தியாவுக்கு மெல்லிய வியப்பைத் தந்தது. மற்றபடி எல்லாம் இந்திய முகங்கள்.

"இது சந்தியா. இந்தியாவிலிருந்து இங்கே சர்வகலா சாலையில் படிக்க வந்திருக்கிறாள்," என்று சூர்யா அவளை அறிமுகப்படுத்தினான், அம்பாஸிடரிடம். "இந்தியச் சாப்பாட்டுக்கு ஏங்கியிருக்கிறாள். அதனால் அழைத்து வந்தேன்!" என்றான் அவளுடைய முறைப்பை லட்சியம் செய்யாமல்.

"நீ எப்ப வேண்டுமானாலும் இங்கே வரலாம். கூச்சமே படக்கூடாது" என்றார் அம்பாஸிடர்.

அங்கு இரண்டு மூன்று தமிழ் பேசும் தம்பதிகள் இருந்தார்கள். அவளைவிட எல்லாரும் பெரியவர்களாக இருந்தாலும் வெகுநாட்களுக்குப் பிறகு இத்தனை இந்தியர்களைச் சேர்ந்தாற் போல் பார்ப்பது சந்தோஷத்தை அளித்தது.

சூர்யா வேறு யாருடனோ பேசப் போனான். கூட்டத்துக்கு நடுவில் சோப்ராவின் முகம் தெரிந்தது. தூக்கிவாரிப் போட்டது. அவள் தன்னை அறியாமல் சூர்யாவைத் தேடினாள். கையில் மதுக் கோப்பையுடன் யாருடனோ பேசிக் கொண்டிருந்தவன் அவள் நின்ற திசையைப் பார்த்தபடி நின்றிருந்தான். அவள் பார்வையைப் புரிந்துகொண்டவன் போல் நமுட்டுச் சிரிப்பு சிரித்தான்- அவள் முகத்தை அவசரமாகத் திருப்பிக் கொண்டாள்.

"கைஸீ ஹோ பேட்டி?" (எப்படி இருக்கிறாய் மகளே?)

அவள் சோப்ராவின் குரலைக் கேட்டு திடுக்கிட்டுத் திரும்பினாள்.

கையில் மதுக் கோப்பையுடன் கண்களில் பிரியத்தை தேக்கிய பார்வையுடனும் வெகு அருகில் நின்றிருந்தார். அவள் கூச்சத்துடன் சற்றுப் பின்னால் நகர்ந்து நின்றாள். இவனுக்கு சூடு சொரணை எதுவும் கிடையாதா? என்கிற எரிச்சலுடன்

"நன்றாயிருக்கிறேன் அங்கிள்" என்றாள் ஹிந்தியில். அதையும் விழுங்கிக்கொண்டு சோப்ரா அவள் தோளில் கை வைத்து,

"புடவையில் உன்னை அடையாளமே தெரியவில்லை?" என்று சிரித்தார். "யார் இந்த நட்சத்திரம் என்று அசந்து போனேன்."

அவள் அவருடைய கையை நாசுக்காக விலக்கி,

"நீங்கள் ஆகாசத்திலேயே நடப்பவர் என்று நினைக்கிறேன். பூமியில் நடக்கப் பழகுங்கள் மாறுதலுக்கு" என்று புன்னகைத்தாள்.

அவருடைய புன்னகை லேசாகச் சுண்டிற்று.

"அன்று நீ என்னைத் தவறாக நினைத்து விட்டாய். நீ என் மகளைப் போல. தவறாக உன்னிடம் நடந்துகொள்ளத் தோணுமா? நீ எங்கே போனாயோ என்று அன்று ரொம்பக் கவலைப்பட்டுப் போனேன். சூர்யாவுக்கு போன் பண்ணி விசாரித்தேன். தன்னைக் கவனித்துக்கொள்ள அவளுக்குத் தெரியும், நீங்கள் கவலைப்படாதீர்கள் என்றான்."

அவள் சூர்யா நின்ற திசையைப் பார்த்தாள். அவன் இவர்களைப் பார்த்துக் கொண்டு நின்றவன் சட்டென்று வேறுபுறம் திரும்புவதைக் கவனித்து அவளுக்குச் சிரிப்பு வந்தது.

"என் மனைவி உன்னைச் சந்தித்தால் ரொம்ப சந்தோஷப்படுவாள். வா... அறிமுகப்படுத்துகிறேன்," என்று சோப்ரா அவள் கையைப் பிடித்து வேகமாக நடத்திக்கொண்டு போனார்.

இதையெல்லாம் சூர்யா வேடிக்கை பார்த்துக்கொண்டு நிற்கிறான் என்ற உணர்வுடன் அவள் நடந்தாள்.

மிகக் குண்டான ஒரு வயோதிக அம்மாளின் எதிரில் நின்று சோப்ரா மிகுந்த பாசத்துடன் சொன்னார்.

"சம்பா, இதுதான் சந்தியா. நான் சொல்லவில்லை நம்ம ரேணு மாதிரி ஒரு பெண் இந்தியாவிலிருந்து வந்திருக்கிறாள் என்று!"

மிஸஸ் சோப்ராவின் முகத்தில் அபரிமிதமான கருணையும் பிரியமும் வழிந்தது.

அருகில் வந்து அணைத்துக் கொண்டாள்.

"சோப்ரா ஸாப் சொன்னார் உன்னைப்பற்றி. உன்னைப் பார்க்க வேண்டும் என்று நான் ரொம்ப ஆவலாக இருந்தேன். நீ எங்கள் வீட்டில் வாடகைக்குத் தங்க இடம் கிடைக்குமா என்று கேட்டாயாம். இப்பொழுது யாரையும் வாடகைக்கு வைத்துக் கொள்வது இல்லை என்று சொன்னாராம்."

சோப்ராவின் பக்கமே பார்வையைத் திருப்பாமல் சந்தியா நின்றாள். எத்தனை பெரிய அண்டப்புளுகன் இவன் என்கிற ஆத்திரத்துடன். மிஸஸ் சோப்ராவை நினைத்து மிகவும் பச்சாதாபம் ஏற்பட்டது.

"எனக்கு விஷயம் தெரிந்ததும் ஐயோ பாவம், ஏன் அப்படிச் சொன்னீர்கள் என்று இவரை மிகவும் கோபித்தேன். வீடு கிடைக்காமல் அவள் என்ன திண்டாடுகிறாளோ, உடனே அவளை அழைத்து வாருங்கள் என்றேன். நீ ஜோனா ஹான்ஸன் வீட்டில் இருப்பதாகச் சொன்னார்."

மிஸஸ் சோப்ரா மிக நல்லவளாகத் தோன்றினாள். மனதாரப் பேசுபவள் என்று பட்டது.

"ஆமாம் ஜோனா வீட்டில் இருக்கிறேன். சௌகர்யமாக இருக்கிறது. ஜோனா ஹான்ஸன் என்பது அவள் பெயர் என்று எனக்குத் தெரியாது."

"தெரியாது?" என்றாள் மிஸஸ் சோப்ரா வியப்புடன். "அவளுடைய கணவர்தான் டெல்லியில் நார்வீஜிய எம்பஸியில் இருக்கிறார்!"

சந்தியாவுக்குத் தூக்கிவாரிப் போட்டது.

"அந்த ஹான்ஸனுடைய மனைவியா இவள்? எனக்குத் தெரியவே தெரியாது! எனக்கு அவள் சொல்லவே இல்லை!"

"இந்த ஊர்க்காரர்கள் அதிகம் பேசமாட்டார்கள்!" என்றாள் மிஸஸ் சோப்ரா. "அவர் பாவம் தனியாக இந்தியாவில் இருக்கிறார். இவளுக்கு உஷ்ணமும் தூசியும் ஒத்துக்கொள்ளாது. குளிர்காலத்தில் மட்டும் பதினைந்து நாட்களுக்குப் போவாள்!"

அடிக்கடி இங்கேயும் வெளியூர் போகிறாள். இங்கிருக்கும்போது பிஸியாகத்தான் இருக்கிறாள்!"

"ஆமாம் அரசாங்கத்தில் பெரிய வேலை அவளுக்கு."

சோப்ரா எங்கோ நழுவிவிட்டார். சந்தியா சுற்றுமுற்றும் ஒரு பார்வை பார்த்து மிஸஸ் சோப்ராவிடம் புன்னகையுடன் சொன்னாள்.

"பொறுப்பான உத்தியோகம் பார்க்கும்போது இவளால் எப்படி இந்தியாவில் புருஷனுடன் இருக்க முடியும்?"

"அது சரிதான். இருந்தாலும் இந்த ஊர்ப் பெண்கள் எல்லாம் ரொம்ப சுதந்திரமானவர்கள். புருஷனும் மனைவியுமாக வாழ்ந்தாலும் தனித்தனி வாழ்வு வாழ்வார்கள். நமக்கெல்லாம் இருக்கும் பயம் இவர்கள் சமூகத்தில் கிடையாது."

எத்தனை மெத்தனமாக இந்த அம்மாள் பேசுகிறாள்! என்று அவளுக்குச் சிரிப்பு வந்தது. உன் புருஷனின் யோக்கியதை உனக்குத் தெரியுமா? என்று கேட்க வேண்டும் போல் இருந்தது.

சூர்யா ஆண் கும்பலோடு நின்றிருந்தான். அவனிடம் போய் சேர்ந்துகொண்டால் இந்த இந்தியக் கும்பல் ஏதாவது வம்பும் பேசக்கூடும் என்கிற யோசனையில் அவள் அங்கிருந்த, அவளைவிட வயது அதிகமான பெண்களிடையே சுற்றிச் சற்றி வந்தாள். இவர்களுடைய உலகம் சிறியது என்று தோன்றிற்று. தங்களுக்குள்ளேயே விருந்து கொடுப்பதும், பதார்த்தங்களைப் பற்றியும், ஷாப்பிங் போவது பற்றியும்தான் பேசிக்கொள்வார்கள் என்று தோன்றிற்று. எத்தனை அலுப்பூட்டும் வாழ்க்கையாக இருக்கவேண்டும் என்று அவளுக்குப் பரிதாபமேற்பட்டது.

மிஸஸ் திருநாவுக்கரசு என்ற தமிழ்நாட்டுப் பெண் ஒருத்தி இருந்தாள்.

"அந்த மிஸஸ் சோப்ரா கவிதை படிக்க ஆரம்பிக்கறதுக்குள்ளே விருந்து முடிஞ்சிச்சின்னா நல்லாயிருக்கும்!" என்று கிசுகிசுத்தார்.

"என்ன கவிதை?" என்றாள் சந்தியா.

"அந்தம்மா கவிதை எழுதுவாங்க. யாரும் வெளியிட்டதில்லே போலிருக்கு. எப்பவும் ஹாண்ட் பாக்கிலே கத்தை கத்தையாகக் கொண்டுவரும். விருந்து நடக்கற இடத்திலே இப்ப கவிதை படிக்கிறேன் கேளுங்கன்னு ஆரம்பிக்கும். ஹிந்தியிலே கவிதை. நமக்கு ஒண்ணும் விளங்காது. அதுவும் ஒண்ணோடு நிறுத்தாது. ஆம்பளைங்கள்ளாம் பாவம் 'வாஹ், வாஹ்,'னு தலையசைப்பாங்க. நமக்குப் பசி கிண்டும். மிஸஸ் சோப்ரா முடிச்ச உடனே இன்னும் நாலைஞ்சு பேர் நா சொல்றேன், நா சொல்றேன்னு ஆரம்பிப்பாங்க!"

சந்தியா வாய்விட்டுச் சிரித்தாள்.

"நீங்களும் ஒரு தமிழ்க் கவிதை சொல்லிட வேண்டியதுதானே?"

"நாமெல்லாம் விவஸ்தை கெட்டுப் போகமாட்டோம்! இந்தக் கும்பல ஆகா, ஊஹூன்னதாலே கிரீடமா கிடைக்கப் போறது?"

சந்தியாவுக்கு சிரிப்பு வந்தது.

இங்கேயும் வடக்கு தெற்கு மோதல்கள் இருக்கும் என்கிற நினைப்பு மனசை உறுத்திற்று.

நல்ல வேளையாக சாப்பாடு ஆரம்பித்துவிட்டது. எல்லா பதார்த்தங்களும் முதல் தரமாக இருந்தன. வெண்டிப்போன நாக்கு கொண்டா கொண்டா என்று வளைத்துக் கொண்டது.

மிஸஸ் திருநாவுக்கரசு மிஸஸ் சோப்ராவிடம் தயிர் வடையை மென்றபடி.

"என்ன, நீங்கள் கவிதை படிக்கக்காணும்" என்று சொல்வது கேட்டது.

"மறந்துபோய் வேறு ஒரு கைப்பையை எடுத்து வந்து விட்டேன்" என்றாள் மிஸஸ் சோப்ரா.

விருந்து முடிந்து சூர்யாவுடன் வீட்டுக்குத் திரும்பும்போது இதையெல்லாம் விவரித்தபோது இருவரும் விழுந்து விழுந்து சிரித்தார்கள்.

“அவங்கள்ளாம் பெரிய போர். ஆனாலும் படு தமாஷா இருந்தது. அழைச்சுட்டுப் போனதுக்கு ரொம்ப தாங்க்ஸ் சூர்யா,” என்றாள் அவள் உடையை மாற்றிக் கொண்டு வந்து.

“உனக்கு சந்தோஷம்னா எனக்கும் சந்தோஷம் பெண்ணே!” என்றான் அவன் சிரத்தைத் தாழ்த்தி.

திடீரென்று அவள் அவனைப் பார்த்துத் தன்னை அறியாமல் சொன்னாள்.

“சூர்யா நீங்க ரொம்ப நல்லவங்க. எனக்கு உங்களை ரொம்பப் பிடிச்சிருக்கு!”

16

குனிந்து டி.வி.யின் ரிமோட் கன்ட்ரோலில் சானல்களை மாற்றிப் பார்த்துக்கொண்டு அமர்ந்திருந்த அவன் சரேலென்று அவளை நிமிர்ந்து பார்த்தான். காகிதத் துணியினாலான மாக்ஸியில் அவள் நின்றிருந்தாள். பதவிசாகச் சற்று எட்டியிருந்த சோஃபாவில் சிரித்தபடி அமர்ந்தாள்.

அவன் சற்று திகைத்த பிறகு சிரித்தான்.

"ஓ, தாங்க்யூ!" என்றான். "இப்படிப்பட்ட ஒரு முக்கியமான விஷயத்தை இத்தனை தள்ளி நின்று கையைக் கட்டிக்கிட்டு யாராவது சொல்வார்களா?"

"ஏன், நா சொன்னது காதிலே விழல்லியா?"

"இதையெல்லாம் காதுகிட்ட வந்து சொல்லணும்."

"எதுக்கு?" என்று அவள் சிரித்தாள்.

"எனக்கு நளினின்னு ஒரு ஃப்ரெண்ட், அவளை எனக்கு ரொம்பப் பிடிக்கும். அது மாதிரி-"

அவன் தலையில் கையை வைத்துக் கொண்டான் சோகமாய்.

"சரியான ஆன்டி கிளைமாக்ஸ் இது. நா என்னவோ நினைச்சேன்."

அவள் பக்கென்று சிரித்தாள். பிறகு தீவிரமாகச் சொன்னாள்.

"காதல் கத்தரிக்காயெல்லாம் இல்லே."

அவன் நிதானமாகப் புன்னகைத்துக் கேட்டான்-

"இல்லேன்னு எப்படித் தெரியும்?"

அவள் ஒரு விநாடி தடுமாறி, பிறகு சொன்னாள்- "கத்தரிக்காய்க்கும், புடலங்காய்க்கும் வித்தியாசம் தெரியாதா?"

"இது புடலங்காயா?"

"ஆமாம்!"

அவள் சின்னப் பெண்ணைப்போலச் சிரித்தாள்.

அவன் மெலிதான புன்னகையுடன் அவளருகில் வந்தான். அவள் கன்னங்களைப் பற்றி.

"புடலங்காயோ, கத்தரிக்காயோ எனக்கும் உன்னை ரொம்பப் பிடிக்கிறது" என்றான்.

அந்த ஸ்பரிசத்தின் வழியாகச் சூடு கன்னங்களில் ஏறி உடம்பு முழுவதும் பரவிற்று. கண்களுக்குள் ஏதோ மையல் புகுந்து அவனை நேருக்கு நேர் பார்க்க விடாமல் தடுத்தது. இந்த உணர்வு நூதனமாக இருந்தது. அவளைக் கலவரப்படுத்திற்று. அவன் மேலும் குனிந்து அவளுடைய அதரங்களில் தன் அதரங்களைப் பதித்தான்.

சட்டென்று ஒரு ஜ்வாலை சூழ்ந்தது. உடம்பு உருகிற்று.

அவள் சரேலென்று விழித்துக்கொண்டு அவனை விலக்கினாள்.

"ப்ளீஸ், சூர்யா விடுங்க!" என்றாள்.

அவன் நிமிர்ந்து நின்று அவளைப் பார்த்துச் சிரித்தான்.

"ஸாரி," என்றான் சரளமாக. "நளினிக்கும் உனக்கும் வித்தியாசம் உண்டுன்னு காண்பிக்க நினைச்சேன்."

"அப்படி நினைச்சீங்கன்னா, நா இங்க வரமாட்டேன். உங்களோடு எனக்கு சகஜமாய்ப் பேசமுடியாமப் போய்டும்."

அவன் மீண்டும் தன் இருக்கைக்குச் சென்று அமர்ந்து கொண்டான்.

"உன்னைக் கண்டே நீ பயப்படறே சந்தியா?" என்றான் மென்மையாக.

"இல்லே!" என்றாள் அவள் வீம்புடன்.

இவன் கைப்பட்டதும் தான் உருகிப்போனதை இவன் உணர்ந்திருக்க வேண்டும் என்று அவமானம் ஏற்பட்டது. கண்களில் நீர் தளும்பிவிடும் போல் இருந்தது.

அவன் அவளைச் சற்றுநேரம் உற்று பார்த்துப் பரிதாபமாகச் சிரித்தான். "தூக்கம் வந்தா, உள்ளே கட்டில்லே போய்த் தூங்கு. இங்கே சோபாவிலே தூங்கிடாதே. உன்னை அப்புறம் தொடாம என்னாலே தூக்கிக் கொண்டுபோய் போடமுடியாது."

சட்டென்று அவள் சகஜ நிலைக்கு வந்தாள்.

"வேண்டாம். தூக்கம் வருது. காலையிலே எத்தனை மணிக்கு எழுந்திருக்கணும்?"

"எட்டு மணிக்கு. நீ பாட்டுக்குத் தூங்கு, நான் வந்து எழுப்பறேன்."

அவள் எழுந்தாள். அவனருகில் வந்து அவனைச் சமாதானப் படுத்துவதுபோல் அவன் தோளில் கைவைத்து, "குட்நைட் சூர்யா" என்றாள் புன்னகையுடன்.

"குட்நைட்!" என்று அவன் அவளைத் தட்டிக்கொடுத்தான்.

எப்பவும் படுத்ததும் தூக்கம் வரும். இன்று வெகுநேரம் புரண்டு புரண்டு படுக்க வேண்டியிருந்தது.

சூர்யாவின் பரிதாபப் பார்வை மனதைச் சலனப்படுத்திய வண்ணம் இருந்தது. ஜூலியைப் போல் இவனும் நம்மை மனக்கூச்சம் உள்ளவன் என்று நினைக்கிறான். நினைத்துக் கொள்ளட்டும் என்று வீம்பு எழுந்தது. நான் இங்கு வந்து

ஆறு மாதங்கள்கூட ஆகவில்லை. என் பாதங்களை நான் கவனமாகத்தான் வைக்கவேண்டும்.

'உன்னைக் கண்டே நீ பயப்படறே'-

ஓரளவுக்கு அது உண்மைதான் என்று அவள் நினைத்துக் கொண்டாள். மனசுக்கு இருந்த உறுதி உடம்புக்கு இருக்காது என்று தோன்றிற்று. ஏனென்றால் சூர்யாவை அவளுக்குப் பிடித்திருந்தது. பிடிக்காதவன், முன் பின் தெரியாதவன், எதிர் பார்த்திராதவன் தொட்டால் உடம்பு விறைத்துக்கொள்ளும். அம்புபோல் பாய்ந்து வெளியேறும். ஆனால் இவன் கைப்பட்டதும் இந்த உடம்புக்குள் பாதரசம் ஏறிற்று. இது ஒரு டேஞ்சர் சிக்னல். நான் ஜாக்கிரதையாக இருக்கவேண்டும்.

ஏன்?

அவளுக்குத் தெரியவில்லை.

"இயல்பாக இரு. வாழ்க்கையை அனுபவிக்கக் கற்றுக்கொள்" என்றாள் ஜூலி.

"எனக்கு அவசரமில்லே" என்று சந்தியா தனக்குள் சொல்லிக் கொண்டாள். "தப்பு செஞ்சுட்டேன்னு என்னிக்காவது வருத்தப்பட நேர்ந்தா எனக்கு அது அவமானம்."

வெகுநேரம் கழித்துத் தூக்கம் வந்தது.

'ஜாக்கிரதையா இருக்கியாடி?' என்றாள் அம்மா. அப்பா பாஸ்போர்ட்டைத் திருப்பித் திருப்பிப் பார்த்து யோசனையுடன் மெல்லச் சொல்கிறார். 'அங்கெல்லாம் வாழ்க்கை முறையே வேற தடம்புரண்டு போயிடக் கூடாது' 'உன்னை எனக்கு ரொம்பப் பிடிக்கிறது' என்று சூர்யா அணைத்துக்கொள்கிறான். மூச்சு முட்டுகிறது. ஒரு ஜுவாலையில் இருப்பதுபோல் உடம்பு முழுவதும் தகிக்கிறது.

"சந்தியா! சந்தியா!"

அவள் கண்விழித்தாள்.

சூர்யா எதிரில் நின்றிருந்தான். அவள் எழுந்திருக்க முனைகையில் உடம்பு கனத்தது. தலையைச் சுரீரென்று வலித்தது.

“படு” என்றான் சூர்யா யோசனையுடன். “உனக்குக் காய்ச்சல் அடிக்குது!”

“ஐய்யய்யோ, அப்ப ஸ்டாக்ஹோம் போறது?”

“கான்ஸல் பண்ணிட்டேன். என்ன ஆச்சு உனக்கு?”

“தெரியல்லியே நேத்து நல்லாத்தானே இருந்தேன்?”

அவன் தர்மா மீட்டரை எடுத்து வந்தான்.

“அந்தச் சோப்ராவுடைய கண்பட்டிருக்கும்!”

அவள் சிரித்தபடி தர்மா மீட்டரை வைத்துக் கொண்டாள்.

“பேச்சுத்தான் வீராங்கனை மாதிரி. உடம்பு லொப்பை!”

“எத்தனை தடவை ஜுரமா படுத்தேன்?” என்றாள் அவள் கோபத்துடன்.

“உஷ் பேசாதே!” என்று அவன் அதட்டினான். ஜுரம் நூறு டிகிரி இருந்தது.

“பூ! நூறுதானே!” என்றாள் அலட்சியமாக.

“இன்னிக்குப் பூரா ரெஸ்ட் எடுக்கணும் நீ. இப்ப காபியும், மருந்தும் தரேன். சமத்தா படுக்கணும்!”

அவள் சரி என்று தலையாட்டியபடி பாத்ரூமுக்குச் சென்று வந்தாள்.

அவன் சூடாகக் காபியும், மருந்தும் கொண்டு வந்து கொடுத்தான்.

“நா இங்கே சோஃபாவிலே படுக்கட்டுமா?” என்று அனுமதி கேட்டு அவள் படுத்துக்கொண்டாள்.

அவன் ஒரு கம்பளியைக் கொண்டு வந்து போர்த்தினான். அவனுடைய கவனிப்பு மனசுக்கு இதமாக இருந்தது.

“தாங்க்யூ!” என்று புன்னகைத்து, “என்னாலே உங்க சனிக்கிழமை பாழாச்சு” என்றாள்.

“அசட்டுப் பிசட்டுன்னு பேசாதே. கொஞ்சநேரம் தூங்கு” என்றான் அவன். அவனது அதட்டல் கூட இதமாக இருந்தது. நான் தனியாக இல்லை என்கிற தெம்பைக் கொடுத்தது.

உண்மையிலேயே அவன் ரொம்பவும் கவலைப்பட்டவனாகத் தெரிந்தான். ஆவி பறக்க சூப் செய்து அவளைப் பருக வைத்தான். மத்தியானம் மிளகு ரசம் சாதம் பிசைந்து வந்து கொடுத்தான். என்ன மாயத்தாலோ மாலைக்குள் ஜுரம் போய்விட்டது.

“ஜுரமே இல்லே இப்ப- படுத்துப் படுத்து போரடிக்குது. ஒரு டிரைவ் போயிட்டு வரலாம். வாங்களேன்!” என்றாள்.

“சரி வா,” என்று அவன் உற்சாகமாகக் கிளம்பினான்.

ஸ்வெட்டருக்கு மேல் கட்டாயமாக ஷால்வையைப் போர்த்தி அவன் காருக்குள் உட்கார்த்தி வைத்தபோது,

“எனக்கு ஜுரமேயில்லே, நீங்க அமர்க்களப்படுத்தறீங்க!” என்று சிணுங்கினாள்.

அவன் பதிலே சொல்லாமல் காரைக் கிளப்பி கேசட்டைப் போட்டான்.

மீண்டும் பாரதிப் பாட்டு, சின்னஞ்சிறு கிளியே- எம்.எல். வசந்த குமாரியின் குரலில் குழைந்து குழைந்து ஒலித்தது.

சூர்யா பாட்டோடு ஒன்றிப் போயிருப்பது தெரிந்தது. சில இடங்களில் தெருவையே தீவிரமாகப் பார்த்துக்கொண்டு பாட்டை விசிலடித்தான். இந்தப் பாட்டுப் பித்தும், பாஷை அபிமானமும் இருப்பதால்தான் இவன் எந்த நார்வீஜியப் பெண்ணையும் இதுவரை மனைவியாக்கிக் கொள்ளவில்லை என்று நினைத்துக்கொண்டாள்.

பாட்டு முடியும் சமயத்தில் அவன் வண்டியை நிறுத்தி அவளைப் பார்த்துச் சிரித்தான், தானே பாடி முடித்து அவள் பாராட்டை எதிர்பார்த்தவன் போல். “விஜிலாண்ட் பார்க்குக்கு வந்திருக்கோம். இறங்கலாமா? வேண்டாமா? வெயில் இருக்கு.”

"இறங்கலாம்!" என்றாள் அவள் சுறுசுறுப்பாக.

"நடக்க முடியுமா?"

"முடிஞ்ச அளவு நடக்கறேன்."

அவன் அவளுடைய இடையை ஆதரவாகப் பிடித்தபடி நடந்தான். பார்க் பிரும்மாண்டமாக இருந்தது. குழந்தைப் பருவத்திலிருந்து வயோதிகப் பருவம் வரை நிர்வாண மனிதச் சிலைகள். நட்ட நடுவில் பிரும்மாண்டமான ஸ்தூபி, கோபுரமாக, நிர்வாண மனிதர்கள் கைகோத்து ஒருவர் மேல் ஒருவராக நிற்பதுபோல் கொஞ்சம்கூட ஆபாசம் தோன்றாத மெய்சிலிர்க்க வைக்கும் உருவங்கள்.

"இதுகெல்லாம் உடையைப் போட்டா ஒரு பிரத்யேகப் பிராந்தியத்தைக் குறிப்பிடற மாதிரி இருக்கும். பிறந்தமேனியா இருந்தா உலகத்து எல்லா ஜனங்களையும் பிரதிபலிக்கிற மாதிரி இருக்கும் என்கிற எண்ணத்தினாலே நிர்வாணச் சிலையாக செய்தாராம் இந்தச் சிற்பி," என்று விளக்கினான் சூர்யா.

"கால் வலிச்சா இங்கே உட்கார்ந்துக்கலாம் வா!" என்றான்.

இருவரும் ஒரு பெஞ்சில் உட்கார்ந்துகொண்டார்கள்.

"இந்தப் பார்க் ரொம்ப நல்லாயிருக்கு சூர்யா" என்றாள் அவள் தன்னைச் சுற்றிப் பார்த்து. மனிதப் பிறவிகளில் ஏதும் பேதமில்லை என்பதை இதைவிட அழகாக வடித்துக் காட்டுவது சாத்தியமில்லை என்று தோன்றிற்று. ஒரு விரச அசைவு இல்லை. முகங்களில் கருணையும், சோகமும் சிநேகமும் தத்ரூபமாக வடிக்கப்பட்டிருந்தன. சட்டென்று அவள் பார்வை தடைபட்டு நின்றது. சற்று தொலைவில் புல்வெளியில் ஏவா ஒரு ஆடவனின் அணைப்பில் இருந்தாள். இருவரது அதரங்களும் பசை போட்டு ஒட்டிக்கொண்ட மாதிரி இருந்தன. அணைப்பில் ஒரு வேகமும் தாபமும் தெரிந்தன. மேற்கொண்டு என்ன செய்வார்களோ என்கிற கலவரத்துடன் அவள் சூர்யாவின் கையைப்பற்றி, 'கிளம்பலாம் சூர்யா!' என்றாள். அவள் பார்வை சென்ற திசையைப் பார்த்து அவன் சிரித்தான்!

"இதெல்லாம் இங்கே சகஜம். அதைக் கண்டு நீ அரண்டு போயிடக்கூடாது."

"நான் அரண்டு போகல்லே" என்றாள் அவள் மெல்லிய குரலில். "அந்தப் பெண்தான் ஏவா. பேஸ்மென்டிலே இருக்கா. என்னை அவ கவனிக்கிறதுக்குள்ளே கிளம்பிடலாம்."

"ஓ.கே." என்று அவன் அவளுடன் நடந்தான்.

காருக்குள் அமர்ந்ததும் அவன் பரிகாசமாகச் சொன்னான்.

"அவங்க காதல் ஜோடிகளா இருந்தா உன்னை என்ன பண்ணுது."

"எனக்குக் கொஞ்சம் ஆச்சரியமாகப் போச்சு. நேத்து அவளுக்கும் அவ தோழிக்கும் காலையிலே பெரிய சண்டை. இவ பார்க்கிலே உட்கார்ந்து பிழியப் பிழிய அழுதா நா சமாதானப்படுத்தப் போனேன். எனக்கொண்ணும் இல்லேன்னா. சாயங்காலம் தானாவே வந்து தன் தோழி நோராவைப்பத்தி ரொம்ப உசத்தியாய்ப் பேசினா. நோரா இன்னிக்குக் கோபன் ஹேகன் போகப் போறதாச் சொன்னா. இவளை நான் கூப்பிட்டேன், என்னோடு வெளியிலே வாயேன்னு. நா எங்கேயும் போகப் போறதில்லே. லாண்டரி வேலை இருக்குன்னா!"

"அதனாலே என்ன? வேற என்ன சொல்லமுடியும்? காதலனோடு வெளியிலே போகப் போறேன்னு சொல்வாளா?"

"ஏன் சொல்லக் கூடாது? இங்கேதான் யாருக்கும் கூச்சமில்லையே? நோராவுக்காகத்தான் அப்படிப் பேசினான்னு நினைக்கறேன்."

"ஏன்?"

"எனக்குப் புரியல்லே. நோரா உள்ளே வர்றதுக்கு முந்தி 'நோரா என்னை ரொம்ப நேசிக்கிறா... அவளுக்கு நான் துக்கத்தைக் கொடுக்கக் கூடாது'ன்னா."

"ஓ, சரிதான்" என்றான் சூர்யா மெல்லிய குரலில், சிறிது யோசனைக்குப் பிறகு.

"என்ன சரிதான்?"

அவன் சங்கடத்துடன் சிரித்தான்.

"தீவிரப் பெண் இயக்கத்தைச் சேர்ந்தவளா இருப்பா அந்த நோரா!"

"ஆமாம், அப்படித்தான் ஏவா சொன்னா."

"அவங்களுக்குள்ளே ஏற்பட்ட சண்டைக்குக் காரணமே ஏவாவுடைய காதல் விவகாரத்தினாலே இருக்கலாம்."

"எனக்குப் புரியலே."

"எந்த உறவுக்கும் ஆண்கள் தேவையில்லை என்கிற வக்கிரக் கும்பல் அது. ஏவாவிற்கு ஆண்மேல் காதல் ஏற்பட்டது தங்கள் கொள்கைக்கு எதிரானதுன்னு நோராவுக்குக் கோபம் வந்திருக்கும். அந்த ஆள்மேல் பொறாமை ஏற்பட்டிருக்கும்..."

சந்தியாவுக்கு அதிர்ச்சியாக இருந்தது.

"ஓ கடவுளே. விஷயம் இப்படி இருக்கலாம்னு எனக்குத் தோணவே இல்லே. அதான் அந்த ஏவா திருதிருன்னு எதிலேயோ மாட்டிக்கிட்ட மாதிரி முழிக்கிறா, தவிக்கிறா!"

"அவளுக்கு நினைக்க நினைக்கத் தாங்கவில்லை. எப்படிப்பட்ட சிக்கலில் இவர்கள் மாட்டிக்கொள்கிறார்கள்! இது ஒரு வகைக் கபளீகரம். சுதந்திரம் என்கிற பெயரில் மாட்டிக்கொள்ளப்படும் விலங்கு..."

"என்ன பெரிய யோசனையிலே இருக்கே?"

"கடவுளே!" என்று அவள் சங்கடத்துடன் சிரித்தாள். எனக்கு திடீரென்று ரொம்ப வயசாகிவிட்டது போல இருக்கு!"

"நூத்துக் கிழவின்னு சொல்லு!"

அவள் மீண்டும் யோசனையில் ஆழ்ந்தாள். சுபிட்சக் குழந்தைகள். பணமிருக்கிறது. ஆரோக்கியம் இருக்கிறது. ஏழ்மை என்ன என்று தெரியாது. பசியும், பிணியும் அதன் பயங்கரமும் தெரியாது. அவற்றின் காற்றைக்கூட இவர்கள் சுவாசித்தது

இல்லை. கொழுப்பேறிப்போன வாழ்க்கையில் வேறு எந்த விஷயம் பிரதானமாக இருக்கும்?

"இதுக்கெல்லாம் சமூக, சரித்திரக் காரணங்கள் இருக்கு சந்தியா!" என்றான் சூர்யா, அவள் எண்ணங்களைத் தொடர்ந்தவன் போல.

"அதைத்தான் இப்ப ஆராய்ச்சி பண்ணிக்கிட்டிருந்தேன்" என்று அவள் சிரித்தாள்.

அதற்குப் பிறகு அவர்கள் அதைப்பற்றிப் பேசவே இல்லை. மறுநாள் வீட்டிலேயே தங்கி இரண்டு சினிமாவை வீடியோவில் பார்த்தார்கள். பழைய சகஜ நிலையும் குறும்பும் பேச்சும் திரும்பிவிட்டன.

அன்று இரவு அவன் அவளை அவளுடைய அறைக்குக் கொண்டுவிட்டபோது புதிய பலம் ஏற்பட்டது போல் இருந்தது.

"அடிக்கடி சந்திக்கலாம் சூர்யா!" என்றாள் அவள்.

"எட்டி நின்னுதானே?"

அவள் தலை அசைத்துச் சிரித்தாள். அவன் அவளுக்குக் கையை அசைத்துவிட்டுச் சென்றான். யார் என்ன பரிகாசம் செய்தாலும் என் தலைநிமிர்ந்து நிற்கிறது என்று அவள் சொல்லிக்கொண்டாள்.

ஜோனா இன்னும் வார விடுமுறைகளிலிருந்து திரும்பவில்லை. யாருடனாவது சென்று கழிக்கிறாளா அல்லது தனியாகப் போகிறாளா என்று தெரியவில்லை. அன்று இரவு பேஸ்மென்டிலிருந்து மீண்டும் பெரிய குரலில் சர்ச்சை கேட்டது. ஏவா அழுவது தெரிந்தது.

மறுநாள் நிச்சயமாய் ஏவாவைச் சந்தித்துப் பேசவேண்டும் என்று சந்தியா தீர்மானித்துக் கொண்டாள்.

17

நீள நெடு ராஜபாட்டையாக விரிந்த கார்ல் ஒஹான்ஸ் காத்தாவில் கையில் ஐஸ்க்ரீம் கோனைச் சுவைத்தபடி நடப்பது ஆனந்தமாக இருந்தது சந்தியாவுக்குக் கூட நடந்த ஏவாதான் ஏதோ சங்கடத்தில் இருப்பவள்போல் தோன்றினாள்.

இன்று காலை ஏவா வேலைக்குக் கிளம்பும் சமயம் பார்த்துப் பிடித்து, “இன்று மாலை நான்கு மணிக்கு நேஷனல் தியேட்டர் வாசலில் சந்திக்கலாம். உன்னோடு பேசணும்,” என்று அவள் கிசுகிசுத்தபோது ஏவா எந்தக் கேள்வியும் கேட்காமல் சரி என்று ஒப்புக்கொண்டு விரைந்து சென்றாள்.

சொன்னபடிக்கு ஏவா வந்தது சற்று சந்தோஷமாக இருந்தது. தியேட்டர் வாசலிலேயே இரண்டு ஐஸ்க்ரீம் கோன்களை வாங்கி ஒன்றை அவள் கையில் திணித்து,

“கார்ல் ஒஹான்ஸ் காத்தாவில் நடக்கலாம்” என்றாள். “நிறைய மனுஷ நடமாட்டம் இங்கே இருக்கிறது எனக்கு டில்லியை ஞாபகப்படுத்தும்.”

“டில்லியை ரொம்ப மிஸ் செய்கிறாயா?” என்றாள் ஏவா.

“சில சமயம்,” என்றாள் சந்தியா. “ஜன சந்தடி அங்கே அதிகம். ஏதாவது புதுப்புது விஷயம் நடந்து கொண்டே யிருக்கும். பெரிய நாடானதாலே பலவிதப் பிரச்சினைகள். பேச, அலச நிறைய விஷயங்கள் இருக்கும். இங்கே பேசவே நிறைய விஷயமில்லே போல இருக்கு. ரொம்ப ரொம்ப அமைதியாயிருக்கு.”

“இது ரொம்ப மேலெழுந்தவாரியான கணிப்பு. உங்களைப் போல ஏழ்மை, ஜனத்தொகை என்கிற பிரச்சினை இல்லாவிட்டாலும் எங்களுக்கும் பிரச்சினைகள் இருக்கு.”

ஏவா அவளைப் பார்த்து லேசாகச் சிரித்தாள்.

“பிரச்சினைகள் இல்லாமல் இருக்காது!” என்றாள் சந்தியா கனிவுடன். “இரண்டு பேர் சேர்ந்து இருந்தாலே பிரச்சினைகள் முளைக்கும்போது 90 லட்சம் ஜனங்கள் கொண்ட சமூகத்திலே இல்லாமல் இருக்குமா?”

பிரதான சாலையை ஒட்டினாற்போல் ஒரு பூங்கா இருந்தது.

“இங்கே உட்கார்ந்து பேசலாம் வா,” என்றாள் ஏவா.

அங்கங்கே இருந்த பெஞ்சுகளில் சில வயதானவர்கள் தனியாகவும் ஜோடியாகவும் வெயில் விழுந்த இடம் பார்த்து அமர்ந்திருந்தார்கள்.

சந்தியா தயக்கத்துடன் சொன்னாள்.

“நம் இரண்டு பேருக்கும் அதிகப் பழக்கமில்லை. இருந்தாலும் நீ ஏதோ ஒரு சங்கடத்தில் இருப்பதுபோல் எனக்குப் படுகிறது. என்னிடம் சொல்ல முடிஞ்சால் சொல்லு.”

“ஏவா கை நகங்களைக் கடித்தபடி அங்கங்கே திட்டு திட்டாக அமர்ந்திருந்த புறாக்களைப் பார்த்தாள். கண்களில் சஞ்சலம் தெரிந்தது. நான் ஒருத்தனைக் காதலிக்கிறேன்” என்றாள் தயக்கத்துடன்.

“ரொம்ப சந்தோஷமான சமாசாரமல்லவா அது? அதையேன் தயங்கிக்கொண்டு சொல்கிறாய்?”

“நோராவுக்கு அது பிடிக்கவில்லை,” என்றாள் ஏவா புறாக்களைப் பார்த்தபடி.

"நோராவுக்கும் இதற்கும் என்ன சம்பந்தம் என்று எனக்குப் புரியவில்லை. சாரி, நான் கொஞ்சம் அதிகப்பிரசங்கித்தனமாகப் பேசுகிறேனோ என்னவோ."

அதற்கு நேரடியாகப் பதில் சொல்லாமல் ஏவா தனக்குள் பேசிக் கொள்பவள் போல் சொன்னாள். "நான் நோராவுக்கு ரொம்பவும் கடமைப்பட்டிருக்கிறேன். இரண்டு மூன்று வருஷங்களுக்கு முன்பு நான் ஒரு பெரிய மனச்சோர்வில் இருந்தேன். தற்கொலை செய்துகொள்ளும் நிலையில் இருந்தேன். அப்பொழுது நோராதான் என்னைக் காப்பாற்றி ஆதரவு தந்தாள். அன்பு என்பதன் விளக்கத்தை செய்கையில் காண்பித்தவள் அவள்தான். நான் இல்லாமல் அவளால் இருக்க முடியாது என்கிற அளவுக்கு அவள் என் அன்பை நம்பியிருக்கிறாள். நான் பிரிந்து போய்விடுவேனா என்று அவளுக்கு இப்பொழுது பயம்..."

சற்றுநேரம் சந்தியா பேசாமல் இருந்தாள். பிறகு மிருதுவாகச் சொன்னாள். "நம் வாழ்க்கையை நாம்தான் நிர்ணயித்துக் கொள்ளவேண்டும், ஏவா. இன்னொருத்தர் நம் வாழ்க்கையை நடத்திச் செல்ல அனுமதித்தோமானால் நமக்காக நாம் வாழவே முடியாது. நீ அந்த ஆளை நேசிக்கிறாயா?"

"ரொம்ப நேசிக்கிறேன்."

"அவனோடு நிலையாக, சந்தோஷமாக இருப்பாய் என்று நம்புகிறாயா?"

"ஆமாம்."

"அப்பொழுது உனக்கு எந்தவிதத் தயக்கமும் இருக்கக் கூடாது. நோராவைப் பிரியவேண்டுமே என்கிற குற்ற உணர்வு உனக்கு ஏற்படக்கூடாது. அவள் ரொம்பத் தைரியசாலியாகத் தெரிகிறாள். உன்னிடம் உண்மையான பிரியம் உள்ளவளா யிருந்தால் உன் சந்தோஷம்தான் முக்கியம் என்று நினைப்பாள்."

ஏவா இன்னும் குழப்பத்தில் இருப்பவள் போல் நகத்தைக் கடித்தபடி உட்கார்ந்திருந்தாள்.

சந்தியா மெல்ல அவள் தோள்மேல் கையை வைத்தாள்.

"இதப்பார், ஒரு பெண்ணுக்கு ஆண் மேல் காதல் ஏற்படுவது இயற்கைக்கு விரோதமான செயல் இல்லை."

சூர்யா சொல்வதுபோல் நிஜமாகவே தான் நூற்றுக் கிழவிபோல் பேசுவதாகத் தோன்றிற்று. வக்கணையாய்ப் பேசத்தான் உனக்குத் தெரியும் என்று அவன் கிண்டல் செய்வதுபோல் இருந்தது.

பதில் சொல்லாமல் ஏவா பெஞ்சின் மேல் முழங்கால்களை மடித்து அமர்ந்து தலையை முட்டிக்கு நடுவில் புதைத்துக் கொண்டாள்.

"அந்த ஆள் உன்னை மரியாதையாகப் பிரியத்துடன் நடத்துவான் என்கிற நம்பிக்கை இருக்கிறதா?" என்றாள் சந்தியா.

'இருக்கிறது' என்பதாக ஏவா தலையை அசைத்தாள்.

"அப்பொழுது நீ நோராவை நினைத்துக் கவலைப்படக் கூடாது. அவள் உன்னைவிடத் திடமானவளாக, தைரியசாலியாகத் தெரிகிறாள். தனியாக நிச்சயம் சமாளித்துக்கொள்வாள்."

ஏவா நிமிர்ந்தாள். "அப்படி நினைக்கிறாயா நீ?" என்றாள் சந்தேகத்துடன்.

"நிச்சயமாக!" என்றாள் சந்தியா. "உனக்குள் எந்தவிதமான குற்ற உணர்வும் நன்றிக் கடனும் பாரமாக இருக்கக்கூடாது. உன் அம்மாவும்தான் உன்னைப் பெற்றாள். வளர்த்தாள். நீ அவளை விட்டுப் பிரியவில்லையா?"

"அது இயல்பானது!"

சந்தியாவுக்குச் சிரிப்பு வந்தது. "நீ ஒரு ஆணிடம் பிரியம் கொண்டு தனியாகப் போவதும் இயல்பானதுதானே?"

ஏவா நிச்சயமில்லாமல் தலையசைத்தாள்.

"எங்கள் இயக்கத்தில் சில விதிமுறைகள் உண்டு..."

சந்தியாவுக்கு ஆயாசமேற்பட்டது. "உன் வாழ்க்கை முக்கியமா. இயக்கம் முக்கியமா என்பதை நீதான் தீர்மானிக்கணும் ஏவா!" என்றாள் மெல்ல.

சற்றுநேரம் எதுவுமே பேசாமல் இருவரும் அங்கே நடமாடும் ஜனங்களையும் புறாக்களையும் பார்த்தபடி தங்களுக்குள் மூழ்கிய யோசனையில் இருந்தார்கள்:

வெகுநேரம் கழித்து சந்தியா மெல்ல கேட்டாள். "உங்கள் இயக்கத்தின் நோக்கமென்ன?"

"பெண் சுதந்திரத்துக்காகப் போராடுவது."

"ஆனால் அதுவே உன் சுதந்திரத்தைப் பறித்துவிட்டது போலிருக்கே!"

"நோக்கம் நிறைவேறும்வரை தியாகங்கள் செய்யத்தான் வேணும் என்கிறாள் நோரா."

சந்தியா சோர்வுடன் எழுந்தாள். "வா போகலாம். குளிர ஆரம்பித்துவிட்டது. வேகமாக நடந்தால் உடம்பில் சூடுபிடிக்கும்."

ஏவா தானாகத்தான் யோசித்து முடிவுக்கு வரவேண்டும் என்கிற ஞானோதயத்தில் பேச்சை மாற்றினாள். மீண்டும் நேஷனல் தியேட்டரைக் கடந்து பழைய அரண்மனையை நோக்கி நடக்க ஆரம்பித்தார்கள்.

ஏவா பேசவில்லை. தீவிர யோசனையில் இருந்தாள். இவளுக்குத் திடமான மனசில்லை. ஆற்றில் ஒரு கால் சேற்றில் ஒரு கால் என்றிருப்பவள். நளினியாக இருந்தால் அவள் தோளை உலுக்கிக் கொண்டு திட்டு திட்டித் தெளிய வைத்திருக்கலாம். இவளைச் சொல்ல நமக்கு எந்த உரிமையும் இல்லை. என்னுடைய பிரச்சினைகள் எனக்கு சத்தியமானவை என்பதுபோல் இவளுடைய பிரச்சினைகள் இவளுக்குச் சத்தியமானவை. இவளுடைய எண்ணங்களை என்னால் புரிந்துகொள்ள முடியாது. கலாசார வித்தியாசம் குறுக்கே நிற்கிறது.

அவர்கள் மௌனமாகவே அரண்மனைப் பூங்காவைக் கடந்தார்கள். அன்னங்களும் புறாக்களும் இப்பொழுது எங்கோ பதுங்கியிருந்தன. ஏரிகள் தம்மென்ற மௌனத்தில் இருந்தன.

வீடு நெருங்கிவிட்டது. தெருமுனையில் ஏவா சந்தியாவின் கையைப்பற்றி, "உனக்கு ரொம்ப நன்றி" என்றாள்.

“நான் எதுவுமே செய்யவில்லையே!” என்றாள் சந்தியா, “உன் குழப்பத்தை அதிகரித்துவிட்டேன் என்று நினைக்கிறேன்.”

“இல்லை இல்லை- நான் யோசிக்கும்படியாகச் சில விஷயங்கள் சொன்னாய். எனக்கு உதவவேண்டும் என்கிற உன் நினைப்புக்கு மிக்க நன்றி.”

மறுவிநாடி அங்கு நில்லாமல் அவள் வெகு வேகமாக முன்னேறி நடந்து கதவைத் திறந்து பேஸ்மெண்டுக்குச் சென்று மறைந்தாள்.

கோடைகாலம் கிட்டத்தட்ட முடிந்துவிட்டது. நாட்கள் குறுகிக்கொண்டு வந்தன. குளிர் அதிகரிக்க ஆரம்பித்தது கலாசாலையில் பாடங்களும் ஸெபிஸ்டர் பரிட்சைகளும் மும்முரமாகிப்போனதால். மெல்ல மெல்ல வேறு யோசனைகளுக்கு நேரம் குறைந்துபோயிற்று. ஏவா என்ன முடிவுக்கு வந்தாள் என்று தெரியவில்லை. அடிக்கடி பேஸ்மெண்டில் வாக்குவாதங்கள் கேட்டன. ஜோனாவுக்கு இதெல்லாம் தெரியுமா அல்லது தெரிந்தும் நமக்கேன் வம்பு என்று பேசாமல் இருக்கிறாளா என்று தெரியவில்லை. வீட்டின் இடக்கோடியில் ஜோனா இருந்தாள். அவள் காதுவரை இவர்களது பேச்சு எட்டாமலிருக்கலாம். ஜோனாவைப் பார்க்க அதிகமாக ஆண்கள்தான் வந்தார்கள். கீழே இருக்கும் இயக்கத்துக்கு நேர் விரோத இயக்கத்தைச் சேர்ந்தவளாக இருக்க வேண்டும் என்று நினைத்துச் சிரிப்பு வந்தது.

சத்தியத்துக்குக் கட்டுப்பட்டவன் போல் சூர்யா வாரத்துக்கு ஒருமுறை வந்து அவளை எங்காவது அழைத்துப் போவான். வரமுடியாவிட்டால் டெலிபோன் செய்வான். அவனைப் பார்ப்பதும் அவனோடு பேசுவதும் அவளுள் பெரிய சந்தோஷத்தை ஏற்படுத்துவதை அவள் உணர்ந்தாள். ஆனால் இப்பவும் அதற்கு ஏதும் பிரத்யேக அர்த்தம் இருப்பதாகத் தெரியவில்லை. அவன் வழக்கம்போல் அவளைச் சீண்டினான். ஆனால் கிட்ட வர முயலவில்லை. என் வீட்டில் தங்கு என்று சொல்லவில்லை.

இன்று சர்வகலாசாலையில் கடைசி வகுப்பு இருக்கவில்லை. அவள் வீட்டிற்குச் செல்வதற்கு முன் கடையில் ஏதோ

சாமான் வாங்க வேண்டும் என்பதற்காகக் கார்ல் ஓஹான்ஸ் காத்தாவுக்குச் சென்றாள். ஒரு கடை வாசலில் மனோன்மணி தென்பட்டாள். அவள் இடையைச் சுற்றியபடி மாநிறமாக ஒரு வாலிபன்- இலங்கைத் தமிழன். சந்தியாவைக் கண்டதும் மனோன்மணியின் கண்கள் மலர்ந்தன.

“எப்படி இருக்கீங்க? சௌக்கியந்தானே?” என்றாள்.

மனோன்மணியின் முகம் பிரகாசமாக இருந்தது. முன்பு கண்களில் தெரிந்த மருட்சி இப்பொழுது இல்லை. குழந்தைத்தனம் மறைந்து ஒரு நிதானமும் தன்னம்பிக்கையும் தெரிந்தன.

“இவர் லோகேச்வரன், இவரும் யாழ்ப்பாணத்திலேர்ந்து வந்தவர். இங்கே படிக்கிறார்,” என்று சந்தியாவுக்கு அறிமுகப்படுத்தினாள்.

இருவரும் சேர்ந்து வாழ்கிறார்களோ என்று தோன்றிற்று, அவர்களிடையே இருந்த நெருக்கத்தைப் பார்த்தபோது. நடைபாதைக் கடையில் இருவரும் ஏதோ பாத்திரம் பொறுக்கிக் கொண்டிருந்தார்கள்.

ஜாதை மாறிவிட்டதா, என்று கேட்கக் கூச்சமாக இருந்தது. அவளுக்குச் சொல்லவேண்டும் என்றிருந்தால் அவளாகச் சொல்லுவாள் என்று சந்தியா பேசாமல் இருந்தாள். அவளாகச் சொல்லவில்லை.

“ஊரிலேர்ந்து கடிதம் வருதா?”

“வருது. இப்பவும் கண்ணீர்க்கதைதான். இந்த ஜன்மத்திலே எங்களுக்கு விடிவுகாலமில்லே...”

“சரி, சூர்யா எப்படி இருக்கார்?”

“போனவாரம் பார்த்தேன். நல்லாத்தான் இருந்தார்.”

“நீங்க அவர் வீட்டிலே இல்லே?”

“இல்லையே! யார் சொன்னது?” என்றாள் சந்தியா திடுக்கிட்டு.

“யாரோ சொன்னாங்க!”

"இங்கேகூட புரளியுண்டா என்ன?"

மனோன்மணி சிரித்தாள். "அமளிதான் இல்லே. புரளிகூட இல்லேன்னா இந்த ஊர்லே என்ன இருக்கும்?"

"அதனாலே இல்லாததைச் சொல்லக்கூடாதில்லே?"

"இருந்தாலும்தான் என்ன?" என்ற மனோன்மணியின் வார்த்தைகள் காதில் விழாத மாதிரி சந்தியா நடையைக் கட்டினாள். மனோன்மணிக்கு நிறையவே துணிச்சல் வந்துவிட்டது என்று நினைத்துச் சிரிப்பு வந்தது. அவள் சொல்வதுபோல் ஆசியக் கண்டத்திலிருந்து வந்தவர்களுக்கு வம்பைத் தவிர வேறு எந்த விஷயமும் இங்கு சுவாரஸ்யமில்லை.

வீட்டை அடையும் சமயத்தில் எதிர்பாராமல் ஏவா தெருவில் சேர்ந்து கொண்டாள்.

"என்ன உன்னைக் காணவேயில்லை ஏவா?" என்றாள் சந்தியா ஆர்வத்துடன்.

"ஆமாம், கொஞ்ச நாளாக ஒரே ஓட்டமாகப் போய்விட்டது." என்றாள் ஏவா சுரத்தில்லாமல்.

"உங்களுக்குள்ளே இன்னும் வாக்குவாதம் நடக்கிறதே?" என்றாள் சந்தியா மெல்லிய குரலில். "நீ ஏதும் முடிவுக்கு வரவில்லையா?"

"வந்துவிட்டேன் சந்தியா. என் வாழ்க்கைதான் எனக்கு முக்கியம் என்று தீர்மானித்து விட்டேன். நாளைக்குக் கிளம்புகிறேன். என் பாட்டியின் வீடு ஒன்று இருக்கிறது. அதில் யாரோ குடியிருந்தார்கள். இரண்டு நாள் முன்புதான் காலி செய்தார்கள். நானும் ஆஸ்கரும் அங்குதான் இருப்போம். மயூர்ஸ்ட்வைனில் நீ கண்டிப்பாக வரணும்."

பேசப் பேச ஏவாவின் முகம் மலர்வதைப் போல் இருந்தது. சந்தியா சந்தோஷத்துடன் அவள் கையைக் குலுக்கினாள். "உனக்கு என் வாழ்த்துகள் ஏவா."

"உனக்குத்தான் நான் நன்றி சொல்லணும் சந்தியா. நான் ரொம்ப குழப்பத்தில் இருந்தேன்..."

"இனிமேல் தைர்யமாயிரு. ஆல் தி பெஸ்ட்!"

உண்மையிலே ஏவாவுக்காகச் சந்தோஷமேற்பட்டது. இனிமேலாவது இவள் குழப்பங்களும் பயங்களும் நீங்கிச் சந்தோஷமாக இருக்க வேண்டும் என்று மனம் பிரார்த்தித்தது. இவள் தேர்ந்தெடுத்திருக்கும் ஆள் யோக்கியமானவனாக இருக்க வேண்டும் என்று கவலையும் ஏற்பட்டது.

மிக நல்ல காரியம் நடந்தாற்போல் அன்று நிம்மதியாகத் தூக்கம் வந்தது.

மறுநாள் எதற்கோ அரசு விடுமுறை. தாமதமாக எழுந்தால் போதும் என்று அவள் சோம்பலுடன் படுத்திருந்தாள். திடீரென்று பேஸ்மென்டிலிருந்து பெரிய சத்தம் கேட்டது. பாத்திரங்கள் உருண்டன. ஏவாவின் தீனக்குரல் கேட்டது.

சந்தியா நடுங்கிப் போனாள். நோரா கொலை வெறிபிடித்தவளாக இருக்கவேண்டும் என்று தோன்றிற்று. சரேலென்று எழுந்தாள். ஜோனாவிடம் போய் விஷயத்தைச் சொல்ல வேண்டும் என்று செருப்பை மாட்டிக்கொண்டு ஜோனா இருக்கும் பக்கம் ஓடினாள்.

வரவேற்பறையை ஒட்டிய தாழ்வாரத்து வெயிலில் ஒரு ஆடவனுடன் ஜோனா உட்கார்ந்திருந்தாள். அவனைப் போலவே அவளும் ஷார்ட்ஸூம் வெற்று மார்புமாக, பார்த்த விநாடியில் சந்தியாவுக்குச் சொரேலென்று திகைப்பேற்பட்டது. ஜோனா வெகுசகஜமாக, "வா சந்தியா, என்ன விஷயம்?" என்றாள்.

"பேஸ்மென்டிலே ஒரே அமர்க்களம் நடக்கிறது. எனக்குப் பயமாயிருக்கு. நீங்கள் வந்து பார்க்கணும்."

"ஓ அந்தப் பெண்களை விரட்டத்தான் வேணும்." என்று முணுமுணுத்தபடி மேல் அங்கியை அணிந்துகொண்டு கிளம்பினாள்.

18

பேஸ்மென்டில் இப்பொழுது யாருமில்லை. சந்தியா சென்று புகார் செய்த அன்றே ஜோனா இருவரையும் வெளியேற்றி விட்டாள்.

பிறகு சந்தியாவின் பகுதிக்கு வந்து மன்னிப்பு கேட்டாள்.

"பாவம், அந்தப் பெண்களால் உனக்கு ரொம்பத் தொந்தரவாகப் போயிருக்கும் என்று நினைக்கிறேன். இனிமேல் நீ நிம்மதியாக இருக்கலாம். கொஞ்ச நாட்களுக்கு நான் யாரையும் குடிவைக்கப் போவதில்லை" என்றாள்.

"சரியான கிறுக்குப்பிடித்த பெண்கள்!" என்று சிரித்தாள். "அவர்களைப் பார்த்து எல்லா பெண்களும் இங்கு அப்படித்தான் என்று நினைத்துவிடாதே. அவர்கள் இங்கு சிறுபான்மை வர்க்கம்," என்றாள் சந்தியாவுக்கு விஷயம் தெரியும் என்கிற நம்பிக்கையில். "ஆண்களும் பெண்களும் சேர்ந்து வாழாவிட்டால் சமூகம் எப்படி உருவாகும்? இவர்கள் சமூகத்தையே அழிக்கப்பார்க்கிறார்கள். அசட்டுப் பெண்கள்! தாங்களாகவே சிருஷ்டித்துக்கொள்ளும் பிரச்சினைகளில் மாட்டிக்கொண்டு சரியான பரிதாபம் அது. அங்கீகரிக்கப்பட்ட சமூகத்தோடு சண்டையென்றால் அதற்குள்ளேயே இருந்து போராடினால்தான்

கேட்க ஆள் கிடைப்பார்கள்; அதற்கு வெளியே நின்று, உங்கள் உறவே வேண்டாம் என்று ஒதுக்கினால் இயற்கையையல்லவா எதிர்க்கிறார்கள்! இந்தத் தீவிர எதிர்ப்புக்குக் காரணங்கள் இருந்தாலும் இந்த வகையில் எதிர்ப்பைக் காண்பிப்பது விவேகமானது இல்லை. ஆரோக்கியமானதும் இல்லை."

ஜோனா இப்படி வெளிப்படையாக அவளிடம் பேசியது ஆச்சரியமாக இருந்தது. இடையில் புகுந்து தான் எதுவும் அபிப்பிராயம் சொல்வது மரியாதை இல்லை என்று சந்தியா பேசாமல் இருந்தாள். அன்று இவள் வேறு ஒரு ஆணுடன் உட்கார்ந்திருந்த கோலம் நினைவில் நிழலாடிய வண்ணம் இருந்தது.

"உனக்கு இங்கே ரொம்பப் பெரிய கலாசார மாறுதலாக இருக்கும்," என்று ஜோனா சினேகிதமாகத் தொடர்ந்தாள். "எனக்குத் தெரியும் உங்கள் சமூகம் எப்படிப்பட்டது என்று. ஒரு முறைதான் இந்தியாவுக்குப் போனேன். காதலே கொண்டு விட்டேன்!"

"மிஸ்டர் ஹான்ஸன் உங்கள் கணவர் என்று எனக்கு சமீபத்தில்தான் தெரியும்!"

"ஆமாம். ஹான்ஸன் தனியாக இருக்கிறார் பாவம். எனக்கு இங்கு வேலை. தில்லிக்கு மாற்றல் கிடைக்காது. என்ன செய்வது? எனக்கு இங்கு நண்பர்கள் இருக்கிறார்கள். பொழுது போய்விடும். ஹான்ஸனுக்குத்தான் கஷ்டம். டிஸம்பர் ஜனவரியில் லீவு எடுத்துக்கொண்டு தில்லிக்குப் போகலாம் என்று நினைத்துக் கொண்டிருக்கிறேன்."

அவள் வெகு இயல்பாகப் பேசினாள். ஹான்ஸனிடமிருந்து இவள் எந்த விஷயத்தையும் மறைக்க மாட்டாள் என்று தோன்றிற்று, தனக்கு ஒரு சினேகிதன் உண்டு என்னும் விஷயம் உள்பட.

சிகரெட்டைப் புகைத்தபடி ஜோனா சந்தியாவைப் பார்த்துப் புன்னகைத்தாள்.

"சொல், உனக்கு இங்கே எப்படி இருக்கிறது? பிடித்திருக்கிறதா?"

"ஓ, பிடித்திருக்கிறது!" என்று சந்தியா சிரித்தாள். "இது எனக்கு வித்தியாசமான அனுபவம். முதல் முறையாக வீட்டை விட்டு வந்து தனியாக இருக்கிறேன்."

"ஆனால் வெகு நன்றாக சமாளிக்கிறாய்! கெட்டிக்காரப் பெண் நீ!"

எதிர்பாராமல் வந்த இந்தப் பாராட்டு ஆச்சரியத்தை அளித்தது. நம்மைப்பற்றி இவளுக்கு என்ன தெரியும்?

"நீங்கள் இந்தியாவுக்குப் போகும்போது என் பெற்றோர்களிடம் இதைச் சொல்லுங்கள்," என்று அவள் சொல்லிச் சிரித்தாள். "என்னைப்பற்றி அவர்கள் ரொம்பக் கவலைப்படுகிறார்கள்!"

"உன்னைப்பற்றிக் கவலைப்பட வேண்டிய அவசியமே இல்லை. படிப்பிலும் நீ நன்றாகச் செய்கிறாய் என்று எனக்குத் தெரியும்."

"எப்படி?"

"உன் ப்ரொஃபஸரை எனக்குத் தெரியும்."

அறையை வாடகைக்கு விட்டிருப்பதால் இவள் உளவு வேலை பார்க்கிறாளோ என்று தோன்றிற்று. என்ன சின்னப் புத்தி நமக்கு என்று உடனடியாக வெட்கமும் ஏற்பட்டது.

ஜோனா எழுந்தாள்.

"என்ன உதவி வேணுமானாலும் தயங்காமல் கேள். ஹான்ஸனுக்கு ரொம்ப சந்தோஷம் நீ இங்கு இருப்பது."

"தாங்க்ஸ்" என்றாள் சந்தியா நன்றியுடன். "அவர்தான் எனக்கு சூர்யாவின் விலாசம் கொடுத்தார்."

"சூர்யாவை எங்களுக்கு ரொம்ப வருஷங்களாகத் தெரியும். மிக கண்ணியமானவன். அவனைப்பற்றி ஒரு தப்பான வார்த்தையை இதுவரை நான் கேட்டதில்லை."

அவளுடைய வார்த்தைகள் காரணம் புரியாமல் சந்தோஷப்படுத்தின.

“உங்களுக்குக் குழந்தைகள் இல்லையா?” என்று பேச்சை மாற்றினாள்.

“இல்லை” என்றாள் ஜோனா இறங்கிய குரலில். “வேண்டாம் என்று நானும் ஹான்ஸனும் முடிவு எடுத்தோம் குழந்தைகளைப் பெற்றால் அவற்றைக் கவனித்துக்கொள்ள நேரமும் காலமும் வேண்டும். இந்தக் காலத்துக் குழந்தைகளுக்கு சூட்சுமம் அதிகம். அதனால் நிறைய ஏமாற்றங்களை அனுபவிக்கிறார்கள். அவர்களைச் சொல்லிக் குற்றமில்லை. இப்பொழுது பெற்றோர்களுக்கு அவர்களைக் கவனிக்க நேரமில்லை. இருவருமே வேலைக்குப் போவதால் பெற்றோர்கள் பிரிந்தால் இன்னும் மோசம். குழந்தைகளை அதிகமாகப் பாதிக்கிறது. அந்த மாதிரியான சோகத்தையெல்லாம் கொடுக்க எனக்கு இஷ்டமில்லை. குழந்தைகளைப் பெற எனக்கு உரிமையில்லை என்கிற முடிவுக்கு வந்துவிட்டேன்.”

சந்தியாவின் தோளைப்பற்றி, “உனக்கு இந்தப் பிரச்சினைகள் எல்லாம் முழுமையாகப் புரியாது. உங்களுடையதே வேறு உலகம். ரொம்பவும் பாதுகாப்பான வீட்டிலிருந்து வந்திருப்பவள் நீ” என்றாள்.

சந்தியா சிரித்தாள்.

“அந்தப் பாதுகாப்பே எனக்குப் பிரச்சினையாகப் போய்விட்டது! மூச்சை முட்டிற்று!”

ஜோனா மென்மையாகப் புன்னகைத்தாள். “இது ஒரு வேடிக்கையான உலகம்! நான் செய்வது உனக்குத் தப்பாகத் தோன்றும், நீ செய்வது எனக்குத் தப்பாகத் தோன்றும். ஆனால் எது சரி எது தவறு என்பதை யாரால் சொல்ல முடியும்? சொல்ல யாருக்கு உரிமை இருக்கிறது!”

அவள் சென்று வெகுநேரத்துக்கு அவளுடைய வார்த்தைகள் அலைக்கழித்தன. மனசைக் குழப்பின.

நான் இன்னொரு புருஷனுடன் உறவு வைத்துக் கொண்டிருப்பது தவறு என்று நீ நினைப்பது எனக்குத் தெரியும் என்று சொல்லாமல் சொல்கிறாளோ என்று தோன்றிற்று இதைப்பற்றி

ஹான்ஸனே பேசாமல் இருக்கும்போது எனக்கென்ன வந்தது என்று அவள் தனக்குள் சொல்லிக்கொண்டாள்.

திடீரென்று அப்பாவின் ஞாபகம் வந்தது. அம்மாவுக்கு ஒரு ஆணுடன் தொடர்பிருந்தால் அப்பா அதை எப்படி எடுத்துக் கொள்வார் என்ற கேள்வி எட்டிப் பார்த்தது. கழுத்தை நெரித்துக் கல்லிடைக் குறிச்சிக்குப் பாக் பண்ணியிருப்பார். அல்லது யமுனையில் எறிந்திருப்பார்.

ஜோனா குழந்தை பெற்றுக் கொள்ளாதது விவேகமானது என்று தோன்றிற்று.

நானே அன்று அதிர்ந்துபோனேன். பெற்ற குழந்தை எப்படி எடுத்துக்கொள்ளும்?

எது சரி, எது தப்பு-யாரால் சொல்லமுடியும்?

அம்மாவுக்கு இதைப்பற்றியெல்லாம் சந்தேகமே கிடையாது. ஏதோ ஒரு மனக்கணக்கு அவளுள் பதிந்திருந்தது. இது சரி, அது தப்பு என்று தீர்மானமான எண்ணங்கள் இருந்தன.

சந்தியாவுக்கு நினைக்க நினைக்கச் சிரிப்பு வந்தது. ஜோனா சொன்னதுபோல் இந்த உலகம் வேடிக்கையானது. இதில் தலைநிமிர்ந்து நடப்பது அவரவர் மனசைப் பொறுத்தது. திண்ணக்கத்தைப் பொறுத்தது.

நான்கு நாட்கள் கழித்து ஜோனா மறுபடி அவள் பகுதிக்கு வந்தாள்.

"நான் இரண்டு நாட்களுக்கு பர்கனுக்குப் போகிறேன். தனியாக இருப்பது ஒன்றும் கஷ்டமில்லையே?" என்றாள்.

"கஷ்டமில்லை. நோ ப்ராப்ளம்" என்றாள் சந்தியா.

"கஷ்டமாக இருக்கும் என்று தோன்றினால் சூர்யாவுடன் தங்கு, இல்லை அவனை இங்கே தங்கச் சொல்லு!"

"வேண்டாம் வேண்டாம், அவசியமில்லை" என்றாள் சந்தியா அவசரத்துடன்.

எதிர்பாராமல் ஜோனா சிரித்தாள். "சூர்யா சொன்னது சரிதான் போலிருக்கு!"

"என்ன சொன்னார்?"

"ஆண்களுக்குப் பெண்களை 'ரேப்' செய்வதைத் தவிர வேறு எண்ணம் கிடையாது என்று நீ பயப்படுவதாகச் சொன்னான்."

சந்தியாவுக்குக் கூச்சத்திலும் அவமானத்திலும் முகம் சிவந்து போயிற்று.

"என்னைக் கிண்டல் செய்வதைத் தவிர அவருக்கு வேறு வேலை கிடையாது," என்று கோபத்துடன் முணுமுணுத்தாள். ஜோனா செல்லமாக அவள் கன்னத்தைத் தட்டினாள்.

"உன்னை அவன் விரும்புகிறான். ரொம்பக் கடுமையாக நீ நடந்துகொள்ளக்கூடாது."

தூக்கிவாரிப்போட்டது. நாபியிலிருந்து ஒரு கலவரம் கிளம்பி இரத்த நாளங்களை உசுப்பிற்று. அந்த வார்த்தைகளுக்கு என்ன அர்த்தம் என்று தன்னைச் சுதாரித்துக் கொண்டு நிமிருவதற்குள் ஜோனா போய்விட்டாள் பர்கனுக்கு.

"ரொம்பக் கடுமையாக நீ நடந்துகொள்ளக்கூடாது."

இதற்கு என்ன அர்த்தம்? அதாவது அவன் உன்னைத் தொட்டால் முகத்தை சுளிக்காதே, பிய்த்துக்கொண்டு ஓடிவிடாதே என்கிறாள். இவளென்ன அவனுக்கு சிபாரிசு? அவன் சொல்லியிருப்பானோ?

சுறுசுறுவென்று கோபம் வந்தது- ரௌத்திரமாய் எழுந்தது. என்னை என்னவென்று நினைத்துவிட்டான் அவன்?

'உன்னை அவன் விரும்புகிறான்' இது ஜோனாவின் ஊகமா, அல்லது அவன் அவளிடம் அப்படிச் சொல்லியிருப்பானா என்று புரியவில்லை. அதைப்பற்றி யோசிக்க யோசிக்க முகம் சிவந்தது. காரணம் புரியாமல் ஆத்திரம் வந்தது.

'உனக்கு அவனை விருப்பமா?' என்று ஜோனா கேட்கவில்லை. அவனுக்காக சிபாரிசு மட்டும் செய்கிறாள், நாம் ஏதோ ஒரு

சரக்கு என்கிற மாதிரி. தான் மறைமுகமாக அவமதிக்கப்பட்டது போல அவளுக்கு திரும்பத் திரும்ப ஆத்திரம் வந்தது.

சூரிய வெளிச்சமே இப்பொழுது குறைந்துவிட்டது... பகல் பொழுதெல்லாம் சாம்பல் நிறமாக மாறிவிட்டது. அன்று சர்வகலாசாலையிலிருந்து வீடு திரும்புவதற்குள் சாம்பல் போல் கருமை படிந்துவிட்டது. ஜோனா பர்கனுக்குப் போனதும் அவள் தனியாக இருப்பதும் சூர்யாவுக்குத் தெரியாமல் போகாது. ஆனால் இதுவரை அவன் அவளுக்கு டெலிபோன் செய்யவில்லை. உதவி வேண்டுமா என்று கேட்கவில்லை. உண்மையாக விரும்புபவனாக இருந்தால் கேட்டிருக்க மாட்டானா? ஃப்ராட் இவன் மற்ற ஆண்களிடமிருந்து வேறுபட்டவன் இல்லை... 'விரும்புகிறான் மைஃபுட்...'

"சந்தியா! சந்தியா!"

அவள் சரேலென்று திரும்பிப் பார்த்தாள். ஆஸ்கரும் ஏவாவும் கையைக் கோத்தபடி நின்றிருந்தார்கள். ஏவாவின் முகம் பளீரென்றிருந்தது, ஏதோ திரையை விலக்கினாற் போல்.

ஏவா சந்தியாவை அணைத்துக் கன்னத்தில் முத்தமிட்டாள்.

"எப்படியிருக்கிறாய் சந்தியா?"

"ஃபைன்!"என்று சந்தியா சிரித்தாள். "நீ எப்படியிருக்கிறாய் என்று நான் கேட்கப்போவதில்லை. உன்னைப் பார்த்தாலே தெரிகிறது நீ ரொம்ப சந்தோஷமாயிருக்கிறாய் என்று!"

"ஆமாம் ரொம்ப சந்தோஷமாக இருக்கிறேன்." என்றாள் ஏவா முகம் பளபளக்க. "இன்னொரு சந்தோஷச் செய்தி. நான் கர்ப்பமாக இருக்கிறேன்!"

"குட்! என் வாழ்த்துகள்!" என்றாள் சந்தியா தன் வியப்பை மறைத்துக்கொண்டு.

"ஓ, நான் இப்பொழுது நிஜமாகவே சொர்க்கத்தில் இருப்பது போல் உணருகிறேன் சந்தியா! என்னுள் ஒரு உயிர் வளர்கிறது என்கிற உணர்வு எப்படிப்பட்டது தெரியுமா?"

‘குழந்தைகளைப் பெறும் கருவிகள் நாம் என்று அரசு நினைக்கிறது’ என்று சொன்னவள் இவள்- நோரா செய்திருந்த மூளைச் சலவையில்- சோகத்திலும் சந்தோஷத்திலும் மிகையாக உணர்ச்சிவசப்படுபவள். ஆஸ்கர் எதுவும் பேசாமல் நின்றிருந்தான். அவனுக்கு ஆங்கிலம் தெரியாது என்று தோன்றிற்று. இப்பொழுது நார்வீஜிய பாஷை சந்தியாவுக்குப் புரிந்தது. ஆனால் பேசவரவில்லை.

“பேஸ்மென்டுக்கு யாராவது குடிவந்துவிட்டார்களா?” என்றாள் ஏவா.

“இல்லை- தற்சமயம் நான் தனியாக இருக்கிறேன். ஜோனா வெளியூர் போயிருக்கிறாள். நாளை மறுநாள்தான் வருவாள்.”

“தனியாக இருக்கிறாயா... அந்த வீட்டில்?” என்றாள் ஏவா கவலையுடன்.

“ஏன்? அதனாலென்ன? எனக்கொன்றும் பயமில்லை.”

ஏவா யோசனையுடன் அவளைப் பார்க்கையில் ஆஸ்கர் நார்வீஜியனில் ஏதோ சொன்னான். ஏவா அவசரமாக பதில் சொல்லி,

“என் வீட்டுக்கு வந்துவிடேன்... ஜோனா வரும்வரை?” என்றாள் சந்தியாவிடம்.

“வேண்டாம் வேண்டாம். நான் சமாளித்துக்கொள்வேன்... தாங்க்ஸ்.”

“ஏதாவது உதவி வேண்டுமானால் எனக்கு டெலிபோன் செய்” என்று கைப்பையைத் திறந்து சின்னக் காகிதத்தில் ஏவா நம்பரை எழுதிக் கொடுத்தாள்.

அவளுக்கு நன்றி சொல்லி வீட்டை நோக்கிப் பயணிக்கும்போது ஆஸ்கர் சொன்ன விஷயம் மெலிதான பீதியை ஏற்படுத்தியது.

‘இவள் இருக்கும் பகுதியில்தானே ஜோனாவின் சினேகிதி இறந்துபோனாள்?’

“அதை இப்பொழுது சொல்லி இவளைக் கலவரப் படுத்தக்கூடாது.”

எப்படி இறந்து போனாள் சாதாரண மரணமில்லையா அது? இத்தனை நாள் ஏன் ஒருவரும் ஒன்றும் சொல்லவில்லை-

வீட்டை அடைந்து கதவைத் திறப்பதற்குள் கையும் காலும் உதறலெடுத்தது. சாதாரணமாக இறந்திருந்தால் இவர்கள் இரகசியமாகப் பேசுவானேன்? அதில் பயப்பட என்ன இருக்கிறது? ஒருமுறை அவள் அப்பா அம்மாவுடன் ஊருக்குப் போயிருந்தபோது நன்றாக திடமாக இருந்த பெரியப்பா பொசுக்கென்று நட்ட நடுக்கூடத்தில் மாரடைப்பு வந்து இறந்து போனார். அதற்குப் பிறகு அங்கிருந்த நாட்களில் அவள் அதே இடத்தில் படுத்துத் தூங்கினாள். எந்த பயமும் இருக்கவில்லை. ஆனால் வீடா அது? சத்திரம்போல் ஜேஜே என்றிருக்கும்- கொல்லையிலிருந்து வாசல் வரை விரிந்த ஜமுக்காளத்தில் தலையணைகள் இருக்கும். நடுச்சாமம்வரை பேச்சுக் குரல்கள்- விடிவதற்கு முன்பே காபி மணம்- பயம் நுழைவதற்கே இடமில்லை-

அம்போ என்றிருந்த இந்த வீட்டில், அதைச் சுற்றிய அரை ஏக்கரா தோட்டத்தில் பயம் கப்பென்று வியாபித்துக் கொண்டது. சமையலறைக்குள் நுழைய பயமாக இருந்தது. காபி கலக்க பயமாக இருந்தது.

இதென்ன அசட்டுத்தனம் என்று அவள் தன்னைச் சமாளித்துக் கொண்டு காபி கலந்து குடித்து சூர்யா கொடுத்திருந்த ரேடியோவைத் திருப்பினாள். அதில் மனசு லயிக்காமல், தமிழ்ப்பாட்டு ஒன்றை காஸட் பிளேயரில் முடுக்கிவிட்டாள். எதற்கும் மசியாமல் மனசு சஞ்சலத்தில் ஆழ்ந்தது. ஜோனாவின் சினேகிதி எப்படி செத்துப் போயிருப்பாள் என்பதில் திரும்பித் திரும்பி நின்றது. தற்கொலை செய்துகொண்டிருப்பாள், இப்பொழுது அவள் படுக்கும் படுக்கையிலேயே!

இத்தனை நாள் ஒன்றும் செய்யாத ஆவி இன்று என்ன செய்து விடப்போகிறது? தன் பாட்டிக்கு ஒரே சமயத்தில் மூன்று பேய்கள் புகுந்துகொண்டதாக அம்மா கதை கதையாகச் சொல்லுவாள். மூன்று வித்தியாசமாய் மனிதர்களைப் போல கொள்ளுப் பாட்டி நேரத்துக்கு நேரம் மாறுவாளாம்.

அப்பொழுது அம்மாவைப் பரிகாசம் செய்ய முடிந்தது. பேயாவது பிசாசாவது என்று நகைக்க முடிந்தது. இப்பொழுது முகம் தெரியாத ஒரு நார்வீஜியக் கிழவியின் ஆவி நம்மைப் பிடித்துக்கொண்டால் எப்படி நடந்துகொள்வோம் என்கிற கற்பனையில் நாற்காலியோடு உடம்பு உறைந்துபோயிற்று.

அழைப்பு மணி ஒலித்தது. அவள் நடுங்கிப் போனாள். வெளி ஆளைப்போல ஆவி உள்ளே நுழையலாம்.

அழைப்பு மணி மறுபடி ஒலித்தது. தொடர்ந்து 'சந்தியா சந்தியா!' என்று சூர்யாவின் குரல் ஒலித்தது.

அவள் சரேலென்று எழுந்து கதவைத் திறந்து சூர்யாவை அணைத்துக்கொண்டாள்.

"உங்க வீட்டுக்கு வந்துடறேன்; இங்க பயமாயிருக்கு" என்றாள் குழந்தையைப்போல.

19

அவளுடைய கழுத்துவரை கம்ஃபர்டரை இழுத்துப் போர்த்தி லேசாகப் புன்னகைத்து, "பயமில்லாமல் தூங்கு!" என்றான் சூர்யா. கண்கள் கேலிச் சிரிப்பு சிரித்தன.

"பாரதி கண்ட புதுமைப் பெண்ணுன்னு நினைச்சேன். சரியான தொடை நடுங்கியா இருக்கே!"

"நிஜம்மாவே தொடை நடுங்கித்துத் தெரியுமா?" என்று அவள் சிரித்தாள். "அந்தக் கிழவி எப்படிச் செத்துப் போனாள்?"

"கிழவியில்லே. ஜோனா வயசு. அவளுக்கு இதயக் கோளாறு. ஒருநாள் தூக்கத்திலேயே செத்துப் போனாள்."

இவன் உண்மையைச் சொல்கிறானா, அவளுக்காக மறைக்கிறானா என்று தெரியவில்லை. ஆனால் இவன் வீட்டுக்கு வந்துவிட்டதில் சற்று நிம்மதியாக இருந்தது. இன்று இவன் வந்திராவிட்டால் நாம் என்ன செய்திருப்போம் என்று நினைத்துப் பார்க்கவே பயமாக இருந்தது.

"இனிமேல் நீ இங்கேயே இருந்துடு. ஜோனா வீட்டுக்குத் திரும்ப வேண்டியதில்லே" என்றான் அவன் தீர்மானமாக.

"ஏன்?" என்றாள் அவள் பலவீனமாக. "அடுத்தமாச ஆரம்பத்திலேயே ஜோனா இந்தியாவுக்குக் கிளம்பிப் போய்விடுவாள். ஜனவரியிலேதான் திரும்பப் போறாளாம். பேஸ்மென்ட்டிலே புதுசா யாரையும் வைக்க அவளுக்கு இஷ்டமில்லே. உன்னாலே தனியா இருக்க முடியுமா அங்கே?"

ஜோனாவும் இவனும் ஏற்கனவே இதைப்பற்றியெல்லாம் பேசி ஒரு முடிவுக்கு வந்திருப்பார்கள் என்று தோன்றிற்று.

"தனியா இருக்கறது கஷ்டம்தான்" என்றாள் அவள் மெல்ல. "வேறு எங்கேயும் இடம் கிடைக்காதா?"

"மூணு மாசத்துக்காக எதுக்கு வேறு இடம் பார்க்கணும்? ஜோனா வந்த உடனே திரும்ப நீ போயிடலாமே?"

அவள் யோசனையுடன் கூரையைப் பார்த்தாள்.

அவன் விளையாட்டாக அவளுடைய மூக்கை நிமிண்டினான்.

"இப்பத் தூங்கு. இத்தனை நேரம் செத்துப் போனவளை நினைச்சு பயந்தே, இப்ப உசிரோட இருக்கிறவனைக் கண்டு பயப்படுவே."

"உங்களைக் கண்டு எனக்கென்ன பயம்? நீங்க என்னைப் பத்தி ஜோனாகிட்டே பேசறதெல்லாம் எனக்குப் பிடிக்கல்லே."

அவன் புருவங்களை உயர்த்திச் சிரித்தான்.

"இனிமே பேசல்லே. அதுக்கு சான்ஸ் கொடுக்காதே!" என்றபடி அறைக்கதவை மெல்லச் சாத்திக் கொண்டு வெளியேறினான். அவன் பேச்சுக்கு என்ன அர்த்தம் என்று புரியவில்லை. குழம்பும் படியாக அதில் ஒன்றுமில்லே என்கிற சமாதானத்துடன் அவள் தூங்கிப்போனாள்-

ஜோனா பர்கனிலிருந்து திரும்பியதும் அவளிடம் விஷயத்தைச் சொல்லி சூர்யாவின் வீட்டிற்குக் குடிபோய்விட எண்ணுவதாகத் தெரிவிக்கும்போது திடீரென்று மனசைக் கூச்சம் கவ்விற்று. கடவுளே எல்லாரும் என்ன நினைப்பார்கள் இந்த முடிவைப்பற்றி என்று சங்கடம் ஏற்பட்டது.

“சூர்யாவோடு நீங்க இருப்பதாகக் கேள்விப்பட்டேனே?” என்று அன்று மனோன்மணி சொன்னபோது எத்தனை ரோஷமேற்பட்டது.

‘சேர்ந்து இருக்கோம். ஆனா நீ நினைக்கிறபடி இல்லே’ என்றால் மனோன்மணியே நம்புவாளா? அம்மா என்னவோ வசனம் சொல்வாளே ‘பனைமரத்தடியிலே பாலைக் குடிச்சாலும்...’

“அது ரொம்ப நல்ல முடிவு” என்று ஜோனா அவளைத் தழுவிக்கொண்டு ஆசீர்வதித்தாள். “சூர்யா ரொம்ப நல்லபிள்ளை என்று சொன்னேனே! நான் இல்லாதபோது நீ இங்கு தனியாக இருப்பது சரியில்லைதான்.”

“நீங்கள் இந்தியாவிலிருந்து திரும்பியதும் இங்கு வந்துவிடுகிறேன்” என்றாள் சந்தியா அவசரத்துடன்.

ஜோனா அவளை வினோதமாகப் பார்த்துச் சிரித்தாள்.

“ஓ தாராளமாக! உன் பெற்றோர்களுடைய டெலிபோன் நம்பர் தருவதாகச் சொன்னாயே?”

அவள் சற்றுத் திகைத்தாள். பிறகு தன்னைச் சமாளித்துக் கொண்டு.

“தருகிறேன்” என்று எழுதிக் கொடுத்தாள்- இவளுக்கு எப்படி விளக்குவது என்ற தவிப்புடன் மெல்லச் சொன்னாள்.

“ஜோனா, நீங்கள் நம்புவீர்களோ மாட்டீர்களோ, சூர்யா எனக்குப் பழக்கமானவர் என்பதால் அவர் வீட்டில் தங்குகிறேன். மற்றபடி எங்களிடையே ஒன்றுமில்லை.”

“ஏதும் இருந்தாலும் தப்பில்லை சந்தியா!” என்றாள் ஜோனா கருணையுடன்.

“அது வேறு விஷயம், ஆனால் உண்மை என்று நான் சொல்கிறேன். யாரும் நம்பமாட்டார்கள். என் அம்மாவுக்கு நான் ஒரு ஆணுடன் தனியாக இருக்கிறேன் என்று தெரிந்தால் அதிர்ந்துபோய்விடுவாள். நான் இங்கு கிளம்பி வந்ததே அவளுக்கு அதிர்ச்சி. அவர்களுடைய பயங்களை லட்சியம்

செய்யாமல் நான் கிளம்பி வந்தேன் என்றாலும்...”

“எனக்குப் புரிகிறது” என்றாள் ஜோனா, அவள் தோளைப் பற்றி. “நான் இதெல்லாம் சொல்லமாட்டேன், கவலைப்படாதே.”

ஜோனாவிடம் தன் மனசிலிருப்பதைச் சொல்லிவிட்டதில் சற்று நிம்மதி ஏற்பட்டது.

பேச்சுவாக்கில் ‘உங்கள் பாஷை பேசும் ஒருத்தனுடன்தான் உங்கள் பெண் இருக்கிறாள்’ என்று சொன்னாளானால் அம்மாவின் ரியாக்ஷன் எப்படியிருக்கும் என்று கற்பனை கூடச் செய்ய முடியவில்லை.

‘இனிமே திரும்பியே வரமாட்டேன்’ என்று சூளுரைத்துவிட்டு வந்தவளுக்கு அவர்களை இந்த விஷயமெல்லாம் எப்படிப் பாதிக்குமோ என்கிற கவலை ஏன் ஏற்படவேண்டும் என்று கூடவே திகைப்பேற்பட்டது.

அப்பா தலை குனிந்தார். பாஸ்போர்ட்டை நீவி விட்டபடி மெல்லச் சொன்னார்.

‘அங்கெல்லாம் வாழ்க்கை முறையே வேறே. அதிலே தடம் புரண்டு போயிடக்கூடாது... நம்ம வேர்களை மறக்கக் கூடாது...’

வேர்கள் என்பது ஓர் உருவகச் சொல். அதற்கு வியாக்யானம் என்ன என்று அவளுக்குத் தெரியாது. அது மண்ணில் இருப்பதா, மனசில் இருப்பதா, சிந்தனையில் இருப்பதா என்று தெரியவில்லை. ‘வேர்கள் விலங்குகளாகப் போய்விடக் கூடாது’ என்கிறான் சூர்யா, ரோமாபுரியில் ரோமனைப்போல் இருக்க வேண்டும் என்பது அவன் சித்தாந்தம். உலகம் ஒரு திறந்த அரங்கம். அதில் வீசும் எல்லாக் காற்றையும் சுவாசிக்க வேண்டும். கண்ணாடிக் கூட்டைக் கட்டிக்கொண்டு உட்காரக் கூடாது.

யோசிக்க யோசிக்க அவளுக்குக் குழப்பம்தான் ஏற்பட்டது. நானும்தான் மாறிவிட்டேன். அன்றாட நியமங்கள் மாறிவிட்டன. இந்த ஊர்ப் பெண்கள்போல் உடை உடுத்துகிறேன். சுதந்திரமாக இருக்கிறேன். கண்ணாடிக் கூட்டுக்குள் இருப்பதாக

நினைக்கவில்லை. எனக்குச் சரி என்று படுவதே எனது தர்மம். அதனாலேயே என் மனசு நிர்மலமாக இருக்கிறது. குற்ற உணர்வு இல்லை- ஏக்கங்கள் இல்லை- எதிர்பார்ப்பு இல்லை.

அவளுடன் ஃப்ராங்ஃபர்ட் வரை பயணித்த அந்த இளம் சன்னியாசியின் நினைவு அவளுக்குத் திடீரென்று நினைவு வந்தது. துறவியாக இருந்தாலும் ஒரு சங்கத்துக்குள் இருப்பவருக்கு அவளைப் போல் சுதந்திரமிருக்காது. ஆனால் மனநிலையில் ஒற்றுமை இருக்கும் என்று அவளுக்கு விநோதமாகத் தோன்றியது.

ஜோனா தில்லிக்குக் கிளம்பிப் போய்விட்டாள். சூர்யாவின் வீட்டுக்கு வந்து ஒரு மாதத்துக்குமேல் ஆகிவிட்டது. அவர்கள் உறவில் எந்த மாற்றமும் இல்லை. முன்புபோல் கேலியும் குறும்புமாக இப்பொழுது இருக்க முடியாமல் அவளுக்குப் படிப்பும், அவனுக்கு அலுவலக வேலையும், அதிகரித்துப்போன குளிரும் அவர்களிடையே நேரத்தைக் குறைத்திருந்தது. இருளே இல்லாத வெயில் காலத்துக்கு நேர் விரோதமாக வெளிச்சமே இல்லாத குளிர்காலம் அவளை அச்சுறுத்திற்று. சூர்யாவின் வீட்டிற்கு வராதிருந்தால் மனச்சோர்வில் பித்தே பிடித்திருக்கும் என்று தோன்றிற்று.

அவளுக்குக் குளிர் பழக்கமில்லை என்பதற்காக சூர்யா ரொம்பவும் இதமாக நடந்துகொண்டான். முடிந்தபோது சர்வகலாசாலைக்குக் காரில் கொண்டுவிட்டான். தன்னுடைய கனமான கோட்டுகளையும் ஜோடுகளையும் அணியக் கொடுத்தான்.

ஏதோ சத்தியத்துக்குக் கட்டுப்பட்டவன்போல் அவளிடம் நெருங்காமல் அவன் எட்டியே இருந்தது ஆச்சரியமாக இருந்தது. அவனிடம் மரியாதையை ஏற்படுத்திற்று. அவளுக்குள் ஏதோ ரசாயன மாற்றம் நிகழ்ந்து வருவதுபோல் தோன்றிற்று. இந்தக் குளிரும் இருட்டும் நன்றிக்கடனும் நம்முள் பலகீனத்தைப் புகுத்திவிடுமோ என்று கவலையேற்பட்டது.

அன்று வகுப்பு முடிந்து வெளியே வரும்போது ரிஸப்ஷனில் அவளுக்கு ஒரு செய்தி இருந்தது, ஏவா அவளைப்

பார்க்க விரும்புவதாக. ஏவாவைப் பார்த்து எத்தனையோ நாட்களாகிவிட்டன. போனில் கூடப்பேசிக் கொள்ளவில்லை.

அவள் கொடுத்த சீட்டு காணாமல் போய்விட்டது. சூர்யாவின் வீட்டிற்கு வந்தது ஏவாவுக்குத் தெரியாது.

ரயிலைப் பிடித்து மயூர்ஸ்ட்வைனில் இறங்கி, ஏவா செய்தியில் தெரிவித்திருந்த விலாசத்தைக் கண்டுபிடித்துச் சற்று மேடான பகுதியில் ஒற்றையாக நின்ற அந்த மரவீட்டிற்குச் சென்று கதவைத்தட்டி உள்ளே சென்றதும் ஏவா கண்ணீரும் கம்பலையுமாக அவளை ஓடிவந்து அணைத்துக் கொண்டாள்.

கடவுளே, இவளுக்கு என்ன ஆகிவிட்டது என்கிற திகைப்புடன்.

"ஏவா, என்ன விஷயம்? ஆஸ்கர் எங்கே?" என்றாள் "ஆஸ்கர் வேலைக்குப் போயிருக்கிறான்."

"ஆஸ்கருக்கும் உனக்கும் ஏதாவது தகராறா?"

சற்றுநேரம் ஏவா எதுவும் பேசாமல் கண்ணீர் விட்டாள். பிறகு மெல்லச் சொன்னாள்:

"ஆமாம். கொஞ்ச நாட்களாக அவன் என்னவோபோல் நடந்து கொள்கிறான். சரியாக வீட்டுக்கு வருவதில்லை."

"அன்று ரொம்பச் சந்தோஷமாகத் தெரிந்தீர்களே?"

"ஆமாம். ரொம்ப அன்பாகத்தான் இருந்தான். நான் அவன் மேல் உயிரையே வைத்திருக்கிறேன் சந்தியா. அவன் என்னைவிட்டுப் போய்விட்டால் எனக்குத் தாங்காது."

"போய்விடுவானா? நீ கர்ப்பமாக இருக்கும் சமயத்தில் அப்படிச் செய்வானா?"

"என்ன செய்வான் என்று எனக்குத் தெரியவில்லை. அவன் மனசை யாரோ கலைத்திருக்கிறார்கள். நோராவுக்கும் எனக்கும் இருந்த உறவைப்பற்றிச் சொல்லியிருக்கிறார்கள். அவனுக்கு அது அவமானமாகத் தோன்றுகிறது."

கடவுளே என்ன மாதிரிப் பிரச்சினைகள் என்று சந்தியாவுக்கு சோர்வேற்பட்டது.

அவள் ஏவாவின் தோளைப்பற்றி சமாதானமாகச் சொன்னாள்.

"குழந்தை பிறந்த பிறகு தன்னால் சரியாகிவிடுவான். ஏவா கவலைப்படாதே."

"ஓ, எதுவும் நிச்சயமில்லை சந்தியா. அது பிறக்கும்போது அவன்கூட இருப்பது எத்தனை ஆனந்தமாக இருக்கும்! தெம்பை அளிக்கும்! அவனுக்காக நான் எதையும் இழக்கச் சித்தமாக இருக்கிறேன். அவன் என்னைப் புரிந்துகொள்ளவில்லை."

இவளுடைய துக்கத்தைப் பார்த்தால் ஆஸ்கர் இவளுடன் அதிக நாள் தங்கமாட்டான் என்பது நிச்சயமாகிப்போன விஷயம்போல் பட்டது. எத்தனை பரிதாபம் அது என்று பச்சாதாபமேற்பட்டது. இவளுக்கு மனசில் வலுவில்லை. கர்ப்பமாக வேறு இருக்கிறாள். இத்தனை மோசமாக ஒருத்தன் பழிவாங்குவானா? இவளுடைய பழைய சரித்திரம் எப்படி இருந்தால் அவனுக்கென்ன?

"நீ தைரியமாயிருக்கணும் ஏவா!" என்றாள் அவள் மெல்ல, "உன்னைவிட்டுப் போகவேண்டுமானால் அவன் ஒரு மடையனாக இருக்க வேண்டும். உன் துக்கம் எனக்குப் புரிகிறது. ஆனால் தைரியத்தை இழக்கக்கூடாது. குழந்தையைப் பெற்று ஆளாக்குவது பெரிய பொறுப்பு. இதை நீ சவாலாக எடுத்துக்கொள்ளணும். நல்லவேளையாகப் பணத்தைப் பற்றிப் பிரச்சினையில்லை. அரசு கொடுக்கும். இனிமேல் குழந்தையைப்பற்றி நினை."

ஏவா லேசில் சமாதானமாக மாட்டாள் என்று தோன்றிற்று.

"ஆஸ்கரை நான் மிகவும் நேசிக்கிறேன். அவனை இழப்பது சுலபமாக இருக்காது எனக்கு!"

இவளை எப்படித் தேற்றுவது என்று புரியவில்லை.

"இப்பொழுதுதான் எனக்கு அவனுடைய துணை வேண்டும் சந்தியா! இந்தக் குளிரிலும் இருட்டிலும் எனக்குத் துணைவேணும்."

"மனசை திடப்படுத்திக்கொள் ஏவா" என்று மட்டுமே சொல்ல

முடிந்தது. "இதை சவாலாக ஏற்றுக்கொள்," என்றுதான் திரும்பித் திரும்பிச் சொல்லத் தோன்றிற்று.

ஏவா சொல்வது போல இந்தக் குளிரிலும் இருளிலும் அது சுலபமான காரியமில்லை. நேசித்தவனால் ஏமாற்றப்படுவதை இந்தக் குளிரில் நிச்சயம் தாங்க முடியாது. எப்படிப்பட்ட கயவன் அவன் என்கிற ஆத்திரத்தை அடக்கிக்கொண்டு அவள் சொன்னாள்.

"இனிமேல் உன் குழந்தைதான் உனக்கு பலம். குழந்தை உன்னை ஏமாற்றாது ஏவா. உன் அருமை புரியாதவனுக்காக நீ கண்ணீர்விடக்கூடாது."

வெகுநேரம் அவளுடன் உட்கார்ந்து தைர்யம் சொன்னதில் ஏவாவின் கண்ணீர் ஒரு வழியாக நின்றது. ஏவாவுக்குச் சூடாக சூப் வைத்துக்கொடுத்து, மீண்டும் தைரியம் சொல்லிவிட்டுக் கிளம்புவதற்குள் இரவு எட்டு மணி ஆகிவிட்டது. வெளியே குளிர் எலும்பைக் குடைந்தது. பஞ்சுப் பொதியைப்போல பனிமழை பெய்து கொண்டிருந்தது. தலைக்குல்லாவை இழுத்துக் கட்டிக்கொண்டு அவள் நடந்தாள். ஏவாவின் சோகம் அவளுக்குள் புகுந்துகொண்டது போலிருந்தது. தெருவில் ஜனநடமாட்டமே இல்லை. எப்படிப்பட்ட தனிமை இங்கு! ஏவா எப்படித் தனியாக இருக்கப்போகிறாள்!

விஜிலாண்ட் பார்க்கில் அவளும் ஆஸ்கரும் இருந்த கோலம் நினைவுக்கு வந்தது. நேசம். அதற்கு ஏதானும் அர்த்தமிருக்கிறதா? எத்தனை சரளமாக அந்த வார்த்தை இவர்கள் நாவில் அடிபடுகிறது. எத்தனை துரிதமாக வெளியேறிவிடுகிறது! ஏன்?

எல்லாமே பித்தலாட்டம் என்று பட்டது. உண்மையிலேயே இது கத்தரிக்காய் புடலங்காய் வர்க்கம்தான். அதிக நாள் நிற்காது.

கடவுளே, இது என்ன குளிர் என்கிற சோர்வுடன் அவள் நடந்தாள். திடீர் என்று அப்பாவின் நினைவு வந்தது. அவளைக் கட்டாயப்படுத்திக் கடைக்கு அழைத்துச் சென்று கம்பளிச் சட்டைகளும் கையுறையும் வாங்கிக் கொடுத்தது நினைவில்

நின்றது. குபுக்கென்று கண்ணில் சூடாக நீர் நிறைந்தது. ஏவாவின் பலவீனம் நமக்குள் புகுந்துவிட்டது என்று அவள் பனியாய் உறைந்துபோன கண்ணீரை உறையிட்ட கைகளால் ஒதுக்கியபடி வேகமாக நடந்தாள். ரயிலைப் பிடித்து ஸ்ட்ரூட்டிங் கார்ட்டை அடைந்து இன்னொரு ரயிலைப் பிடித்து வீடுபோய் சேருவதற்குள் போதும் போதும் என்றாகிவிட்டது. கையும் காலும் மரக்கட்டையைப்போல் ஆகி அவள் மூச்சுத் திணறியபடி தன்னிடமிருந்த சாவியால் கதவைத் திறந்து உள்ளே சென்றாள். வீடு இருண்டிருந்தது. சூர்யா இன்னும் வரவில்லை. அவனும் தன்னைப்போல் எங்கோ மாட்டிக்கொண்டிருக்கவேண்டும் என்று ஆயாசத்துடன் அவள் உடுப்புகளைக் கழற்றி ஹீட்டருக்கு முன் நின்றுகொண்டாள்.

ஈசுவரா, இந்தக் குளிர் பயங்கரமானது என்று அவள் தனக்குள் புலம்பினாள். ஏவாவின் சோகத்தின் பரிமாணம் இப்பொழுது முழுசாகப் புரிந்தது. இன்றைக்கென்று சூர்யா ஏன் இன்னும் வரவில்லை என்று கவலையேற்பட்டது. வீட்டிற்குள் இருந்த சூட்டில் உடம்பு சற்று இளகினதும் அவள் சமையலறைக்குச் சென்று இரவுச் சாப்பாட்டுக்காகச் சூர்யாவைப் பற்றிய யோசனையுடனேயே எதையோ தயாரித்தாள். நேரம் நகர்ந்து கொண்டேயிருந்தது. சூர்யாவைக் காணோம், போனிலும் எந்தச் செய்தியும் இல்லை. நாபியிலிருந்து பயமும் கவலையும் எழுந்தன. கவலை அதிகரிக்க அதிகரிக்க ஒரு விஷயம் புலனாயிற்று. அவனை வேற்று ஆளாகத் தன்னால் பாவிக்க முடியாது சாதாரண சினேகிதத்துக்கும் அதிகமான நெருக்கம் இது- அவனுடைய வாழ்வுடன் அவளது பிணைந்துபோனாற்போல -

இது வினோதமான பிரக்ஞை என்று அவள் நினைத்துக் கொண்டாள். அவள் வேண்டுமென்றே இதுவரை நம்பாதது தனக்குள் ஏற்பட்ட கலவரத்தை மறக்க அவள் டேப்பைப் போட்டாள். ஜிஎன்பியின் 'திக்குத் தெரியாத காட்டில்' கணீரென்று ஒலித்தது. அவள் அதிகக் கலவரத்துடன் அதை நிறுத்தினாள்.

சூர்யா தனிமனிதன். அவன் நினைத்தபோது வீட்டுக்கு வரலாம். எனக்கும் அவனுக்கும் ஒரு சம்பந்தமுமில்லை. இந்த ஊரில் ஆறோ, எட்டோ வருஷங்களாக இருப்பவன். குளிர் அவனுக்குப் பழக்கமானது. எனக்குத்தான் பழக்கமில்லை. தனிமை பழக்கமில்லை. அதனால் மனசு இல்லாத கற்பனையில் லயிக்கிறது. 'நான் நேசிச்கிறேன்' என்கிற சினிமா வசனம் பேசுமளவுக்கு நான் பலவீனமானவள் இல்லை- நான் சந்தியா.

தூக்கம் வரவில்லை-சாப்பிடப் பிடிக்கவில்லை. அவன் பதினொன்னறை மணிக்கு உள்ளே வந்து, "என்ன செய்தே படுத்துக்காம?" என்றபோது கோபம் வந்தது. அழுகை வெடித்தது.

அவன் மேலங்கியைக் கழற்றிவிட்டு அவளருகில் வந்தான். அவள் தோளைப்பற்றி, "என்ன விஷயம்?" என்றான்.

அதற்குமேல் அவளால் தன் உணர்ச்சிகளுக்கு அணைகட்ட முடியவில்லை.

20

காலையில் கண்விழித்தபோது மனசு புதுசாக இருந்தது. சென்றிராத சாம்ராஜ்யத்தைத் தேடிப்பிடித்தாற்போல் சந்தோஷப் பட்டது. ஜன்னல் திரையை விலக்கிப் பார்க்கும்போது வெளியே சுவாரஸ்யமற்ற இருள்தான். ஆனால் உள்ளுக்குள் நிச்சயம் ஒரு பிரகாசம் புகுந்திருந்தது.

சந்தியா தனக்குள் புன்னகைத்தபடி நெடிய சோம்பல் முறித்தாள். சமையலறையிலிருந்து பாரதிப் பாட்டு கேட்டது. பாத்திரங்களின் ஓசைகேட்டது.

எழுந்து முகம் கழுவிக் கொண்டு சமையலறைக்குச் சென்றாள். சூர்யா காலை ஆகாரம் செய்தபடி ஏதோ புத்தகத்தைப் படித்துக் கொண்டிருந்தான். அவளை நிமிர்ந்து பார்த்து, “ஹாய்!” என்று புன்னகைத்தான். திடீரென்று அவளுக்கு விளங்காத ஒரு கூச்சம் அவளை ஆட்கொண்டது. ‘ஹாய்’ என்று புன்னகைத்தபடி அவன் எதிரில் அமர்ந்துகொண்டாள்.

அவன் அவளை ஒரு விநாடி நிலைத்துப் பார்த்து, தனது இடது கையால் அவளுடைய கரத்தைப் பற்றினான்.

“எப்படியிருக்கே?” என்றான் மிருதுவாக. “ஃபைன்” என்றாள் அவள் மெல்ல. “நான் இன்னிக்கு ஆபீஸுக்குச் சீக்கிரம் போகணும். நீ காலேஜுக்குப் போகப் போறியா?”

"போகணும்."

"கிளாஸ் முடிஞ்சதும் வீட்டுக்கு வந்து சேரு. அங்கே இங்கேன்னு ஸோஷியல் ஸர்வீஸ் செய்யப் போயிடாதே. இந்தக் குளிர்லே."

"சீக்கிரம் வந்து என்ன செய்ய, தனியா கொட்டு கொட்டுன்னு?"

அவன் சிரித்தபடியே அவள் கன்னத்தைத் தட்டினான்.

"நானும் வந்துடறேன், உன்னோடு கொட்ட!"

அவளுக்கு முகம் சிவந்துபோயிற்று. அதை மறைத்துக்கொள்ள அவள் அவசரமாக எழுந்து தனக்குக் காபி கலக்க ஆரம்பித்தாள்.

அவன் முகத்தில் ஒரு புன்சிரிப்பு தவழ்ந்த வண்ணம் இருந்தது. கேலிச் சிரிப்பு மாதிரி இருந்தது. அவன் எழுந்து தன்னைத் தயார் செய்துகொண்டு அவளருகில் வந்தான். அவள் தோள்களில் கையை வைத்து "நீ இப்படித் தலை குனிஞ்சுண்டு வெட்கப்படும்படியா எதுவும் நடந்துடலே. இயல்பாய் இரு." என்று அவளை நோக்கிக் குனிந்தான்.

அவளுக்குப் புரியவில்லை. அவனது அணைப்பும், அதரங்கள் பதிந்த இடமும் மந்திரக்கோல் பட்ட மாதிரி உடம்பில் மாறுதலை ஏற்படுத்தின. அதை அடக்குவது சாத்தியமில்லை என்று தோன்றிற்று.

இயல்புக்கும், இயற்கைக்கும் என்ன வித்தியாசம் என்று புரியவில்லை. ஒன்றின் உந்துதல் இன்னொன்றுக்கு வேண்டாமோ என்று தோன்றிற்று. உடம்புக்கு எல்லாம் வேண்டியிருந்தது அவனுடைய அண்மையும், அணைப்பும் பிரியமும்- அதற்காகவே ஏங்கி நின்றிருந்தாற்போல், இயல்பாகச் சரணடைந்தது. இந்தக் குளிரும், தனிமையும் மனச்சோர்வும் இல்லாதிருந்தால் அத்தனை பலவீனப்பட்டிருக்குமா என்று அவள் தனக்குள் கேட்டுக் கொண்டாள். அதற்கு இனிமேல் விடையைத் தேடுவது அசட்டுத்தனம் என்று தனக்குள் சொல்லிக்கொண்டாள். இதை பலவீனம் என்று சொல்வதில் அர்த்தமில்லை. இன்று புதுசாகத் தெம்பு வந்திருக்கிறது, புதிய இரத்தம் ஊற்றெடுத்தது போல. தனியாக அலைபாய்ந்தவளுக்குத் துடுப்புக் கிடைத்த தெம்பு

இது. சூர்யா சொன்ன மாதிரி 'வெட்கப்படும்படியா எதுவும் நடந்துடல்லே' இயல்பாக ஏற்பட்டிருக்கும் சங்கமம் இது. ஜூலியைப்போல் காட்டாற்றைப் பார்த்தவுடன் கண்ணை மூடிக்கொண்டு பாய்ந்துவிடும் கதை இல்லை இது. முள்வேலி போட்டு அணைகட்டித் தடுத்து நிறுத்திப் பார்த்துப் பரீட்சித்து முடிவைத் தேடிக்கொண்ட விவகாரமல்லவா இது! ஜானைப் போல, ஆஸ்கரைப் போல நிச்சயம் சூர்யா இருக்கமாட்டான். ஒரே இரவுப்போது அவளுள் பெரிய தன்னம்பிக்கையை வளர்த்துவிட்டதை அவள் உணர்ந்தாள். அம்மாவுக்கு இப்பொழுது எழுதலாம் "இங்கே ஒரு படித்த புத்திசாலியான நல்ல உத்தியோகத்திலே இருக்கிற தமிழனைப் பிடிச்சிருக்கேன். வெள்ளைக்காரனைப் பிடிக்காமல் இந்தியனைப் பிடித்தேனே" என்று சந்தோஷப்படுவாள். அதுவும் தமிழன் என்றால் அதிக சந்தோஷம்.

அவள் தனக்குள் புன்னகைத்தபடி கல்லூரிக்குத் தயாராகிக் கிளம்பினாள். கதவைப் பூட்டிக்கொண்டு தெருவில் இறங்கும் போது பக்கத்து வீடும் அதன் தோட்டமும் தெரிந்தன. வராந்தாவில் சாய்வு நாற்காலியில் மிஸஸ் ஜோன்ஸ் அமர்ந்திருந்தாள். சந்தியாவைப் பார்த்துக் கையசைத்துச் சிரித்தாள்.

"குளிரவில்லையா மிஸஸ் ஜோன்ஸ்?" என்று கேட்டபடி சந்தியா தெருவில் இறங்கினாள்.

அவளை நினைத்தால் ஆச்சர்யமாக இருந்தது. எண்பத்தைந்து வயசு. தனியாக இருக்கிறாள். சென்ற மாதம் பனிமழை ஆரம்பிக்கும்வரை தோட்டத்தில் வேலை செய்து கொண்டிருந்தாள். பேப்பர்காரனையும், வாரத்துக்கு ஒருமுறை அவளுக்குச் சாமான் வாங்கிப்போடும் ஓர் ஆளைத் தவிர, அவள் வீட்டுக்கு யாரும் வருவதில்லை. தானே சமைத்துத் தனியாகச் சாப்பிட்டு தனியாகத் தூங்கி- எப்படியிருக்கிறாள்? தோட்டத்துச் செடிகள்தான் அவளுக்குத் துணைபோல இருக்கும். இப்பொழுது அவையும் பனியுள் முடங்கிவிட்ட பிறகு எப்படித்தான் அவளுக்குப் பொழுதுபோகும்?

இங்கு நிறையப் பேர் தனியாக இருந்தார்கள். தனிமையை விரும்பித் தேர்ந்தெடுத்தாற்போல் விரும்பாமலே தனிமையில் விடப்பட்டவர்களும் இருக்கவேண்டும். ஏவாவைப்போல் கோழைகளாக எல்லாரும் இருப்பார்கள் என்று தோன்றவில்லை. தனியாக அம்மாக்கள் குழந்தைகளை வளர்த்தார்கள். வேலைக்குச் சென்றார்கள். புருஷனை நம்பி மனைவி இருக்க வேண்டிய அவசியமில்லை. பெற்றோர்களை நம்பி வயது வந்த குழந்தைகள் இருக்க வேண்டியதில்லை. பொருளுதவி அரசு கொடுத்துவிடுகிறது. இதனாலேயே இங்கு குடும்பம் என்பதே குறைந்துவருகிறது என்று சந்தியா நினைத்துக் கொண்டாள். பொருளாதாரச் சுதந்திரம் இருந்திருந்தால் அவள் என்றைக்கோ வீட்டைவிட்டுக் கிளம்பியிருக்க மாட்டாளா?

'உனக்கு ஃபீஸ் கட்டவே நானும், பொங்கிப் போடவே அம்மாவும் இருக்கிறதா நீ நினைக்கிற மாதிரி இருக்கு.'

அவளுக்குப் புரியவில்லை. சுயநலத் தேவை மட்டுமே அவள் அவர்களுடன் இருந்ததற்குக் காரணம் என்கிற நினைப்பே அநாகரிகமாகத் தோன்றிற்று. ஆனால் எத்தனை பெரிய அகழி ஏற்பட்டுவிட்டது இருவரிடையேயும்! அது எப்பொழுது ஆரம்பித்தது என்று தெரியவில்லை. அவள் தில்லிவாசியாக வளர்ந்ததும் அம்மா கல்லிடைக்குறிச்சிக்காரியாகவே நின்று விட்டதும் அப்பா அங்கேயுமில்லாமல் இங்கேயுமில்லாமல் திரிசங்குவில் நின்று விழித்ததும் அதற்குக் காரணமாக இருக்க வேண்டும். இப்பொழுது இத்தனை தொலைவுக்கு வந்ததும் அம்மாவை நினைத்துப் பரிதாபமாக இருந்து. ரொம்பவும்தான் அவளை ஆட்டிப் படைத்தோம் என்று வருத்தமேற்பட்டது. இப்பவும் பத்து நாட்களுக்கு ஒருமுறை, இவள் எழுதுகிறாளோ, இல்லையோ அவர்களிடமிருந்து கடிதம் வந்துவிடுகிறது.

'உனக்காகத்தான் நாங்கள் உயிர் வாழ்ந்து கொண்டிருக்கிறோம்...'

இது வெறும் நாடக வசனம் என்று இப்பொழுது ஒதுக்க முடியவில்லை. அன்பு, பாசம், நேசம், என்கிற வார்த்தைகளுக்கு ஏதோ மந்திரசக்தி இருக்கவேண்டும். அந்த மந்திரத்துக்குக் கட்டுண்டுதான் உலகம் இயங்குகிறது. பிறப்பும் இறப்பும் அதன்

கட்டுக்குள் இருப்பவை. திரும்பத்திரும்ப ஜனனமிருப்பதால்தான் திரும்பத் திரும்ப மரணம். இது இயற்கையின் நியதி. இந்த நியதியைக் கட்டுப்படுத்த நினைத்தால் ஜனனமே இருக்காது-மரணம்தான்.

இந்தத் தத்துவ விசாரணையெல்லாம் நமக்கு எதற்கு என்று அவள் தனக்குள் சிரித்துக்கொண்டாள். வெறும் தனிமையும், குளிரும் இருளும் சூர்யாவிடம் அவளை இட்டுச் சென்றன என்று நினைப்பது கேவலம் என்று தோன்றிற்று. அதையெல்லாம் மீறி ஏதோ ஓர் உணர்வு அந்த ஆகர்ஷத்துக்குக் காரணமாக இருந்திருக்க வேண்டும். அவளுள் ஏற்பட்டிருக்கும் ரசாயன மாறுதலா, பௌதீக மாறுதலா என்று புரியவில்லை.

“சந்தியா!”

அவள் திரும்பினாள்-

குரலை வைத்துதான் மனோன்மணி என்று தெரிந்தது. மனோன்மணி கனமான கம்பளி உடுப்பில் இருந்தாள்.

“பயங்கர குளிர் இல்லே?” என்று சிரித்தாள்.

“எப்படியிருக்கீங்க?”

“நல்லாயிருக்கேன்,” என்று அவள் கையைப் பற்றியபடி சந்தியா நடந்தாள். “நீ எங்கே இங்கே வந்தே மனோன்மணி?”

“நாங்க இப்ப இடம் மாறிட்டோம். மற்றவங்களோடு இல்லே” என்றாள், மனோன்மணி. “ஒரு வயசான நார்வீஜியத் தம்பதி இருக்கிறாங்க. ரொம்ப நல்லவங்க. கருணை மனசு. ஸ்ரீலங்கா இனக்கலவரத்தைக் கேட்டு உண்மையாகவே கவலைப்படறவங்க. எங்களுக்காகக் கீழ்ப் பகுதியைக் கொடுத்திருக்காங்க. லங்கேசுவரனுக்கு அவங்க மகனைத் தெரியும். அதனாலே வாடகை கூட வாங்கிக்கிறதில்லே!”

“குட் ஆச்சரியமாயிருக்கே!”

“ஓ, இவங்களுக்கெல்லாம் இருக்கிற கருணை மனசு ரொம்ப ஆச்சரியமானதுதான். ஸ்ரீலங்காவிலே நடக்கற விஷயமெல்லாம் கேட்டு உருகிப்போயிடறாங்க.”

சந்தியா பதில் சொல்லாமல் நடந்தாள்.

“நீங்களும் இடம் மாறிட்டிங்களா என்ன?”

சந்தியா சட்டென்று பதில் சொல்லத் தெரியாமல் தடுமாறி, பிறகு சமாளித்துக்கொண்டு சொன்னாள்.

“ஆமாம். நா இருந்த இடத்திலே இப்ப யாருமே இல்லே. வீட்டுக்கார அம்மாளும் வெளிநாட்டுக்குப் போயிருக்காங்க தனியா இருக்க முடியாம-”

“சூர்யாவோட தங்கியிருக்கீங்கதானே?”

‘ஆமாம்’ என்று தலைகுனிந்து முணுமுணுத்தபடி சந்தியா அங்கு வந்து நின்று ரயிலுக்குள் ஏறினாள்.

“இதிலே கூச்சப்பட ஒண்ணுமில்லே சந்தியா” என்றபடி மனோன்மணி அவளைத் தொடர்ந்து ஏறினாள்.

சந்தியா பதில் சொல்லாமல் உட்கார்ந்தாள். நீ நினைக்கிற மாதிரி எதுவும் இல்லே என்று முந்தா நாள் அடித்துச் சொல்லியிருக்கலாம். இன்று முடியாது.

“அந்தந்த ஊரிலே, அந்தந்த ஊர்க்காரங்க மாதிரி இருந்துக்க வேண்டியதுதான். யாழ்ப்பாணத்திலே நாங்கள்ளாம் எத்தனையோ கட்டுப்பாட்டோட இருந்தவங்க.”

மனோன்மணி தனக்கே சமாதானம் சொல்லிக்கொள்கிறாளோ என்று தோன்றிற்று. அவள் சீக்கிரமே இறங்கிச் சென்றது சற்று நிம்மதியாக இருந்தது.

நடந்துபோன விஷயத்தை சரியா தப்பா என்று போஸ்ட்மார்ட்டம் செய்வது அசட்டுத்தனம் என்று தோன்றிற்று. அதற்கு சமாதானங்களைத் தேடுவது அதைவிட அசட்டுத்தனம்.

யாழ்ப்பாணத்துப் பெற்றோர்கள் பயங்கர அதிர்ச்சிகளைத் தாங்கிப் பழகிப்போனவர்கள். குழந்தைகள் எங்கேயாவது

உயிரோடு இருந்தால் போதும் என்றிருப்பவர்களுக்குப் புதுசாக எந்த அதிர்ச்சியும் ஏற்படப்போவதில்லை. கலாசார மாறுதல்கள் எல்லாம் சரித்திர நிர்ப்பந்தங்கள் என்று உணர்ந்தவர்கள்.

தில்லியிலேயே நம் போக்கைப் புரிந்துகொள்ளாத அம்மா சூர்யாவுக்கும் எனக்கும் ஏற்பட்டுப்போன உறவை நிச்சயம் புரிந்துகொள்ளமாட்டாள்.

கல்யாணம் செய்து கொண்டுவிட்டேன் என்றால் கொஞ்ச நாளைக்குக் கோபம் இருக்கும், வருத்தம் இருக்கும், நமக்குத் தெரியாமல் கண்காணாத தேசத்தில் யாரையோ செய்து கொண்டாளே என்று. பிறகு சமாதானமாகிப் போகும்.

ஆனால் கல்யாணம் என்பது பெரிய விஷயம். சட்டத்திற்குள் அடங்கும் தீவிர விஷயம். பொய் சொல்ல முடியாது. கண்காணாத தேசத்தில் நான் இருந்தாலும் இந்தியாவுக்குத் திரும்பும் எண்ணம் இப்போதைக்கு இல்லாவிட்டாலும் என்னால் அம்மாவையும் அப்பாவையும் ஏமாற்ற முடியாது.

வெள்ளை துப்பட்டியை விரித்தாற்போல் சர்வ கலாசாலைக் காம்பவுண்டுக்குள் பனி படர்ந்திருந்தது. ஆறு மாதங்களுக்கு முன் இங்கு எத்தனை சூரிய வெளிச்சமும் உல்லாசமும் சிரிப்புமாக இருந்தது! இப்பொழுது மறைந்துவிட்ட சூரியனுக்குத் துக்கம் காப்பதுபோல் வெள்ளைக்கலை உடுத்தி மோனத்துயிலில் இருந்தது. சாம்பல் நிற வெளிச்சத்தில் கனமான உடுப்புக்குள் அமுங்கிய மாணவர்கள் அவசர அவசரமாகச் சூடுபடுத்தப்பட்ட கட்டடத்துக்குள் விரைந்தார்கள்.

கண்ணாடிக் கதவைத் தள்ளிக்கொண்டு உள்ளேறும் சமயத்தில் அவள் கவனம் கலைந்து நின்றாள். ஓர் இந்தியத் துறவியின் புகைப்படத்துடன் பெரிய போஸ்டர் ஒன்று புதிதாகத் தெரிந்தது. அவள் வியப்புடன் அருகில் சென்று பார்த்தாள். அவளுடன் ஃபராங்க்ஃபர்ட் வரை பயணித்த இளம் துறவியின் படம். சுவாமி அச்சுதானந்தா என்று எழுதியிருந்தது. சமாதான ஆராய்ச்சிக் கூடத்தில் அவருடைய சொற்பொழிவு கிறிஸ்துமஸ் தினம் நடக்கப்போவதாக அறிவிப்பிருந்தது.

உலகம் எவ்வளவு சிறியது என்று அவள் தனக்குள் சிரித்தபடி வகுப்புக்கு நடந்தாள். அந்தத் துறவியை மறுபடி சந்திக்கக் கூடும் என்று அவள் நினைத்திருக்கவில்லை. பிரும்மாண்ட அமெரிக்காவின் ஆன்மிக சூன்யத்தைப் போக்கும் வேலை எந்த நாட்டில் இருக்கிறது என்று கேட்கவேண்டும்போல் இருந்தது.

அங்கிருந்தும் வெறுமை பயங்கரமானது என்று அவர் சொன்னது ஞாபகத்திற்கு வந்தது. ஏவாவின் துக்கத்திற்கு அதுவே காரணமாக இருக்கலாம். நல்ல மனசும் வசதியும் இருந்தால் மட்டும் போதாது. அதற்குமேல் ஏதோ ஒன்று வேண்டும்- அது என்ன என்பதை அச்சுதானந்தர் விளக்குவாரா? தன்னைத்தானே ஏமாற்றிக்கொள்ளும் இன்னொரு மாய வலைக்குள் நுழையச் செய்வாரா?

எப்படியிருந்தாலும் ஏவாவுக்கு ஒரு மாறுதல் வேண்டும். வாழ்வைப் பற்றிய புதிய பார்வை வேண்டும். அவருடைய சொற்பொழிவுக்கு அவளை அழைத்துச் செல்லவேண்டும் என்று சந்தியா நினைத்துக்கொண்டாள்.

வகுப்பு முடிந்து வீட்டை அடைந்தபோது சூர்யா வந்திருந்தான். அவனைப் பார்த்ததுமே புதுசாக மார்பு படபடத்தது. முகம் சிவந்தது. கண்களில் மையல் கோத்து, அதரங்கள் புன்னகையில் விரிந்தன. இதமான அவனது அணைப்புக்குள் புகுந்துகொள்கையில் ஏவாவும் மனோன்மணியும் அப்பாவும், அம்மாவும் சுவாமி அச்சுதானந்தாவும் பூரணமாக விலகிக் கொண்டார்கள். தன் அணைப்பை லேசாகத் தளர்த்தி, அவளைப் பார்த்து அவன் புன்னகையுடன் கேட்டான்.

“இது கத்திரிக்காயா புடலங்காயா?”

அவள் ‘பக்’கென்று சிரித்தாள்.

“இரண்டுமில்லே. பொரிவிளங்காய்!”

“ஏன்?”

“அதுதான் கெட்டியாயிருக்கும்!”

மேற்கொண்டு அவள் சிரிக்காமல் யோசனையுடன் சொன்னாள்.

“சீக்கிரம் கல்யாணம் செய்துக்கலாம் சூர்யா. எனக்கு அப்பத்தான் சமாதானமாயிருக்கும்.”

“எதுக்குச் சமாதானம்? என்மேலே நம்பிக்கை இல்லையா?” “நம்பிக்கையில்லாம இல்லே. கல்யாணம்னு ஒண்ணு ஆயிட்டுதுன்னா சேர்ந்து வாழறது நிம்மதியா இருக்கும்.”

“நான்சென்ஸ்!” என்று அவன் சிரித்தான். இது சுத்த பத்தாம்பசலித்தனமான எண்ணம். இந்தியா இல்லே இது. சேர்ந்து வாழறது இங்கே சட்டப்படி குற்றமில்லாததாலே கல்யாணம் என்கிற சடங்கு இங்கே அவசியமில்லே. உனக்கு எந்தவிதக் குற்ற உணர்வும் இருக்க வேண்டியதில்லே.”

அவள் சமாதானமாகாமல் பேசாமல் இருந்தாள்.

“இரண்டு பேருக்கும் நடுவிலே இருக்கிற பிரியம்தான் முக்கியம். எனக்குக் கல்யாணம் என்கிற சடங்கிலே நம்பிக்கையே இல்லே.”

யோசிக்க யோசிக்க அவள் குழப்பம்தான் அதிகரித்தது.

21

காலையிலும் மாலையிலும், அதிக மாறுதலே இல்லாது நாட்கள் நகர்வது தெரியாமல் நகர்ந்தன. காலை பத்து மணிக்குமேல் வெளிச்சம் வந்து மூன்று மணிக்குள் பனிப்போர்வையில் முடங்கிக்கொண்டது. அதிகப்பட்சம் இருளிலேயே இருப்பது எத்தகைய சோர்வு! அதுவும் எப்படிப்பட்ட குளிர்!

வரப்போகும் கிறிஸ்துமஸ் பண்டிகையை முன்னிட்டு கலாசாலை மூடியிருந்தது. வெப்பப்படுத்தப்பட்ட வீட்டிற்குள் அமர்ந்திருப்பது ஏதும் சிரமமாயிருக்கவில்லை. ஜோனாவின் வீட்டில் தனியாக இருக்க நேர்ந்திருந்தால் பித்துப் பிடித்திருக்கும். சூர்யாவின் சிநேகிதம் கிடைத்தது எப்படிப்பட்ட ஆச்சரியம்!

சூர்யாவின் சினேகிதம்-

அதற்குமேல் அதை எப்படி வர்ணிப்பது என்று சந்தியாவுக்குக் குழப்பமாக இந்தது. அடிமனதில் ஏதோ ஒரு நெருடல் இருந்தது- சமாதானமாகாத விவரிக்க முடியாத நெருடல்- அவள் அவனை மனமார நேசித்தாள். அவனும் அவளை நேசித்தான் என்றுதான் தோன்றிற்று பிரியத்தைக் காண்பித்தான். கரிசனத்தோடு நடந்து கொண்டான். சம அந்தஸ்தைக் கொடுத்து மரியாதையாய் நடத்தினான்.

ஆனாலும் உள்ளுக்குள் சந்தேக பூதம் எட்டிப் பார்த்த வண்ணம் இருந்தது. இந்த சினேகிதம் எத்தனை நாட்களுக்கு நிற்கும்? 'பிரியம்' என்னும் உருவகப் பதத்தைத் தவிர வேறு என்ன உத்தரவாதம். நாளைக்கே அவன் சொல்லாமல் கொள்ளாமல் ஸ்வீடனுக்கு வேலை மாற்றல் வாங்கிக்கொண்டு போய்விடலாம். அல்லது 'ஸாரி' உனக்கும் எனக்கும் ஒத்துக்கொள்ளாது...வேறு வீடு பார்த்துக்கொண்டு போ' என்று சொல்லலாம். எந்த சத்தியப் பரிமாணத்துக்கும் பதில் சொல்ல வேண்டியதில்லை. பயப்பட வேண்டியதில்லை.

அவன் இப்படியெல்லாம் நடந்துகொள்ளக்கூடிய ஆள் இல்லையென்று அவள் உணர்ந்தாலும் இந்தக் கலாசாரத்தோடு இப்பொழுது ஒன்றிப்போனவன் எப்படி நடந்து கொள்வான். 'திருமணத்தில் எனக்கு நம்பிக்கை இல்லை- என்று அந்த விஷயத்தைப் பற்றியே பேச மறுத்தான்.

அவன் அதில் இத்தனை பிடிவாதமாக இருப்பான் என்று அவள் எதிர்பார்க்கவில்லை. அவர்களுக்குள் பின்னால் ஏதேனும் பேதமேற்பட்டால் சுலபமாக வெளியேறும் சுதந்திரம் வேண்டும் என்பதைத் தவிர வேறு என்ன காரணம் இருக்க முடியும் என்று அவளுக்கு ஐயமேற்பட்டது. அவளைப் பிரிந்து அவன் போய்விடக்கூடும் என்கிற நினைப்பே அவளைக் கலவரப்படுத்திற்று. 'முன்னபின்னே தெரியாத ஓர் ஆள் முன்னாடிப்போய் சத்தியப் பிரமாணம் செய்யறது ஒரு கேலிக்கூத்து, நம்ம ரெண்டு பேருக்கும் நடுவிலே இருக்கிற விஷயம் இது. அதுக்கு நாம ரெண்டுபேர்தான் சாட்சியா இருக்கணும். மூணாம் மனுஷன் தேவையில்லே. சட்டமே இங்கே அதை ஏத்துக்கிட்டிருக்கு.'

அவனோடு அவளுக்கு வாதம் செய்யமுடியவில்லை. சுதந்திரம் வேண்டும் என்று வீராவேசமாய் பேசி வீட்டையும் நாட்டையும் விட்டு வந்தவள். உண்மையில் கூடவே அவற்றின் பத்தாம் பசலித்தனத்தையும் மூட்டையாய் இங்கே சுமந்து வந்திருப்பதாக வெட்கமேற்பட்டது. மனோன்மணிக்கிருக்கும் விவேகம் நமக்கில்லை. சூர்யா சொல்வதுபோல் உண்மையான நேசத்துக்கு

வெளி உத்தரவாதம் தேவையில்லை. நேசமே உத்தரவாதம். நேசமிருக்கும்வரை.

அது குறையுமா? மறையுமா? அதற்கு ஏதும் உத்தரவாத மில்லை. குறைந்தால் சேர்ந்திருப்பதில் அர்த்தமில்லை. உன் வழி உனக்கு- என் வழி எனக்கு. மன்னிப்புக்கும் சமாதானத்துக்கும் சமரசத்துக்கும் இடமில்லை.

இன்று காலையில் எழுந்திருக்கும்போதே தத்துவ விசாரணைகள் எழுந்தன. மனத்தைச் சோர்வடையச் செய்தன.

அவள் தனக்கும் சூர்யாவுக்கும் காப்பி கலந்தாள். யந்திர கதியில் லால்குடி ஜெயராமனை டேப்பில் சுழலவிட்டாள்.

சூர்யா பின்புறமாக வந்து அவள் கழுத்தில் முத்தமிட்டுக் காபியை வாங்கிக்கொண்டான்.

"இன்று ஒரு இந்திய விருந்துக்குப் போகணும்" என்றான்.

"இந்திய விருந்தா?" என்று அவள் சிணுங்கினாள். "சரியான போர் அது... பாத்தவங்களையே பார்க்கணும்... கேட்ட பேச்சையே கேக்கணும்."

அவளிடமிருந்து காபியை வாங்கிக்கொண்டு அவன் அன்றைய பேப்பரை விரித்துக்கொண்டு உட்கார்ந்தான்.

"இங்கே இருக்கணும்னு தீர்மானம் பண்ணியானா இதையெல்லாம் நீ ஏத்துக்கக் கத்துக்கணும் சந்தியா!" என்றான் சாதாரணமாக. பிறகு, அவன் அவளைப் பார்த்துச் சிரித்தான்.

"புதுசா எத்தனையோ விஷயம் இருக்கலாம். மிஸஸ் சோப்ரா புதுசா ஏதாவது கவிதை எழுதிவிட்டு வரலாம்!"

அவள் பக்கென்று சிரித்தாள்.

"நான் பிச்சுக்கறேன்!"

"கமான். நீ இத்தனை கடுமையா இருக்கக்கூடாது. எல்லாத்தையும் கண்டு சிரிக்கத் தெரிஞ்சுக்கணும்."

அவள் புன்னகைத்தாள்.

"அந்தம்மா எதுக்கு மத்தவங்க கேட்காமலேயே தன் கவிதைகளைப் படிக்கிறாங்கன்னு எனக்குப் புரியல்லே."

"பிறந்த மண்ணைவிட்டுப் பரதேசத்திலே வந்து தங்கறது எல்லாருக்கும் அவ்வளவு சுலபமில்லே, சந்தியா. இங்கே இருக்கிற சௌகரியங்களை அனுபவிச்ச பிறகு திரும்பிப் போறதுக்கும் மனசு வராது. ஆனா ஞாபகங்களை அழிக்கிறது அவ்வளவு சுலபமில்லே. அது எந்த ரூபத்திலேயாவது ஏக்கமா வெளிப்படும். மிஸஸ் சோப்ராவுக்கு கவிதை வருது!"

"எழுதறதோடு நிக்காது... அடியன்ஸு'ம்னா வேணும்!" என்று அவள் சிரித்தாள்.

"அதுக்குத்தான் இந்த விருந்து."

"விருந்து முடிஞ்சப்புறம் படிச்சாங்கன்னா தேவலை!" என்று அவள் சிரித்தாள்.

"உனக்கு ஏக்கங்கள் கிடையாதா சூர்யா?"

"கிடையாது."

"எப்படி?"

அவன் தோளைக் குலுக்கிச் சிரித்தான்.

"எப்படியோ, எனக்கு எதிர்பார்ப்புகள் கிடையாது. அந்தந்தத் தருணத்திலே வாழறவன்."

"அதான் திக்குத் தெரியாத காட்டிலே அலையற மாதிரி இருக்கே சிலசமயம்?"

"அவன் வியப்புடன் அவளை நிமிர்ந்து பார்த்துச் சிரித்தான். அவளுடைய தோளைப்பற்றி மிருதுவாகச் சொன்னான்.

"இப்ப இல்லே. நீ இருக்கியே கூட!"

இன்று முழுவதற்கும் இந்த வார்த்தை போதும் என்று அவள் நினைத்துக்கொண்டாள்.

"நாளைப்பத்தியே கவலைப்படாதவன் சன்யாசின்னா?" என்று அவள் சீண்டினாள்.

“சன்யாசியா, கிருஹஸ்தனாங்கறதை அப்புறமா காண்பிக்கிறேன். இப்ப ஆபீஸுக்கு நேரமாச்சு!”

குப்பென்று பரவிய கூச்சத்தை விழுங்கிக்கொண்டு அவள் பதில் சொல்வதற்குள் அவன் கிளம்பிப் போய்விட்டான்.

காலையிலிருந்து மாலைவரை இதே மாதிரியான குறும்புப் பேச்சு.

அந்தந்தத் தருணத்து வார்ப்புகள்.

தருணங்கள் மாறாதா?

“மிஸஸ் ஜோன்ஸ்! மிஸஸ் ஜோன்ஸ்!”

யாரோ பலமாகக் கூவினார்கள்.

அவள் வியப்புடன் ஜன்னலைத் திறந்து பார்த்தாள். வெளியே இருந்த மங்கிய வெளிச்சத்தில் மிஸஸ் ஜோன்ஸின் வீட்டு வாசல் முன்னால் யாரோ நிற்பது தெரிந்தது சந்தியாவைப் பார்த்ததும்,

“மிஸஸ் ஜோன்ஸ் ஊரில் இல்லையா?” என்றான்.

“தெரியாதே, ஏன்?”

“நான்கு நாட்களாகப் பேப்பர் இங்கேயே கிடக்கிறது.”

சமீபத்தில் கிழவியை எப்போது பார்த்தோம் என்று அவள் யோசித்தாள். நினைவுக்கு வரவில்லை. பேப்பர்காரன் ஏதோ முணுமுணுத்துவிட்டுக் கிளம்பியதும் அவள் யோசனையுடன் ஜன்னல் கதவைச் சாத்தினாள்.

கிழவி எங்கே போவாள் என்கிற கேள்வி எழுந்த சுருக்கத்திலேயே வீட்டின் மற்ற அலுவல்களில் அமுங்கிப்போயிற்று. அம்மாவுக்குக் கடிதம் எழுதி நாளாகிவிட்டது.

சூர்யாவைப்பற்றி எழுதவேண்டும். ‘என் கல்யாணத்தைப் பற்றி நீ கவலைப்படவேண்டிய அவசியமேயில்லை–’ என்று தெரிவிக்க வேண்டும். அம்மா சந்தோஷப்படுவாளோ, ஆத்திரப்படுவாளோ தன் மகள் இன்னும் விரல் சூப்பும் பருவம் என்கிற நம்பிக்கையில் எழுதுவாள்–

'அங்கேயே ரெஜிஸ்டர் கல்யாணம் செய்துகொண்டு விடாதே. எங்களுக்கு இருக்கிறது நீ ஒரே பெண். சாஸ்திரோக்தமான கல்யாணம் நாங்க செய்யலேன்னா உறவுக்காரர்கள் கண்டபடி பேசுவார்கள்.'

அல்லது,

'சரியா யோசிச்சு முடிவுக்கு வா. கல்யாணம் என்கிறது ஆயிரங்காலத்துப் பயிர்.'

அந்தந்தத் தருணத்தில் வாழ்பவர்களைப் பற்றி அம்மாவுக்குத் தெரியாது–

வெளியே பெரிய வண்டி ஓசையும் பேச்சுக் குரல்களும் கேட்டன. அவள் எழுந்து மீண்டும் ஜன்னலைத் திறந்து பார்த்தாள். மிஸஸ் ஜோன்ஸின் வீட்டு வாசலில் பிரகாசமான விளக்கு வெளிச்சம் தெரிந்தது. நான்கு ஆண்கள் ஸ்டிரெச்சரில் வெள்ளைத் துணியால் மூடப்பட்ட ஒரு உடலைக் கிடுகிடுவென்று எடுத்து வந்து வெளியில் நின்றிருந்த போலீஸ் வண்டிக்குள் ஏற்றினார்கள். அவளுக்குத் திக்கென்றது. மிஸஸ் ஜோன்ஸ் இறந்திருக்கிறாள், யாருக்கும் தெரியாமல்!

தெருவில் வேறு யாரும் இல்லை. எல்லாரும் அவரவர் வீட்டுக்குள் இருந்தார்கள். அல்லது அவளைப்போல் ஜன்னலுக்குப் பின்னால் நின்று பார்த்தார்கள்.

எப்பொழுது செத்துப்போனாளோ? என்கிற பச்சாதாபத்தில் அவள் சற்றுநேரம் வெறிச்சோடிப் போய்விட்ட தெருவைப் பார்த்தபடி நின்றாள்.

டெலிபோன் ஒலித்தது. சூர்யாவாக இருக்கும் என்று அவள் விரைந்தாள். மறுமுனையில் ஏவாவின் குரல் ஒலித்தது. ஏகப் பதற்றத்தில் இருப்பதுபோல் அவள் பேசச் சிரமப்பட்டது தெரிந்தது.

"எப்படியிருக்கிறாய்? ஏவா?" என்றாள் சந்தியா கவலையுடன்.

ஏவாவிடமிருந்து வார்த்தைகளே வரவில்லை. அழுகிறாள் என்று தோன்றிற்று.

"ஹேய்! என்ன விஷயம்? ஆஸ்கர் தொந்தரவு செய்கிறானா?"

"அதெல்லாம் இல்லை. அவனைப் பிறகு நான் பார்க்கவே இல்லை."

"நீ எதற்கும் வருத்தப்படக்கூடாது ஏவா" என்றாள் சந்தியா கனிவுடன். "உற்சாகமாக இரு... அப்பொழுதுதான் உன் மகன் உற்சாகமாக இருப்பான்."

ஏவா இப்பொழுது சத்தம்போட்டு அழுதாள்.

"கருவே கலைந்துவிட்டது சந்தியா!"

சந்தியா திடுக்கிட்டாள்.

"எப்படி, எப்பொழுது?"

"முந்தாநாள், என்ன காரணமோ தெரியாது. எனக்கு எதற்கும் அதிர்ஷ்டமில்லை சந்தியா!"

"டாக்டரைப் பார்த்தாயா?"

"ஆமாம். கரு கலைந்துவிட்டது என்கிறார்."

"இப்பொழுது எப்படியிருக்கிறாய்?"

"கொஞ்சம் பலஹீனமாக இருக்கிறது, என்னால் இந்த ஏமாற்றத்தைத் தாங்க முடியாது சந்தியா!"

ஏவா மறுபடியும் அழுதாள்.

கடவுளே! இந்தப் பெண்ணுக்கு ஏன் இத்தனை சோதனைகள் என்கிற பச்சாதாபத்துடன் சந்தியா அவசரமாகச் சொன்னாள்.

"எனக்கும் ரொம்ப துக்கமாக இருக்கிறது ஏவா. ஆனால் நீ தைர்யமாயிருக்க வேண்டும்."

"என்னால் முடியவில்லை சந்தியா! உயிர் வாழ்வதில் ஏதும் அர்த்தமிருப்பதாகத் தெரியவில்லை."

"இப்படியெல்லாம் நீ பேசக்கூடாது. நான் உன்னைப் பார்க்க வருகிறேன்!"

உடனடியாக அவள் கனமான உடுப்புகளை அணிந்து கிளம்பினாள். வழியில் பழங்களும் பால் டப்பாக்களும் வாங்கிக்கொண்டு ஏவாவின் வீட்டை அடைந்தபோது ஏவாவின் துக்கம் வெளிப்படையாகத் தெரிந்தது. ஆனால் சந்தியா பயந்திருந்த அளவு அவள் உடம்பு சோர்ந்திருக்கவில்லை.

டெலிபோனில் அழுத அளவுகூட இப்பொழுது அழவில்லை. கண்ணீரே வரவில்லை. ஆனால் உள்ளுக்குள் உடைந்துபோனது தெரிந்தது. சந்தியாவுக்குக் கவலையை அளித்தது. இவள் தனியாக இருப்பது சரியில்லை என்று பட்டது. ஆனால் சட்டென்று என்னோடு வந்து தங்கு என்று சொல்லத் தயக்கமாக இருந்தது. சூர்யாவைக் கேட்காமல் எப்படிச் சொல்வது?

"ஏமாற்றங்கள் இல்லாத வாழ்க்கை இல்லை ஏவா. சமாளித்து நிமிரத்தான் வேணும்; வேறு வழியில்லை. நான் உன்னை ஒரு இந்திய சன்யாசியுடைய லெக்சருக்கு அழைத்துப் போகிறேன். உன் மனசுக்குக் கொஞ்சம் சமாதானமேற்படும்."

"நன்றி சந்தியா," என்று ஏவா திரும்பத் திரும்பச் சொன்னாளே தவிர மனசில் தெளிவு ஏற்பட்டதாகத் தெரியவில்லை.

வீட்டுக்குத் திரும்புகையில் சந்தியாவுக்கு மிக மிகச் சோர்வாக இருந்தது.

நாங்கள் அனாதைகள் என்று ஜூலி சொன்னது ஞாபகத்திற்கு வந்தது.

ஏவாவுக்குப் பணத் தட்டுப்பாடு எதுவும் இல்லை. ஏன் என்று கேட்க ஆளுக்குத்தான் தட்டுப்பாடு. பெற்றோர்கள் எங்கேயோ தனித்தனியாகத் தங்கள் உலகத்துள் புதைந்திருக்கிறார்கள். ஒருத்தர் சுதந்திரத்தில் மற்றவர் குறுக்கிடக் கூடாது என்கிற நாகரிக மரபில்- இது நாகரிகத்தின் எல்லையா, சுயநலத்தின் எல்லையா? எது சரி. எது தப்பு?

எதுவும் விளங்கவில்லை. நாகரிகத்தின் எல்லையில் அகதிகளும் அநாதைகளும்தான் அதிகம் என்று தோன்றிற்று.

மாலையில் சூர்யா வந்தபோது அவள் தயாராக இருக்கவில்லை.

"எனக்கு மூடே சரியல்லே சூர்யா, நான் விருந்துக்கு வரல்லே" என்றாள்.

"நான் சரி பண்ணிடறேன் மூடை" என்று சூர்யா சிரித்தான். "என்ன ஆச்சு அதுக்கு?" என்று முகவாயை நிமிர்த்தினான்.

"இன்னிக்கு ஏவாவைப் பார்த்துட்டு வந்தேன். அவள் பெரிய துக்கத்திலே இருக்கா. கர்ப்பம் கலைஞ்சு போச்சாம்."

"அடப்பாவமே! ஆனா அதுக்காக நீ மூடைக் கெடுத்துக்கறதிலே என்ன லாபம்?"

"கஷ்டமாயிருக்கு சூர்யா, அவளைப் பார்க்க. அவளைக் கொஞ்ச நாளைக்கு இங்கே கொண்டு வெச்சுக்கலாமா?"

அவன் திடுக்கிட்டு அவளைப் பார்த்தான்.

"எதுக்கு? இந்த ஊரிலே தனியா இருக்கிறது. ஒண்ணும் அதிசயமில்லே. அவ பிரச்சினையை அவளேதான் சமாளிக்கணும் மிஸஸ் ஜோன்ஸ் கூடத் தனியா இருக்காளா இல்லையா?"

"மிஸஸ் ஜோன்ஸ் யாருக்கும் தெரியாம செத்துப் போய் நாலுநாள் ஆச்சு. கட்டையாக் கிடந்த உடம்பை இன்னிக்கு வெளியிலே கொண்டு வந்தாங்க."

அவன் திகைப்புடன் அவளைப் பார்த்தான். "ஓ, அது வேறயா இன்னிக்கு?" என்று முணுமுணுத்தான். பிறகு தன்னைச் சமாளித்துக்கொண்டு அவள் கன்னத்தை லேசாகத் தட்டினான். "அப்படின்னா இன்னிக்குத்தான் முக்கியமா வெளியிலே போகணும்- இதையெல்லாம் மறக்க. கிளம்பு" என்றான்.

அவனை மறுக்க இயலாமல் அவள் கிளம்பினாள்.

இந்திய எம்பஸியின் முதல் காரியதரிசியின் வீட்டில் விருந்து. வழக்கமான கும்பல் இருந்தது. சோப்ரா பார்வையினாலேயே அவளை விழுங்கினார். "சூர்யாவுடன் இருக்கும் பெண்" என்று

யாரோ ஒருத்தி மெலிதாக அவளுக்குப் புரியாது என்கிற நினைப்பில் ஹிந்தியில் அருகிலிருப்பவரிடம் சொன்னாள். மற்றவர் பார்வையில் ஏதோ சமிக்ஞை தெரிந்தது.

நாற்சந்தியில் நிர்வாணமாக நிற்பதுபோல் இருந்தது அவளுக்கு.

22

“என்ன என்னவோ மாதிரி இருக்கே?” என்றான் சூர்யா. “ஒண்ணுமில்லையே” என்று அவள் மழுப்பினாள்.

திடீரென்று மூப்பு ஏற்பட்டுப் போனதுபோல் இருந்தது. கலீரென்று சிரிப்பு வெடிக்கவில்லை. கால்கள் அனாவசியமாகத் துள்ளவில்லை. கண்கள் பரபரக்கவில்லை. உண்மையில் பார்வையில் ஒரு தயக்கம் புகுந்திருந்தது. இந்தியக் கும்பலில் நிமிர்ந்து நிற்க முடியவில்லை. நான் எப்படியிருந்தால் வர்களுக்கென்ன என்று உள்ளே எழுந்த வீம்புக்கூடப் பலவீனமாக ஒலித்தது.

அவளுக்குள் ஏற்பட்டிருக்கும் மாறுதல் அவளைக் கலவரப் படுத்திற்று. இதுவரை அவளுடைய வீம்பு எதுவும் பலவீனப் பட்டதில்லை. தன்னுடைய தீர்மானத்தில் அவளுக்கிருந்த நம்பிக்கையே அதன் வலுவுக்குக் காரணமாக இருக்கவேண்டும். இப்பொழுது அவளுக்குள்ளேயே குடைந்த கேள்விகள் - சம்சயங்கள் அவளைப் பலவீனப்படுத்தின.

“பின்னே என்ன வழக்கமில்லாத வழக்கமா முகத்திலே யோசனை தெரியறது?” என்றான் சூர்யா.

அவனது கிண்டலைக் கவனிக்காமல் அவள் முணுமுணுத்தாள்.

"இங்கேயும் நம்ம ஜனங்களுக்கு வம்பு வேண்டி இருக்கு."

"அவங்களுக்கு வேற என்னதான் பொழுதுபோக்கு? பேசிட்டுப் போறாங்க பாவம். உனக்கு என்ன வந்தது?"

அவள் சற்றுநேரம் பதில் சொல்லவில்லை. இவன் புரிந்து கொள்ளமாட்டான் என்று தோன்றிற்று. திரும்பத் திரும்பத் தன் மனத்தில் இருக்கும் சந்தேகத்தை வெளிப்படுத்தினால் இவனுக்கு எரிச்சல் ஏற்படும் என்று யோசனையாக இருந்தது.

"என்னைக் கூடத்தான் அந்தச் சோப்ரா கிழவன் கேட்டான் எப்பக் கல்யாணம்னு?" என்றான் சூர்யா.

அவள் கேள்விக்குறியுடன் அவனைப் பார்த்தாள்.

"கல்யாணம் என்கிற சடங்கிலே எனக்கு நம்பிக்கை இல்லேன்னேன்."

"அதைத் தவிர கல்யாணம் செய்துக்காம இருக்கிறதிலே உனக்கு ஒரு சௌகர்யம் இருக்கு சூர்யா" என்றாள் அவள் மெல்ல. "உனக்கு இந்த உறவு வேண்டாம்னு தோணிப்போச்சுன்னா எந்தவிதக் கட்டாயத்துக்கும் நீ பதில் சொல்ல வேண்டிய அவசியமில்லாம நீ கிளம்பிப் போகலாம் அல்லது என்னை வெளியேத்திடலாம்."

அவன் சடக்கென்று வண்டியை நிறுத்தினான்.

"அந்தச் சுதந்திரம் ரொம்பவும் முக்கியமானது சந்தியா" என்றான் அழுத்தமாக. "ஆனால் அந்தக் காரணத்தினாலே நாம் பிரிஞ்சுடுவோம்னு நீ நினைக்கிறது அசட்டுத்தனம். எனக்கிருக்கிற சுதந்திரம் உனக்கும் உண்டு. என் உறவு உனக்குச் சரிப்படல்லேன்னா யாருடைய அனுமதிக்கும் தீர்ப்புக்கும் காத்திருக்காம நீ கிளம்பிப் போகலாம்."

அவளுக்குக் காரணம் புரியாமல் கண்களில் நீர் முட்டிற்று. நிழலாடும் பலவீனம் அவளுடைய இயல்புக்கு விரோதமானது என்று கூச்சமேற்பட்டது.

அவள் தன்னைச் சமாளித்துக்கொண்டு சிரித்தாள்.

"ஒரு காலத்தில் பிரிவோம் என்கிற எண்ணத்தோடயே ஒரு உறவை வெச்சுக்கிறதிலே பலம் எப்படி இருக்கும்? அது எப்படி நீடிக்கும்?"

"நான்சென்ஸ்!" என்றான் அவன் சிரிக்காமல். "இருபது வருஷத்துக்கு மேல் சேர்ந்து வாழற தம்பதிகளை நா இங்கே உனக்குக் காண்பிக்கிறேன்."

அவளுடைய கையைத் தன் கைகளில் வைத்துப் பொத்தினான்.

"என் மனசிலே எந்தவிதமான சந்தேகங்களும் இல்லே சந்தியா... நான் நம்பிக்கையுள்ளவன்" என்றான்.

மீண்டும் வண்டியைக் கிளப்பியபடி தனக்குத்தானே பேசிக் கொள்பவன்போல் சொன்னான்.

"சின்ன வயசிலேர்ந்த எனக்குக் கல்யாணம் என்கிறது போலிச்சடங்குன்னு தோணும். எங்கம்மாவுக்கும் அப்பாவுக்கும் ஒரு விஷயத்திலேயும் பொருத்தமில்லே. காதல் என்கிற உணர்வையே அவங்க உணர்ந்திருப்பாங்களான்னு எனக்கு சந்தேகம். ஆனா ஏதோ நிர்ப்பந்தத்துக்குக் கட்டுப்பட்ட மாதிரி வெளியிலே வர முடியாம அவங்க தவிச்சது எனக்குத் தெரியும். நமக்குள் அப்படிப்பட்ட தவிப்பு இருக்கக்கூடாது. நல்ல வேளையா இந்த நாட்டிலே எந்தவித சமூகக் கட்டுப்பாடும் கிடையாது. இங்கே இருக்கிற இந்தியர்கள் பேசறதை நீ சட்டை செய்யக்கூடாது. அவங்களுடைய அடுத்த தலைமுறை இந்த நாட்டுக் கலாசாரத்திலேதான் வளருது."

அவன் பேச்சைக் கேட்கும்போது அறிவார்த்தமாகத் தெளிவு பிறந்தது. மேற்கத்திய நாகரிகப்படி வாழ்ந்தாலும் இவன் அந்த ஆண்களைப்போல தான்தோன்றித்தனமாக நடக்கமாட்டான் என்று நம்பிக்கை ஏற்பட்டது.

அதற்குப் பிறகு அவள் இந்தப் பேச்சையே எடுக்காமல் தனது இயல்புக்குத் திரும்பியவளாய் பழைய உற்சாகத்துடன் வளைய வந்தாள்.

கிறிஸ்துமஸ்ஸுக்கு இன்னும் ஒரு வாரமே இருந்தது. கடைத் தெருக்கள் எல்லாம், கோலாகலமாகக் காட்சியளித்தன.

இருளையும் குளிரையும் லட்சியம் செய்யாமல் கடைகள் நிரம்பி வழிந்தன.

கடைவீதியில் குழந்தைத்தனமான ஆர்வத்துடன் சுற்றும்போது நோரா எதிர்ப்பட்டாள். சினேகிதமாக அவளைப் பார்த்து,

"ஹாய்" என்று சிரித்தாள்.

"காஃபி சாப்பிடலாம் வா!" என்று அவளுடைய தோளை அணைத்து அருகிலிருந்த காஃபி விடுதிக்குள் அழைத்துச் சென்றாள்.

இருவரும் அமர்ந்ததும்–

"ஜோனா இந்தியா போயிருக்கிறாளாமே?" என்றாள்.

"ஆமாம். இப்பொழுது அங்கு யாருமில்லை. நான் வேறு இடத்தில் இருக்கிறேன்!" என்றாள் சந்தியா.

"சூர்யாவுடனா?"

"ஆமாம். எப்படித் தெரியும்?"

"ஊகம்தான்."

தனக்கு மட்டுமே இந்த ஊரில் யோசனைத்திறன் குறைவு என்று சந்தியா நினைத்துக்கொண்டாள்.

"பொதுவாக இந்திய ஆண்கள் நம்பகமானவர்கள்" என்று நோரா சிரித்தாள். "மனைவி தனக்குக் கீழ்ப்படிந்திருக்க வேண்டும். வீட்டு வேலையெல்லாம் அவளே செய்ய வேண்டும்" என்று எதிர்பார்த்தாலும் சட்டென்று உதறிவிட்டுப் போகமாட்டார்கள்."

சந்தியா தயக்கத்துடன் கேட்டாள்.

"ஏவாவுக்கு என்ன ஆயிற்று என்று உனக்குத் தெரியுமா நோரா?"

"தெரியும்" என்றாள் நோரா காஃபியைப் பருகியபடி. "அவனை நம்பாதே என்று நான் எவ்வளவோ சொல்லிப் பார்த்தேன். அவள் ஒரு முட்டாள் பெண்!"

"அவளைப் பார்த்தால் ரொம்பப் பரிதாபமாக இருக்கிறது, நோரா!"

“பரிதாபத்துக்குத் தன்னை ஆளாக்கிக் கொண்டது அவள் குற்றம்!” என்றாள் நோரா கோபமாக. “மனோபலம் இல்லாத பெண்களை நீ என்ன செய்யமுடியும்? மேற்கில் பெண்கள் ரொம்ப சுதந்திரம் உள்ளவர்கள் என்கிற பிரமையை எழுப்புவார்கள். ஆனால் ஆணின் காம இச்சைக்காகவே பெண் படைக்கப் பட்டிருக்கிறாள் என்கிற அடிப்படைத் தத்துவத்தில் இந்தச் சமூகம் வளர்ந்திருக்கிறது! அதனால் பெண்ணுக்கு மதிப்பில்லை. ஆண் இஷ்டத்துக்கு அவளை உபயோகித்துக் கொள்கிறான். அதற்கு ஒப்புதல் கொடுத்து அவனை மகிழ்விப்பதற்கே உடுத்து, அலங்கரித்து, வாழ்ந்து- மைகாட்- அவனுடைய திமிர் ஏன் அதிகரிக்காது? ஏவாவைப்போல எத்தனையோ பெண்கள் கிடைப்பார்கள் ஆஸ்கருக்கு! இவளுக்குத்தான் வயிற்றில் குழந்தை வந்தது. பிறகு செத்தது. அவளை நிலைகுலைய வைத்தது. அவனுக்கென்ன நஷ்டம்?”

நோராவின் கோபம் உண்மையானதாக, கடுமையானதாக இருந்தது.

“ஆண்களைவிட பெண்கள் பலவீனமானவர்கள் என்கிற தீர்மானமான எண்ணத்திலேயே இங்கே எல்லா சட்டமும், வேலை வாய்ப்பும், உயர்வும் அமலாக்கப்படுகிறது. பலவீனமானவள் என்பது உண்மைதான் என்கிற வகையில் நடந்துகொள்ளும் ஏவா போன்ற பெண்களிடம் எனக்குக் கருணை கிடையாது.”

ஏவாவுக்கு உதவ இவள் இனிமேல் சுண்டு விரலை அசைக்கமாட்டாள் என்று புரிந்தது. ஆனால் இதுவரை அறிந்திராத நோராவை இன்று கண்டதுபோல் வியப்பேற்பட்டது. அவளுக்கு எத்தனையோ விஷயங்கள் தெரிந்திருந்தன. பெண் என்பவள் சக்தியின் சொரூபம் என்று இந்து தர்மம்தான் சொல்கிறது என்றாள். பிறகு அந்நியப் படையெடுப்புகளினாலும், ஜாதிப் பிரிவுகளினாலும் பெண் பின்னுக்குத் தள்ளப்பட்டாள், திரைக்குப் பின்னால் மறைக்கப்பட்டாள் என்றாள்.

அவள் பேசப் பேச இவள்தான் சக்தியின் சொரூபம் என்று தோன்றிற்று. உலகத்து அசுரர்களையெல்லாம், ஆஸ்கர்களை யெல்லாம், சம்ஹாரம் செய்யத் துடிக்கும் காளி...

அப்பாவின் நினைவு திடீரென்று வந்தது. அப்பாவுக்குத் தானாக ஒரு தம்ளர் நீர் எடுத்துக் குடிக்கத் தெரியாது- அம்மாதான் கையில் எடுத்துக் கொடுக்கவேண்டும். நா ஏன் எடுத்துக் கொடுக்கணும்? என்று அம்மா கேட்டதில்லை. புருஷன் தன்னை வேலைக்காரியைப் போல் நடத்துகிறார் என்கிற எண்ணமே இல்லை. ஆனால் அப்பா குடும்பத்தை நடத்த சம்பாதிக்கிறவர் என்கிற விஷயம் அம்மாவைக் கட்டிப் போட்டிருக்கும். அம்மாவும் சம்பாதித்தாலும் அப்பா அதே மாதிரிதான் அவளிடம் வேலை வாங்கியிருப்பார் என்கிற குறுக்கு யோசனையெல்லாம் தோன்றக்கூடத் தோன்றாது.

சூர்யா மேற்கத்திய ஆண் போல் நடந்துகொண்டான். அவளைவிட அதிக ஆர்வத்துடன் வீட்டு வேலைகளைச் செய்தான். நோரா சொல்வது போல் நம்பகமானவனாகவும் இருந்தால்-

நேசிப்பவனைப்பற்றி இப்படி ஆராய்ச்சி செய்வது அசிங்கம் என்று அவள் வெட்கப்பட்டாள். ஆராய்ச்சியின் அஸ்திவாரமே சுயநல எதிர்பார்ப்புகள். சினேகிதத்தை சினேகிதத்தோடு அணுகவேண்டும்- சுயநலமில்லாத சினேகம்- எதிர்பார்ப்பில்லாத சினேகம்-அப்பொழுதுதான் இழப்பு இருக்காது. துக்கம் இருக்காது.

இதையெல்லாம் சுவாமி அச்சுதானந்தா விளக்குவார். ஏவாவை நிச்சயம் அவருடைய சொற்பொழிவுக்கு அழைத்துச் செல்லவேண்டும். அவள் வியப்புடன் எதிரில் தெரிந்த போஸ்டரைப் பார்த்தாள். அவருடைய புகைப்படத்துடன் அறிவிப்புத் தேதியில் மாற்றம் இருந்தது. புதுவருஷ தினத்தன்று தான் இப்பொழுது சொற்பொழிவு. எந்த வகையிலோ தேதி மாற்றம் ஏமாற்றத்தை அளித்தது. கிறிஸ்துமஸ்ஸுக்கு முன்பு ஏவாவைப் பார்த்து உற்சாகப்படுத்திவிட்டு வரவேண்டும். இரண்டு நாள் முன்பு டெலிபோனில் பேசியபோதும் இன்னமும் அவள் பெரிய சோகத்தில் இருந்தது தெரிந்தது. நோராவின் சகவாசம்கூட அவளை தைரியசாலியாக்காதது ஆச்சர்யமான விஷயம் என்று தோன்றிற்று

ஏவாவின் நினைவு வந்தவுடனேயே அவளைப் பார்க்க வேண்டும் என்கிற உந்துதலுடன் அவளுக்காக ஒரு புத்தகத்தைப் பரிசளிக்க வாங்கிக் கொண்டு ரயில் நிலையத்தை நோக்கி நடந்தாள்.

அவள் பெயரைச் சொல்லி யாரோ கூப்பிடுவதைக் கேட்டு நிமிர்ந்தபோது சோப்ரா நின்றிருந்தார்.

“நமஸ்தே அங்கிள்!” என்று அவள் சிரித்தாள்.

“நமஸ்தே!” என்றார் அவர் சிரிக்காமல்.

“சூர்யா எப்படி இருக்கிறான்? டாக்டர் என்ன சொல்கிறார்?”

அவள் விழித்தாள்.

“டாக்டரா? அவனுக்கு உடம்புக்கு ஒன்றுமில்லையே!”

அவர் யோசனையுடன் அவளைப் பார்த்தார்.

“உனக்கு விஷயம் தெரியாது போலிருக்கு அவனுக்கு ஆக்ஸிடென்ட் ஆகி ஆஸ்பத்திரிக்கு அழைத்துப் போயிருப்ப தாகக் காலையில் கேள்விப்பட்டேன்.”

அவளுக்குப் பகீர் என்றது.

“ஆக்ஸிடென்டா, எனக்குத் தெரியவே தெரியாதே!” வாக்கியத்தை முடிப்பதற்குள் மார்பு படபடத்தது. துக்கம் தொண்டையை அடைத்தது.

சோப்ரா அனுதாபத்துடன் அவள் தோளை அணைத்துத் தட்டிக்கொடுத்தார்.

“கவலைப்படும்படியாக ஒன்றும் இல்லை என்று கேள்விப்பட்டேன்... பதறாதே காலில்தான் அடியாம்.”

அவளுக்கு யோசனைத் திறனே செயலிழந்து போனதுபோல் இருந்தது.

“எந்த ஆஸ்பத்திரி என்று தெரியுமா?”

“தெரியாது. அவனுடைய ஆபீஸுக்கு ஃபோன் செய்தால் தெரியும்.”

“வீட்டில் இருக்கிறது நம்பர். நான் போய் ஃபோன் செய்கிறேன்” என்று அவள் விரைந்தாள்.

“ஏதாவது உதவி வேண்டுமானால் சொல்லு,” என்ற சோப்ராவின் வார்த்தைகள் பின்னால் கேட்டன. அவள் திரும்பிப் பார்க்காமல் “தாங்க்யூ” என்றபடி ரயிலைப் பிடிக்க ஓடினாள். மனத்தின் பதற்றத்தையும் பயத்தையும் அடக்க முடியவில்லை.

இந்த மாதிரி தான் யாருக்காகவும் இதுவரை கவலைப் பட்டதில்லை என்று தோன்றிற்று. சாதாரணக் கவலையில்லை அது. ஒவ்வொரு இரத்த நாளமும் உருகிற்று. வீட்டை அடைந்து கதவைத் திறந்து அம்புபோல் போன் செய்ய விரையும்போது, “ஹலோ” என்று சூர்யா குரல் கொடுத்தான். கூடத்து சோஃபாவில் அமர்ந்து இருந்தான், வெள்ளைவெளேரென்ற பிளாஸ்டர் கட்டுடன். வலது கால் எதிரில் ஸ்டூலின்மேல் இருந்தது.

சட்டென்று ஏற்பட்ட நிம்மதியில் அவள் திக்குமுக்காடிப் போனாள். அவனிடம் விரைந்து அவன் கழுத்தை அணைத்துக் கொண்டு அழுதாள்.

“சோப்ரா சொன்னார் உனக்கு ஆக்ஸிடென்ட் ஆயிடுத்துன்னு! நான் நடுங்கிப் போனேன்!” அவன் புன்னகையுடன் அவள் முதுகை வருடினான்.

“ஆக்ஸிடென்டுன்னு சொல்லும்படியா இல்லே. எங்கேயோ இருட்டிலே சரியாகக் கவனிக்காமல கால்வெச்சுக் கீழே விழுந்தேன். சின்ன எலும்பு முறிவு ஏற்பட்டுப்போச்சு. மூணுவாரம் கட்டுப்போட்டபடி இருக்கணும்.”

“நல்லவேளை! அம்மாடி நா எப்படி பயந்துபோனேன் தெரியுமோ?”

அவள் கண்களில் துளிர்ந்த நீரைப் பார்த்து அவன் மென்மையாகச் சிரித்தான்.

“கவலைப்படாதே! இன்னும் மூணுவாரத்திற்கு நா இந்திய ஆணா லட்சணமா உன்னை ஆட்டிவைக்கப்போறேன் உட்கார்ந்த இடத்திலேர்ந்து!”

"நா ஒரு இந்திய மனைவியா லட்சணமா நீ எள்ளுனு நினைக்கிறதுக்குள்ளே எண்ணெயா நிப்பேன்!"

இது வெறும் விளையாட்டுப் பேச்சாக இருக்கவில்லை. அவனுடைய தேவைகளை அவன் கேட்காமலேயே அவள் கவனித்துக் கொண்டாள். அப்பாவின் தேவைகளைப் பார்த்துச் செய்யும் அம்மாவின் கூட்டுக்குள் தான் புகுந்து கொண்டது போல் பிரமையேற்பட்டது. வெளியுலக யோசனை முழுசாக மறந்துபோயிற்று. ஏவாவுக்கு டெலிபோன் செய்யக்கூட முடியாமல் நேரம் நழுவிப்போயிற்று.

கிறிஸ்துமஸுக்கு முந்தைய இரவு அவள் செய்திருந்த சூடான பஜ்ஜிகளைச் சுவைத்தபடி தபாலில் வந்திருந்த கிருஸ்துமஸ் புத்தாண்டு வாழ்த்துகளை இருவருமாக ஒவ்வொன்றாகப் பார்த்துக்கொண்டிருக்கையில் ஏவாவின் கடிதம் கிடைத்தது. படித்ததும் அதிர்ச்சி ஏற்பட்டது.

23

மிகச் சுருக்கமாக இருந்தது கடிதம். கண்ணீர்பட்டது போல் கலங்கியிருந்தது. "யோசிக்க யோசிக்க, நான் யாருக்காக உயிர் வாழ வேண்டும் என்று தோன்றுகிறது. கிறிஸ்துமஸ் திருநாளைத் தனியாகச் சந்திக்க எனக்குத் தெம்பில்லை. அன்று விடிவதற்குமுன் என் வாழ்வு முடியவேண்டும்."

கலவரத்துடன் சூர்யாவிடம் கடிதத்தை நீட்டிவிட்டு, சந்தியா டெலிபோனில் ஏவாவின் எண்ணை அவசரமாகச் சுழற்றினாள். லைன் செத்திருந்தது. கடவுளே அந்தப் பெண்ணை எப்படிக் காப்பாற்றுவது என்று நாவிலிருந்து பீதியெழுந்தது.

"லைனே கிடைக்கல்லே சூர்யா," என்றாள் கவலையுடன். "ஏதாவது விபரீதமா செஞ்சுகிட்டான்னா?"

"அதை நீயோ, நானோ தடுக்கமுடியாது" என்றான் அவன் நிதானமாக.

அவனுடைய நிதானம் அவளுக்கு அசம்பாவிதமாகப் பட்டது.

"ஏன் முடியாது?" என்று அவள் எழுந்தாள்.

தனது சுபாவமான வீம்புடன் "ஒருத்தி தற்கொலை செஞ்சுக்கறதை என்னாலே சும்மா வேடிக்கை பார்த்துக் கொண்டிருக்க முடியாது."

"அதுக்காக என்ன பண்ணப்போறே?"

"அவள் வீட்டுக்குப் போறேன்!"

அவள் பேசிக்கொண்டே அவசர அவசரமாகக் கம்பளி உடுப்புகளை மாட்டிக்கொண்டாள்.

"உனக்கு மூளை இருக்கா?" என்றான் அவன் கோபமாக. "இந்தக் குளிரிலே தனியா உன்னாலே போக முடியுமா? இன்னிக்குப் பெய்த பனியிலே ரயிலே ஓடாது. அந்தக் கிறுக்குப் பிடிச்ச பெண்ணைக் காப்பாத்தப்போய் நீ பனியிலே விறைச்சு விழுவே!"

அவளுக்கு அவன் சொல்வது எதுவும் செவியில் விழவில்லை. ஏவாவை எப்படியாவது காப்பாற்றியாக வேண்டும் என்கிற வெறி, புலன்களை முழுவதுமாக ஆட்கொண்டது. இவன் எப்படி இத்தனை சுயநலத்துடன் பேசுகிறான் என்று ஆத்திரம் வந்தது.

"எனக்கு ஒண்ணும் ஆகாது கவலைப்படாதே!"

"சந்தியா! சொல்றதைக் கேளு. இந்தக் குளிரிலே போறது ஆபத்து."

அவளுக்குச் சுரீரென்று கோபம் வந்தது. தன்னைக் கட்டுப்படுத்திக்கொண்டு அவள் அவனைத் தீர்க்கமாகப் பார்த்துச் சொன்னாள்.

"என் மனசுக்கு சரின்னு படறதை நா செய்வேன். என் பதைப்பு உனக்குப் புரியாது. ஏவாவுக்கு ஏதாவது ஆயிடுத்துன்னா என்னையே என்னாலே மன்னிக்க முடியாது."

அவள் அடுத்த விநாடி கதவைத் திறந்துகொண்டு வெளியேறினாள். பனிக் குகைக்குள் நுழைந்ததுபோல் குளிர் முகத்தில் அடித்தது. முத்துச் சரங்களாய் மேலே விழுந்த பனிச்சாரலை உறையிட்ட கைகளால் உதறிக்கொண்டு ஒரே சிந்தனையுடன் ஓட ஆரம்பித்தாள்.

ஏவா! ஏவா!

நினைக்க நினைக்கத் தாங்கவில்லை. கண்களில் நீர் முட்டி நின்றது. குரல்வளைக்குள் அழுந்திய துக்கம் ஓலமிட்டது.

"எந்த அவசர முடிவுக்கும் வந்துவிடாதே ஏவா."

வேகமாக ஓடமுடியாமல் பனிப்பாறையில் ஜோடுகள் புதைந்து புதைந்து மீண்டு எழுந்தன. பல கம்பளி உடுப்புகளுக்குள் பதுங்கியிருந்த மார்புக்கூடு பிளந்து விடுவதுபோல டமாரமடித்தது.

ஒரு பிராணி தெருவில் இல்லை.

வண்டிகள் இல்லை. அவள் தட்டுத் தடுமாறி ரயில் நிலையத்தை அடைந்தபோது அது மூடப்பட்டிருந்தது. ஒரு மந்தத்தனத்துடன் சில விநாடிகள் திகைத்து அவள் மீண்டும் ஓடத் துவங்கினாள்.

எங்கும் இருட்டு, கும்மிருட்டு. அங்கங்கே இருக்கும் வீடுகளில் பளிச்சிடும் விளக்குகளைத் தவிர எல்லா இடத்திலும் அந்தகாரம்.

எல்லாரும் குளிருக்கு அடக்கமாக உள்ளே பதுங்கி இருக்கிறார்கள்- சூடாக்கப்பட்ட வீடுகளுக்குள், அல்லது கொழுந்துவிட்டெறியும் கணப்பு அடுப்புகளுக்கு எதிரில், மதுக் கோப்பைகளைக் கையில் பிடித்தபடி.

கிறிஸ்துமஸ் இரவு சிதறல்களாகப் பிரிந்திருக்கும் குடும்பங்கள் ஒன்றுசேர்ந்து உறவைப் புதுப்பித்துக்கொள்ளும் நேரம். அதாவது இரத்த சம்பந்தத்திற்கு, மனித ஏக்கங்களுக்கு மதிப்பு கொடுக்கும். குடும்பங்களாக இருக்கும் பட்சத்தில் பாசத்தின் கதகதப்பில் தங்கள் தொலைவுகளை மறக்கும் பட்சத்தில்.

இங்கு எத்தனை குடும்பங்களில் அப்படி ஒரு கதகதப்பு இருக்கும் -

சில அழுத்தி மூடியிருந்த கதவுகளுக்குள்ளிருந்து ராக சங்கீதமும் சிரிப்பொலிகளும் கேட்டன. அதிர்ஷ்டம் செய்த குடும்பங்களாக இருக்கவேண்டும். கண்ணாடிக் கதவுகளின் ஒதுங்கிய திரைச்சீலைகளினூடே கிறிஸ்துமஸ் மரமும் வண்ண விளக்குகளும் தெரிந்தன.

மீண்டும் ஏவாவின் ஞாபகம் உத்வேகத்துடன் கிளம்பிற்று.

எந்த அசட்டுத்தனமும் பண்ணிடாதே. தாங்க முடியாத துக்கம்னு எதுவும் கிடையாது. நான் உன்னோடு கிறிஸ்துமஸ் கொண்டாடுகிறேன். உன்னை என் வீட்டுக்கு அழைத்துப் போகிறேன்.

என் வீடு.

அவள் திடுக்கிட்டாள்.

எது என் வீடு?

அந்த நினைப்பை விரட்டுபவள் போல் அவள் தன்னை உசுப்பிக்கொண்டு ஓட்டத்தைத் தொடர்ந்து சுற்று முற்றும் கூர்ந்து பார்த்தாள். எத்தனையோ வீடுகள் மயான மௌனத்தில் ஆழ்ந்திருந்தன, கிறிஸ்துமஸ் பண்டிகை என்று ஒன்றிருப் பதையே மறந்துபோனாற்போல. இந்தக் குளிரும், இருட்டும் இவர்களுக்குப் பயங்கரமானவை. தனிமையின் கொடுமையை அதிகப்படுத்துபவை.

நினைவு வரும்போதெல்லாம் கலக்கத்தை ஏற்படுத்தும் காட்சிகள் முன்னும் பின்னுமாகப் படையெடுத்தன.

இறந்து குறைந்தபட்சம் நான்கு நாட்களாகியிருக்கும் மிஸஸ் ஜோன்ஸை வெளியில் கொண்டு வந்தது எதிரில் நின்றது. அம்மாவின் புலம்பலும் கூடவே கேட்டது.

'உனக்காகத்தான் நாங்க உசிரை வெச்சுக்கிட்டிருக்கோம்.'

மிஸஸ் ஜோன்சும் யாருக்காவது உசிரைப் பிடித்து வைத்துக் கொண்டு காத்திருந்தாளா? காத்திருந்து கடைசியில் ஓசைப்படாமல் இறந்துபோனாளா?

மூன்றாம் வீட்டில் செத்தபிணம்! நான்கு நாட்கள் யாருக்கும் தெரியாமல் தினமும் காலேஜிலிருந்து வீடு திரும்பும் போதும், போகும் போதும் வாசல் ரேழியில் உட்கார்ந்து கையசைத்துச் சிரிப்பாள். நான்கு நாட்கள் அவளை வெளியே காணவில்லை. எங்கே என்ற கேள்வி எழவில்லை. உடம்பு சுகமில்லையா என்று பதைக்கவில்லை.

ஏன்?

அதை நினைத்து இப்பொழுது சுரீரென்று வெட்கமேற்பட்டது. எப்படி இப்படிக் கல்லாக இறுகிப்போயிற்று மனசு?

அவள் வேகமாக நடையைத் தொடர்ந்தாள். எப்பொழுதோ இறுகிவிட்டது மனசு. வெப்பமும், வெளிச்சமும் இருக்கும் இந்தியாவிலேயே இறுகிவிட்டது. ஆனால் அப்பொழுது இருந்தது, பிடிவாதம். இப்பொழுது ஏற்பட்டிருப்பது தடித்தனம். வெண்ணெயும் பாலும் ஊட்டமும் உடம்பில் பூசிவிட்ட கொழுப்பு மூளையை மழுங்கச் செய்திருக்க வேண்டும். சுற்றுப்புற அமைதியில் துல்லிய உணர்வுகள் ஜில்லிட்டுப் போயிருக்க வேண்டும்.

இல்லாவிட்டால் ஏவாவின் நிலையை நான் உணர்ந்திருப்பேன். அவளுடைய பயங்களின் விபரீதப் போக்கை அடையாளம் கண்டிருப்பேன். கட்டாயப்படுத்தி வீட்டுக்கு அழைத்து வந்து அவளை உற்சாகப்படுத்தியிருப்பேன்.

வீடு.

மீண்டும் அவளை அந்த வார்த்தை உலுக்கிற்று. அது சூர்யாவின் வீடு. அதைத் தனது என்று சொல்லத் தனக்கு ஏதும் உரிமையில்லை என்று தோன்றிற்று. நினைத்தாற்போல் ஏவாவை அழைத்து வந்துவிட முடியாது.

'தனியாக இருக்கிறது ஒண்ணும் அதிசயமில்லே' என்பான் அவன், 'மிஸஸ் ஜோன்ஸ் தனியாக இருக்கல்லே?'

ஆமாம் செத்து நான்கு நாட்கள் கேட்பாரற்று அழுகும்வரை-

சூர்யாவைச் சொல்லிக் குற்றமில்லை. நானும் இன்னும் பத்து வருஷங்கள் இங்கிருந்தால் அப்படித்தான் பேசுவேன். சரக்கென்று பனிப்பாறை வழுக்கிற்று. சறுக்கு மலையில் சறுக்குவது போல் அவள் விழுந்தாள். கனமான உடுப்புகள் மேலே விழுந்திருந்த பனியினால் அதிகக் கனமாகியிருந்தன. பின்னால் ஏதோ வண்டியின் ஓசை கேட்டது. அவள் பிரயாசையுடன் எழுந்து ஒதுங்கி நின்றாள். ஒரு போலீஸ்

டிரக் வண்டியோட்டி சரக்கென்று வண்டியை நிறுத்தினான். அவளைச் சந்தேகத்துடன் பார்த்து.

“ஏய் என்ன செய்கிறாய் இந்தநேரத்தில் இங்கு?” என்றான் நார்வீஜிய பாசையில்.

“என் சினேகிதி ஆபத்தில் இருக்கிறாள்; அவளைத் தேடிக்கொண்டு போகிறேன்.” என்று அவள் பதில் அளித்தாள்.

“எங்கே இருக்கிறாள் உன் சினேகிதி?”

“மயூர்ஸ்ட்வைனில்...!”

“என்னது?” என்றான் அவன் அதிர்ந்து. பிறகு பக்கத்தில் இருக்கும் ஆளிடம் ஏதோ சொல்ல இருவரும் பெரிதாகச் சிரித்தார்கள். அவன் கதவைத் திறந்து கீழே குதித்தான். முழங்கால் வரை எகிறிய பனிச் சிதறல்களை லட்சியம் செய்யாமல் அவள் அருகில் வந்து உற்றுப் பார்த்தான்.

“இல்லை நான் போதையில் இல்லை” என்றாள் அவள் அவனைப் புரிந்துகொண்டு.

“உம்!” என்றான் அவன் நம்பிக்கையில்லாமல். “இந்தச் சீதோஷ்ணத்திலே மயூர்ஸ்ட்வைனுக்கு நடந்து செல்ல முடியும்னு நினைக்கிறியா?” என்று சிரித்தான்.

தன் மடத்தனத்துக்கு விளக்கம் கொடுக்கத் தெரியாமல் அவள் தடுமாறினாள்.

“என்ன செய்வது என்று எனக்குத் தெரியவில்லை. என் சினேகிதனுக்குக் காலில் அடிபட்டு இருக்கிறது. கார் ஓட்ட முடியாது. எனக்கு ஓட்டத் தெரியாது. என் சினேகிதி ஆபத்திலிருக்கிறாள்.”

கோவையில்லாமல் அவள் படபடத்ததை அவன் புன்னகையுடன் கேட்டு “ஏறிக்கொள் இறக்கி விடுகிறேன்” என்றான்.

அவள் தனது நன்றியைத் திரும்பத் திரும்பத் தெரிவித்தபடி முன்சீட்டில் அமர்ந்திருந்த அவனுடைய சிநேகிதனின் அருகில் அமர்ந்துகொண்டாள்.

கையும் காலும் குளிரில் நடந்ததில் பாறைகளாக கனத்துப் போயிருந்தன. உஷ்ணப்படுத்தப்பட்டிருந்த வண்டியில் மனசே நெக்குருகிப் போயிற்று நன்றியில்.

'கடவுளே!' என்று அவள் ஆசுவாசப்படுத்திக் கொண்டாள். பிறகு அருகிலிருந்தவனைப் பார்த்துப் புன்னகைத்து-

"கடவுள்தான் உங்களை அனுப்பியிருக்க வேண்டும்" என்றாள்.

"அது எங்களுக்குத் தெரியாது" என்று அவன் சிரித்தான். "உன்னை சாத்தான் அனுப்பியிருக்கும் நிச்சயமாய். வேறு யாரும் இந்தப் பனியில் ஒரு சிநேகிதியைத் தேடி ஓடமாட்டார்கள்."

"அதுவும் இங்கிருந்து மயூர்ஸ்ட்வைனுக்கு!"

அவள் பதில் சொல்லாமல் தன்னை ஆசுவாசப்படுத்திக் கொள்வதில் இருந்தாள். இவ்வளவு நேரமாக இருந்த பதைப்பு இப்பொழுது இல்லை. ஏவாவை மீட்டு விடலாம் என்கிற நம்பிக்கை முளைவிட்டது.

வண்டியோட்டி அவளைக் கூர்ந்து பார்த்து,

"பாகிஸ்தானியா?" என்றான்.

"இல்லை, இந்தியன்."

"இங்கே என்ன செய்கிறாய்?"

"படிக்கிறேன்."

"எவ்வளவு நாளாயிற்று வந்து?"

"எட்டு மாசம்."

"யாரைப் பார்க்க ஓடிக்கொண்டிருக்கிறாய்?"

"என்னுடைய சிநேகிதி ஏவா. ஏவா ஜான்ஸன்."

"அவளுக்கு என்ன ஆபத்து?"

அவளுக்குச் சட்டென்று தொண்டையை அடைத்துக் கொண்டது.

"கொஞ்ச நாட்களாக அவள் பெரிய மனச்சோர்வில் இருக்கிறாள். குழந்தை இறந்துவிட்டது. காதலன் விட்டு விட்டுப் போய்விட்டான். பெற்றோர்கள் எங்கேயோ வடக்கே இருக்கிறார்கள். தொடர்பு இல்லை."

"இன்றைக்கு என்ன விசேஷம்?" என்றான் அவன் மிகச் சாதாரணமாக, தினம் தினம் இந்த மாதிரிக் கதைகளைக் கேட்டுப் பழகிப்போனவனைப் போல.

"அவளிடமிருந்து ஒரு கடிதம் வந்திருக்கிறது. ஒரு மணிநேரம் முன்புதான் என் கண்ணில் பட்டது. கிறிஸ்துமஸ் வாழ்த்துக் கடிதங்களுக்கு அடியில் எங்கோ சிக்கியிருந்தது. இன்றைக்கு வாழ்க்கையை முடித்துக்கொள்ளப்போவதாக எழுதியிருக்கிறாள்!"

"போன் இருக்கிறதா அவளுக்கு?"

"இருக்கு. செய்து பார்த்தேன். ஆனால் பழுதாகியிருக்கு போலிருக்கு. லயனே கிடைக்கவில்லை."

வண்டியோட்டியும் அவனுடைய சினேகிதனும் சற்றுநேரம் பேசவேயில்லை. தங்களுக்குள் மூழ்கிய யோசனையில் இருந்தார்கள்.

வண்டியோட்டி பாதையைப் பார்த்து ஓட்டியபடி மெல்லிய குரலில் சொன்னான்.

"கிறிஸ்துமஸ் சமயத்தில் தனியாக இருப்பவர்களின் மனச்சோர்வு இங்கு அதிகரிப்பது வழக்கம்தான்" என்றான்.

"தற்கொலையும் இந்தச் சமயத்தில் சகஜமானதுதான்!" என்றான் அருகிலிருந்தவன்.

திடீரென்று அவளுள் பலவீனம் பரவியது.

"இன்று ஒரு சாவை என்னால் தாங்க முடியாது. ஏவாவை சாகவிடக் கூடாது..."

துக்கம் சுருண்டு சுருண்டு எழுந்தது. கண்ணீராய்ப் பெருகிற்று. நேரம் பறக்கிறது என்கிற பரபரப்பு அதிகரித்தது.

தயவு செய்து இன்னும் வேகமாக ஓட்ட முயற்சி செய்யுங்கள்.

“ஹிஸ்டாரிகலாகப் பேசுவதால் எந்த லாபமும் இல்லை பெண்ணே!” என்றான் டிரைவர் கண்டிப்புடன். “இந்தப் பனியில் இதைவிட வேகமாகப் போய்விட முடியாது. நாங்கள் உன்னை ஏற்றிக் கொண்டிருக்காவிட்டால் நீயும் இத்தனை நேரத்துக்கு விறைத்துப் போயிருப்பாய்.”

“கிறிஸ்துமஸ் அன்று இரண்டு சாவுகளைப் பார்க்க எனக்கு விருப்பமில்லை.” என்று சொன்னான் பக்கத்திலிருந்தவன்.

ஏவா இறந்திருப்பாள் என்கிற முடிவில் இவர்கள் இருப்பது அவளுள் பீதியை ஏற்படுத்தியது. அவளையறியாமல் வாய் ஜபித்தது. ‘முருகா ஏவாவைக் காப்பாத்து!’ தில்லி உத்தர சுவாமி மலையின் முருகனின் உருவம் எதிரில் நின்றது. சந்தனக் காப்பு நிதானமாக கரிய சிலையைப் போர்த்திற்று. குருக்களின் பிள்ளைப் புருவத்தை வளைத்தான். கண்களின் கோடுகளை இழுத்து விழிகளை மலர்த்தினான். முருகன் பிரசன்னமானார்...

“மயூர்ஸ்ட்வைனுக்கு வந்துவிட்டோம்... எங்கேயிருக்கிறது உன் தோழியின் வீடு?”

சட்டென்ற சுறுசுறுப்புடன் சந்தியா எதிரிலிருந்து, கண்ணாடியை லேசாகத் துடைத்துக் கண்களை இடுக்கிப் பார்த்தாள். புகை மூட்டமாகத்தான் தெருக்கள் தெரிந்தன.

ஒருவழியாக அடையாளம் தெரிந்ததும் “அடுத்த தெருவில் குறுக்குப் பாதையுண்டு. அதில் நீளச் சென்றால் மேலே ஒரு சின்ன மரவீடு” என்றாள்.

“தனிவீடா?” என்றான் டிரைவர் வியப்புடன்.

“ஆமாம். அவளுடைய பாட்டியின் வீடு. அதில் தனியாக இருக்கிறாள்.”

டிரைவர் ஏதும் சொல்லாமல் அவள் குறிப்பிட்ட குறுக்குத் தெருவில் வண்டியைச் செலுத்தினான். மேலே ஏறி பாதையில் அங்கொன்றும், இங்கொன்றுமாய் வீடுகள். கண்ணாடிமேல் பனி விழுந்த வண்ணம் இருந்ததால் கண்ணுக்குக் கிட்டத்தட்ட

எதுவும் தெளிவாக இல்லை. பனிமூட்டத்துக்குள் திடீரென்று ஒரு பிரகாசம் தெரிந்தது. வண்டியோட்டி சடக்கென்று வண்டியை நிறுத்தினான்.

"உன் சினேகிதியின் வீடு தீப்பிடித்திருக்கிறாற்போல் தெரிகிறது," என்ற அவன் கதவைத் திறந்து வெளியே குதித்தான்.

24

மூளை ஒரு விநாடி ஸ்தம்பித்து நின்றது. கண்ணாடி வழியே தெரிந்த அந்த ஒளியை சந்தியா திகைத்துப் பார்க்கையில் டிரைவரைத் தொடர்ந்து அவனுடைய சிநேகிதன் கீழே குதித்தான். வெளியே சில குரல்கள் கேட்டன. தூரத்தில் வெகு தூரத்தில் நெருப்பணைப்பு வாகனத்தின் மணியோசை மெலிதாகக் கேட்டது.

உலுக்கப்பட்டாற்போல் சந்தியா தன் பக்கத்துக் கதவைத் திறந்து கீழே குதித்தாள்.

ஏவாவின் வீடுதான். தனியாக சற்று எட்டிய உயரத்தில், சின்ன தோட்டத்து நடுவில் எரிந்துகொண்டிருந்தது. தீப்பிழம்புகள் சடசடவென்ற ஓசையுடன் குளிரையும் பனியையும் லட்சியம் செய்யாத ஓர் அசுரத்தனத்துடன் யாரையோ கபளீகரம் செய்யும் ஆர்வத்துடன்-அங்கிருந்த நாலைந்து பேர் எங்கிருந்தோ ஒரு பெரிய ஹோஸ் பைப்பை இழுத்து வந்தார்கள். தோட்டத்தில் இருந்த குழாய்க்குப் பொருத்த முயன்றார்கள். இன்னும் இரண்டு பேர் பக்கெட்டுகளில் நீரை எடுத்து வந்து வீட்டின் மேல் சுளீர் சுளீர் என்று ஊற்றினார்கள்.

“உள்ளே யாருமில்லை என்று நினைக்கிறேன். இருந்தால் இந்நேரம் கயிற்றைப் பிடித்து வெளியில் வந்திருக்கலாமே!” என்றான் ஒருத்தன்.

“ஒவ்வொரு அறையிலும்தான் தீ விபத்துக்கு எச்சரிக்கையாகக் கயிறு இருக்குமே!”

“காலி வீடு என்கிறானே!”

“இல்லை! என் சினேகிதி இருக்கிறாள். ஏவா ஜான்ஸன் இருக்கிறாள்!”

அவளது அலறலைக் கேட்டு மற்றவர்கள் திடுக்கிட்டு நிமிர சந்தியா வெறியும் பதற்றமுமாக “ஏவா! ஏவா!” என்று கூவியபடி கிடுகிடுவென்று எரியும் வீட்டை நோக்கி ஓடினாள்.

தீயின் ஜ்வாலையை உணரும் சமயத்தில் டிரைவரும் அவனுடைய சினேகிதனும் அவளுடைய இரண்டு புஜங்களையும் இரும்புப் பிடியாய் பிடித்துப் பின்னுக்கு இழுத்தார்கள்.

“ஏய், அசட்டுப் பெண்ணே! உனக்கு என்ன மூளை கலங்கிவிட்டதா? இதில் நுழைந்தால் என்ன ஆகும் தெரியுமா?”

அவள் ஆத்திரத்துடன் திமிறினாள். “என்னை விடுங்கள்! என்னை விடுங்கள்!”

இரும்புச் சங்கிலிகளில் பிணைக்கப்பட்டாற்போல் இருந்தது அவர்களது பிடியில் உடம்பு.

“குழாயில் நீரில்லை,” என்று ஹோஸைப் பிடித்தவன் உதட்டைப் பிதுக்கினான்.

தீ நாக்குகள் பனியை ருசி பார்த்தபடி மேலே எழும்பின. பீதியில் சந்தியாவின் விழிகள் பிதுங்கின.

இப்படி எப்படித் தீ வைத்தாள்? மண்ணெண்ணெயில் வீட்டைத் தோய்த்தாற்போல்!

துக்கத்தில் மார்பு விம்மி விம்மித் தணிந்தது. கையும் காலும் பரபரத்தது. பேச வார்த்தை வராமல் கண்ணின் மணிகள் பீதியில் பிதுங்கின—

"என் சினேகிதி! என் சினேகிதி! ஏதானும் செய்யுங்கள்! நீங்கள் கோழைகள்! இரக்கமில்லாதவர்கள்! ஏவா உள்ளே இருக்கிறாள்! செத்துப்போய்விடுவாள்!"

அவள் சற்றும் எதிர்பாராமல் அவள் கன்னத்தில் பளீரென்று ஒரு அறை விட்டான் டிரைவர். சாட்டையடிபட்டது போல் இருந்தது. அவள் நிலைகுலைந்து அவனைக் கோபத்துடன் பார்க்கையில் "ஸாரி" என்று உடனடியாக மன்னிப்பு கேட்டான். "இப்படி நீ கத்துவதனால் ஒரு பிரயோஜனமும் இல்லை என்பதை நீ புரிந்துகொள்ளணும். நடு இரவில் ரகளை செய்து இங்கிருப்பவர்களுக்குத் தொந்தரவு கொடுப்பது சட்டப்படி குற்றம்."

அவள் சட்டென்று மௌனமானாள். ஓ, இது இந்தியா இல்லை. அந்நிய தேசம். மரியாதை மிகுந்த தேசம். தனிமனிதனின் உரிமைகளைப் போற்றும் பண்புமிகுந்த தேசம். இதன் பிரஜைகளின் கிறிஸ்துமஸ் இரவு பாழாகிவிடக் கூடாது; ஓர் அசட்டுப் பெண்ணின் விபரீத முடிவினால் கையாலாகாத்தனம் கண்ணீராய் பிரவாகமெடுத்தது.

"ஏதாவது செய்யுங்கள். ப்ளீஸ்!" என்று மெல்லிய குரலில் கெஞ்சிற்று.

"தீ அணைப்பு வாகனம் வந்துகொண்டிருக்கிறது. தொலைவில் சத்தம் கேட்கிறது பார்."

மணியோசை தெளிவாகக் கேட்டது.

எதிரே எரியும் வீட்டின் மரச் சட்டங்களும் கனமான திரைச் சீலைகளும் தீக்குப் பணிந்து சடசடவென்று விழுந்தன.

சந்தியா விசித்து விசித்து அழ ஆரம்பித்தாள். "என்மேல் தப்பு, என்மேல் தப்பு. உன் பேச்சை நான் இன்னும் சீரியஸாக எடுத்துக்கொண்டிருக்கணும்."

தீயணைக்கும் வண்டி வந்துவிட்டது. உடனடியாக ஆரவாரமில்லாமல் நீரைப் பாய்ச்சிற்று.

அங்கிருந்த நான்கைந்து பேரும் இனிமேல் தங்களுக்கு வேலை இல்லை என்கிற நிம்மதியில் கிளம்பிப் போய்விட்டார்கள்.

இங்கு ஒரு விஷயம் நடக்கிறது என்கிற பிரக்ஞையே இல்லாமல் எல்லா வீடுகளும் தங்களது உலகங்களில் புதைந்திருந்தன.

தீயின் ஆக்ரோஷம் குறையக் குறைய அந்தகாரம் சூழ ஆரம்பித்தது. இரண்டு பெரிய சர்ச் லைட்டுகளை ஏந்தியபடி இருவர் நின்றிருந்தார்கள். அவள் ஏவாவின் படுக்கையறையை அடையாளம் காட்ட ஒரு ஸ்ட்ரெச்சரைத் தூக்கிக் கொண்டு இரண்டு பேர் விரைந்தார்கள்.

கரிந்த மூட்டையாக ஏவாவைத் தூக்கிக்கொண்டு வந்து, எதுவுமே பேசாமல் விடுவிடுவென்று வண்டியில் ஏற்றினார்கள்.

சந்தியா திமிறினாள்.

“உயிர் இருக்கிறதா? உயிர் இருக்கிறதா?”

வண்டியுடன் வந்த ஒருத்தன் சடக்கென்று திரும்பினான்.

“இல்லை” என்றான்.

அவள் தன்னைக் கட்டுப்படுத்திக்கொள்ள முடியாமல் அழுதாள், முகத்தை இரு கைகளாலும் மூடிக்கொண்டு.

“செத்துப் போனவளை உனக்குத் தெரியுமா?” என்றான் அந்த ஆள்.

“ஆமாம். என் சிநேகிதி!” அவளை அழைத்துக்கொண்டு வந்தவன் கிடுகிடுவென்று நார்வீஜியனில் விவரங்கள் சொன்னான். அந்த ஆள் தனது கைப்புத்தகத்தில் ஏதோ குறித்துக் கொண்டான். பிறகு தீ அணைக்கும் வண்டியில் வந்தவர்கள் எல்லாம் துரிதமாகக் குழாய்களை உள்ளே இழுத்துப் போட்டு ஏறி உட்கார்ந்து கிளம்பிப் போனார்கள். பதினைந்தே நிமிஷங்களில் எல்லாம் முடிந்து இடம் காலியாகி அந்தகாரத்தில் மூடிக்கொண்டது.

டிரைவர் அவளுடைய தோளை அனுதாபத்துடன் அணைத்தபடி சொன்னான்.

“ஸாரி யங் லேடி, உன் தோழியைக் காப்பாற்ற முடியவில்லை கடைசியில். உன்னுடைய வருத்தம் எங்களுக்குப் புரிகிறது.”

அவளுக்கும் மீண்டும் அழுகை வெடித்தது.

“ஏவா, ரொம்ப மிருதுவானவள். ரொம்ப நல்லவள்.”

‘நீ சொல்வதெல்லாம் எனக்குப் புரிகிறது’ என்பது போல அவன் அவள் தோளை அணைத்தபடி வண்டியிருக்கும் இடத்திற்கு நடத்திச் சென்றான். “நல்லவர்களுக்குத் திடமான மனசும் இல்லாமல் போனால் சோகம்தான்” என்றான். அவனுடைய சிநேகிதன் அவள் வண்டிக்குள் ஏற உதவினான்.

மௌனமாக வண்டியைக் கிளப்பிச் சற்றுதூரம் சென்றதும் டிரைவர் மிருதுவாகச் சொன்னான்.

“உன் வீடு எங்கே இருக்கிறது? சொல், இறக்கிவிடுகிறேன்.”

சட்டென்று பிரமையிலிருந்து விடுபட்டு அவள் யதார்த்தத்திற்கு இறங்கினாள்.

வீட்டிற்கா? இப்போது சூர்யாவைச் சந்திக்க முடியுமா என்று தயக்கம் ஏற்பட்டது. அந்தத் தயக்கத்தைக் கண்டு திகைப்பேற்பட்டது. இன்று ஏற்பட்டிருக்கும் அதிர்ச்சி எனக்குப் பிரத்யேகமானது. அதைப் பகிர்ந்துகொள்ள முடியாது. அதை ஜீரணித்துக்கொள்ள எனக்கு அவகாசம் வேணும்...

“நான் வீட்டிற்குப் போகும் மனநிலையில் இல்லை,” என்றாள் அவள் நிதானமாக. “என்னை ‘பியரில்’ (அணை கட்டிய கடற்கரை) இறக்கிவிடுங்கள். அங்கிருக்கும் ஏதாவது ரெஸ்ட்டாரன்டில் உட்கார்ந்து காலையில் நேஷன் தியேட்டரிலிருந்து ரயிலைப் பிடித்து வீட்டுக்குப் போகிறேன்.”

“உன்னை நம்பலாமா?”

“உன் தோழி இறந்த துக்கத்தில் கடலில் நீ விழுந்து தொலைத்தால்?”

“அதெல்லாம் மாட்டேன். செத்துப்போவதற்கெல்லாம் எனக்குத் துணிச்சல் கிடையாது.”

“தற்கொலை செய்து கொள்வது கோழைத்தனம் பெண்ணே! தற்கொலை செய்துகொள்பவர்களைக் கண்டு எனக்கு எந்தவித அனுதாபமும் கிடையாது!”

டிரைவரின் எரிச்சல் உண்மையானதாக இருந்தது.

“உங்களுடைய கிறிஸ்துமஸ் இரவை நான் பாழாக்கிவிட்டேன்” என்று அவள் முணுமுணுத்தாள்.

“நீ என்ன செய்வாய்? உன்னுடையதும்தான் பாழாகிவிட்டது. நீ ஹிந்துவா?”

“ஆமாம்.”

“அப்படியானால் உனக்கு இந்தப் பண்டிகையின் ஸெண்டிமெண்ட் விளங்காது. ஒரு புதிய ஆரம்பத்தை வரவேற்கும் பண்டிகை நாள் இது. அன்று ஒரு முடிவைக் காண நேர்வது ரொம்பச் சோர்வைத் தரும் விஷயம்.”

மற்றவன் பேசவேயில்லை. அவனுக்கும் அப்படிப்பட்ட எண்ணம்தான் இருக்கும் என்று அவள் நினைத்துக் கொண்டாள். இவர்களை இன்று சந்தித்திருக்காவிட்டால் டிரைவர் சொன்னது போல் பனியில் விறைத்து அவளுடைய கதையும் முடிந்திருக்கும். சூர்யாவுக்கு விவரம் தெரிந்ததும் அப்பா அம்மாவுக்குத் தந்தி போயிருக்கும்.

“சந்தியா விபத்தில் இறந்து போனாள்.- மார்பிலும், தலையிலும் அடித்துக்கொண்டு அழுது பிரலாபிக்கும் அம்மாவும், அப்பாவும் எதிரில் நின்றார்கள்.

“நாங்க அப்படி என்னம்மா பண்ணிட்டோம் நீ எங்களை வேண்டாம்னு ஒதுக்கறதுக்கு?” என்று அப்பா அழுகிறார்.

அம்மா சுவரில் மோதிக்கொண்டு அழுகிறாள்.

‘நா என்ன தப்பு செஞ்சேன். என்ன தப்பு?’

அவள் சட்டென்று நிமிர்ந்தாள். கோட்டை தெரிந்தது. அடுத்தாற்போல் துறைமுகமும், கோலாகல வண்ண விளக்குகள் விஸ்தாரமான சாலைகளின் இருமருங்கிலும் இருக்கும் கடைகளில் பல வண்ணத்து பலூன்கள் பறந்தன. தெருவெல்லாம் ஜேஜே என்றிருந்தது. கிடார் இசையும் நாட்டியமுமாக ஆரவாரமாக இருந்தது. எத்தனை வித்தியாச மான உற்சாகமான உலகம் இது!

டிரைவர் கடற்கரைச் சாலையில் ஓர் ஓரமாக நிறுத்தினான்.

“இன்று இரவை நீ இங்கு கழிப்பது நல்லதுதான். மனச்சோர்வு போகும்” என்றான்.

அவள் நன்றி சொல்லி இறங்கியதும் தானும் இறங்கி அவள் கையைக் குலுக்கி “மெர்ரி கிறிஸ்துமஸ்” என்று அவளை அணைத்துக் கன்னத்தில் முத்தமிட்டான்.

“ஹாப்பி நியூ இயர்! உன் சினேகிதியைப் போல நீ இருக்கக் கூடாது. தைரியமாக இருக்கணும்” என்றான். அவனுடைய நண்பனும் இறங்கி அவளை வாழ்த்தியதும் இருவரும் கிளம்பினார்கள்.

அவள் சற்றுநேரம் கடலையும் வண்ண விளக்குகளின் ஜொலிக்கும் கப்பல்களையும் பார்த்த வண்ணம் நின்றாள். சரித்திரப் புகழ்பெற்ற நார்வீஜிய வைக்கிங் கப்பலின் பாணியில் சிற்ப வேலைப்பாடுகள் மிகுந்த கப்பல் ஒன்று கம்பீரமாக நின்றிருந்தது. அவள் சற்றுநேரம் அந்தச் சாலையில் நடந்தாள். வெதுவெதுப்பான வண்டியிலிருந்து வெளியே வந்ததில் குளிர் எலும்பை ஊடுருவிற்று. சற்றுதூரம் நடந்து அங்கு இருந்த ரெஸ்ட்டாரண்டுக்குள் சென்றாள்.

உள்ளே இதமான சூடாக இருந்தது. காலியாக இருந்த ஓர் இடம் கண்ணில் பட்டதும், மேல் அங்கியை அவிழ்த்துப் பனியைத் தட்டி க்ளோக் ரூமில் மாட்டிவிட்டு கையுறைகளைக் கழற்றியபடி காலி இருக்கையில் அமர்ந்தாள். உள்ளங்கையைத் தேய்த்துவிட்டு மேஜைமேல் கைகளை ஊன்றி முகத்தைப் புதைத்துக் கொண்டாள். அன்றைக்கு நடந்த சம்பவங்களை மீண்டும் நினைவுபடுத்தக் கூட உடம்பில் தெம்பிருக்கவில்லை. இன்றையபோது இப்படி முடியும் என்று இன்று காலை கண்விழித்தபோது நிச்சயம் நினைத்திருக்கவில்லை.

தனது வாழ்வில் இன்று மிகப்பெரிய திருப்பம் ஏற்பட்டது போல் அடிமனசில் தோன்றிற்று. திடீரென்று பத்து வயது கூடிவிட்டது மாதிரி மூப்பு அசத்திற்று.

"ஏவாவின் சாவை நான் தடுத்திருக்க முடியும் என்கிற குற்ற உணர்வு அடக்க அடக்க அடங்காமல் விஸ்வரூபமெடுத்தது. மறுபடியும் கண்களில் நீர் பெருகி, உள்ளங்கையிலிருந்து முழங்கை வரை வழிந்தது.

யாரோ அவளை உலுக்கினார்கள். அவள் திடுக்கிட்டு நிமிர்ந்தாள். நடுத்தர வயதில் ஓர் ஆள் கருணையுடன் சிரித்தபடி நின்றிருந்தான்.

"என்ன விஷயம்?" என்றான் ஆங்கிலத்தில் நண்பனைப் போல், அமெரிக்க உச்சரிப்பில்.

"இது கண்ணீர்விடும் சமயமில்லை. இது சந்தோஷப்படும் நேரம். சியர் அப் குடிக்க என்ன வேணும்?"

"நான் பணம் ஏதும் கொண்டு வரவில்லை" என்றாள் அவள் தயக்கத்துடன்.

"கவலைப்படாதே, என்னிடம் நிறைய இருக்கிறது. என்ன குடிப்பாய்? பியர், வைன்; ஷாம்பெயின், விஸ்கி?"

அவள் சற்று யோசித்து "விஸ்கி குடித்து எனக்குப் பழக்கமில்லை. ஆனால் இன்று வேண்டும்... வித்ஸோடா!" என்றாள்.

"குட்!" என்றான் அவன் உற்சாகத்துடன். உடனடியாக பாருக்குச் சென்று இரண்டு பெரிய 'மக்கு'களை நுரையுடன் ட்ரேயில் எடுத்து வந்து அவளிடம் ஒன்றை நீட்டினான். தன்னுடைய மக்கை உயர்த்தி "சியர்ஸ்." என்றான்.

அவளும் தன் மக்கை உயர்த்தி, "இன்று செத்துப்போன என் தோழிக்கு..." என்றாள்

"காட் ப்ளெஸ் ஹர் ஸோல்" என்றான் அவன் மரியாதையுடன்.

விறுவிறுவென்று ஏற்பட்ட எரிச்சலைப் பொருட்படுத்தாமல் அவள் குடித்தாள். இன்று அலைந்த அலைச்சலுக்கு இதமாக இருந்தது.

"நீ இங்கே வந்தது புத்திசாலித்தனம்" என்றான் அமெரிக்கன். "வெளியே பயங்கரக் குளிர். மின்சாரம் இல்லாவிட்டால்

நார்வே எப்படியிருக்கும் என்று நினைத்துக்கூட என்னால் பார்க்க முடியவில்லை.”

அவள் பதில் சொல்லாமல் விஸ்கியைப் பருகினாள்.

“நீ ஸ்ரீலங்காவிலிருந்து வந்த அகதியா?”

அவள் திடுக்கிட்டு நிமிர்ந்தாள்.

“இல்லை. இந்தியன்.”

“இந்தியனா? அத்தனை வெப்பமான தேசத்தை விட்டு வந்து இந்தக் குளிரில் மாட்டிக்கொண்டாயா?”

அவள் பதில் சொல்லவில்லை.

“இந்த நாட்டுக்கு எப்படி வந்து சேர்ந்தாய்?” கேள்வி அலை அலையாக விரிந்து அவளை ஆட்கொண்டது போல் இருந்தது.

25

'**எ**ப்படி வந்து சேர்ந்தாய்?' கேள்வியில் பெரிய ஹாஸ்யம் இருந்தது போல் இருந்தது.

"கொழுப்பு!" என்று அவள் சிரித்தாள். தொடர்ந்து என்று கேட்கவில்லை. அவளுடைய மக்கை மறுபடி நிரப்பினான். அவள் மிகுந்த நன்றியுடன் கிளாஸை நேராகத் தூக்கிப் பிடித்து,

"சியர்ஸ்!" என்றாள்.

"சியர்ஸ் நார்வே, எனக்கு அடைக்கலம் தந்ததற்கு!"

"சியர்ஸ்!" என்றான் அமெரிக்கன் சிநேகிதமாக. "தனியாகவா இருக்கிறாய்?"

"இல்லை, ஒரு ஃப்ரெண்டோடு இருக்கிறேன்."

"குட்! தனியாக மட்டும் இந்த இடத்தில் இருக்கக் கூடாது."

புகைமூட்டமாக இருந்த நினைவுகளை ஒன்றுசேர்க்க அவள் முயன்று மெல்லச் சொன்னாள்.

"ஏவா தனியாக இருந்தாள் ஒரு மர வீட்டில். இன்று அதுவும் பொசுங்கிவிட்டது, அவளுடன்."

“எப்படி?”

“தனக்கு மட்டும் நெருப்பு வைத்துக் கொள்ளாமல் வீட்டுக்கும் நெருப்பு வைத்துவிட்டாள்.”

“கடவுளே! அவளுக்குச் சித்தம் கலங்கியிருக்க வேண்டும்?”

திடீரென்று பாண்டிசைத்தது. வேகமான மெட்டுக்கள் ஜதிபோட, அங்கு அமர்ந்திருந்த இளைஞர்கள் எல்லாம் பெரிய ஆரவார உற்சாகத்தோடு ஜோடிகளாக எழுந்து விட்டார்கள்.

அமெரிக்கன் சந்தியாவின் தோளைப்பற்றி எழுப்பினான்.

“வா, டான்ஸ் ஆடலாம்!”

எடுத்த எடுப்பிலேயே பாட்டு உச்சஸ்தாயியில் துரிதமான தாளகதியில் ஒலித்தது.

அதன் ஒலியிலும் உல்லாசத்திலும் நினைவுகள் சரேலென்று விலகிக்கொண்டன. ஒரு புகை மூட்டத்திலிருந்து இன்னொன்றுக்குள் நுழைந்ததுபோல அவள் சற்றுத் தடுமாறிப் பிறகு சமாளித்துக்கொண்டு ஆட ஆரம்பித்தாள். அவளுக்கு இணையாக எதிரே அவன் கையைத் தட்டிக்கொண்டே பெரிய சிரிப்புடன் ஆடினான். அவனுடைய சிரிப்பு அவளையும் தொற்றிக்கொண்டது. கையைக் கொட்ட வைத்தது. உடம்பு லாகவமாக ஆடிற்று. லயம் பிசகாமல் பாதங்கள் அடி வைத்தன. உடம்பில் சூடு பிடித்தது. கன்னங்கள் பளபளத்தன.

அவன் அவள் இடையைப் பிடித்து ஆடியபடி.

“உன் பெயரென்ன?” என்றான்.

“சந்தியா!” என்று அவள் சிரித்தாள்.

“சூரியன் அஸ்தமிக்கும் வேளை என்று அர்த்தம்! பெயரை மாற்றிக்கொள்! உன்னைப்போல ஒரு பிரகாசமான பெண்ணை நான் பார்த்ததேயில்லே!”

“தாங்க்யூ” என்று அவள் சிரித்தபடி ஆடினாள். “நீ நல்லவன்.”

“ஐ மீன் இட்!” என்றான் அவன் உண்மையாக. “என் பெயர்

செஸ்டர்- கெவின் செஸ்டர்.”

“இங்குதான் இருக்கிறாயா?”

“இல்லை. நியூயார்க்கிலிருந்து போன வாரம் வந்தேன்- என் அம்மா நார்வீஜியன். உடம்பு சரியா இருக்கவில்லை என்று பார்க்க வந்தேன்.”

“இப்பொழுது எப்படியிருக்கிறாள்?”

“முந்தாநாள் இறந்துவிட்டாள்.”

லேசாக உடம்பு விறைத்தது. மிஸஸ் ஜோன்ஸின் கட்டையாகிப்போன உடலை வீட்டிற்குள்ளிருந்து நான்கு பேர் எடுத்து வருவது தெரிந்தது.

“தனியாக இருந்தாளா?”

“ஆமாம். ஆனால் சாகும்போது நான் பக்கத்தில் இருந்தேன்.”

மனசுக்குள் எங்கோ வலித்தது. ஒரு நிமிஷம் ஆட மறந்து கால்கள் நின்றன. பிறகு தன்னைச் சுதாரித்துக்கொண்டு ஆட்டத்தைத் தொடர்ந்தாள்.

“நீ நல்லவன் செஸ்டர்.”

அவன் உதட்டைப் பிதுக்கித் தோளை குலுக்கிச் சிரித்தான்.

பாட்டு முடிந்து இடைவெளி இல்லாமல் இன்னொன்று ஆரம்பித்தது. அவர்கள் தொடர்ந்து ஆடினார்கள், இருவருமே ஏதோ நிர்ப்பந்தத்தில் இருப்பவர்கள் போல். கிட்டத்தட்ட தலை சுற்றும் நிலையில் அவள் அவன் தோளைப்பற்றிச் சிரித்துக்கொண்டே,

“இனிமேல் முடியாது... போதும்” என்றாள்.

அவன் அவளது இடையைப்பற்றி, “உட்கார்ந்து கொள்ளலாம்” என்று நடத்தினான்.

சற்றுத் தொலைவில் மனோன்மணி சில இலங்கைத் தமிழர்களுடன் அமர்ந்திருந்தாள்.

சந்தியா சட்டென்று செஸ்டரின் கையைப்பற்றி, "வேறு பக்கம் போகலாம்" என்று அவனை இழுத்துக் கொண்டு இன்னொரு கோடிக்குச் சென்றாள்.

"இனிமேல் கோக்கா கோலாதான். விஸ்கி வேண்டாம்" என்று அவள் சொன்னதும், செஸ்டர் இரண்டு கோக்கா கோலாவைக் கொண்டுவந்து வைத்தான்.

"அவர்கள் இந்தியர்களா?" என்றான் மனோன்மணி இருந்த பக்கம் கையைக் காண்பித்து.

"இல்லை. இலங்கைத் தமிழர்கள்!"

"உனக்குத் தெரியுமா அவர்களை?"

"அந்தப் பெண்ணை நன்றாகத் தெரியும். என்னோடு இங்கு கொஞ்ச காலம் படித்தாள்."

"பின் ஏன் அவளைத் தவிர்க்கிறாய்?"

"நீ கெட்டிக்காரன்" என்று அவள் சிரித்தாள். "அவளைச் சந்திக்கும் மனநிலை இன்று எனக்கில்லை. அவள் பேச்சு எனக்கு சங்கடத்தைக் கொடுக்கும்."

"ஏன்?"

"அவர்கள் ரொம்பவும் மோசமான ஒரு சரித்திரக் கட்டத்தில் இருக்கிறார்கள் பாவம். பேச்சில் அரசியல் நுழையாமல் இருக்காது. அதைக்கேட்கும்போது நான் ஏதோ மூலையில் தள்ளப்பட்டது போல் தோன்றுகிறது."

"ஏன்?" என்றான் அவன் குழப்பத்துடன். அவள் தோளைக் குலுக்கி சிரித்தாள்.

"அவர்கள் ரொம்ப சினேகிதமானவர்கள். அவர்கள் எதிரில் என்னுடைய இயலாமை என்னை பலவீனப்படுத்தும்."

அவள் சட்டென்று நிறுத்தினாள். மனோன்மணி எதிரில் நின்று கொண்டிருந்தாள் புன்னகையுடன்.

"ஹாய் சந்தியா! எப்படி இருக்கீங்க?"

"நன்றாயிருக்கேன்" என்றாள் சந்தியா- தன் திகைப்பை விழுங்கிக் கொண்டு, செஸ்டருக்கு அவளை அறிமுகப்படுத்தினாள்.

ஆங்கிலம் சரளமாகப் பேசவராத மனோன்மணி அவனைப் பார்த்துச் சிரித்து,

"யார் இந்த ஆள்?" என்றாள் தமிழில்.

"தெரியாது. நானே இங்கேதான் சந்திச்சேன்."

"ஓ!"

மனோன்மணியின் உடையும் தலையலங்காரமும் இந்த ஏழெட்டு மாதங்களில் மாறியிருந்தாலும் இந்த "ஓ" வென்ற இழுப்பும் தமிழின் இனிமையும் மாறவில்லை.

"தனியா எங்கே வந்தீங்க? உங்க சினேகிதர் எங்கே?"

"அவர் வரல்லே!"

"அடியம்மா! இந்தக் குளிர்லே தனியாவா?"

சந்தியா பதில் சொல்லாமல் அறையின் கோடியைப் பார்த்தாள். மனோன்மணியுடன் வந்திருந்தவர்கள் அவளைப் பார்த்து சினேகிதமாகக் கையசைத்தார்கள். அவளும் கையசைத்துச் சிரித்தாள்.

"எங்க கூட வாங்க சந்தியா" என்றாள் மனோன்மணி. "ரெண்டு மூணு கார்லே நாங்க வந்திருக்கோம். எங்களோட சாப்பிட்டுட்டு காலையிலே வீட்டுக்குப் போகலாம். நாங்க கொண்டு விடறோம்"

"வேண்டாம் மனோன்மணி!" என்றாள் அவள் மெல்ல. "இன்னிக்கு வேண்டாம் இன்னொரு நாளைக்கு வரேன்."

மனோன்மணி அவளையும் செஸ்டரையும் சந்தேகத்துடன் ஒரு பார்வை பார்த்தாள்.

"சரி அப்ப!" என்றாள் மனோன்மணி சினேகிதமாக.

"ஊரிலேந்து மறுபடி கண்ணீர் கதையாகக் கடிதம் வந்தது. அதை மறக்கத்தான் இன்றைக்கு எல்லாருமா வந்தோம்."

இதற்கு பதில் என்ன சொல்லுவது என்று சந்தியா பேசாமல் இருந்தாள்.

“மீண்டும் வாத்திய இசை ஆரம்பித்தது. மனோன்மணியிடம்,

“பார்க்கலாம் மனோன்மணி” என்றாள்.

“புது வருஷம் உங்களுக்கு நல்ல திருப்பத்தைக் கொண்டு வரட்டுமே!”

சந்தியா செஸ்டரின் பக்கம் திரும்பி, “ஆடலாமா?” என்று கேட்டு அவன் எழுந்ததும் இருவரும் இசையின் வேகத்திற்கு ஏற்ப ஆடத் தொடங்கினார்கள்.

சுழன்று சுழன்று ஆடுகையில் செஸ்டர் பிரிந்துபோய் வேறு ஒருத்தன் அவளுடன் ஆட ஆரம்பித்தான். சுற்றிச் சுற்றி வந்த முகங்கள் எல்லாம் சிவந்து பளபளத்தன. மகிழ்ச்சியின் எல்லையைத் தொட்டுவிட்ட பிரசன்னம் தெரிந்தது. முன்பின் அறியாதவர்களுடன் கைகோத்து நடனமாடுவதே மிகப் பெரிய விஷயமாக, புரியாத தத்துவங்களின் விளக்கமாக இருந்தது. மனோன்மணியின் முகம்கூடத் தெரிந்தது. அவளுடைய இடையைப் பிடித்தபடி லங்கேஸ்வரன்.

“நீங்கள் இந்தியரா?” என்று கன்னங்குழிய மருண்ட விழிகளுடன், எட்டு மாதங்களுக்கு முன் அவள் எதிரில் நின்ற மனோன்மணி இல்லை இது. ரசாயன மாறுதல் ஏற்பட்டுப்போனவள் இவள். இவளுக்குத் துணையாக நாலாயிரம் இலங்கைத் தமிழர்கள் இங்கு இருக்கிறார்கள். தனிமையில் இவள் ஏங்கிவிடமாட்டாள். அவர்களில் ஒருத்தனே அவளுக்குக் காதலன். அவர்களது பந்தத்தை உறுதிப்படுத்த எந்தப் போலிச் சடங்கும் தேவையில்லை. சரித்திர சமாதானங்களே அதற்குக் காவல்.

நான் எங்கே போகட்டும் சமாதானங்களுக்கு?

எதிரில் இருந்தவன் ஏதோ வெறியில் இருந்தவன் போல் இருந்தான். வெகு ஆவேசத்துடன் ஆடி அவளையும் ஆட வைத்தான். இசைக் குழுவுக்கும் வெறிபிடித்திருந்தது. வெகு

வேகமான ஜதியைப் பிடித்தது. எல்லாரும் சுய பிரக்ஞையே இல்லாதவர்களாய் சாமியாட்டம் ஆடுவதுபோல ஆடினார்கள். சுழன்று சுழன்று வருகையில் அவளுக்குத் திடீரென்று தலையைச் சுற்றிற்று. கண்களை இருட்டிக்கொண்டு வந்தது. ஆட்டத்தைத் தொடர முடியாமல் தலையைப் பிடித்துக் கொண்டு தள்ளாடியபடி ஒரு நாற்காலியில் உட்காரப் போய்த் தடாலென்ற பெரிய ஓசையுடன் கீழே விழுந்தாள்.

பல தலைகள் அவளை நோக்கிக் குனிந்தன. சற்று நேரத்திற்கு நினைவே தப்பிப் போனது போல் சூன்யம் படர்ந்தது. அடிமனத்தில் திடீரென்று ஏக்கமும் பயமும் கவ்வின. சூர்யாவிடம் போய்விட வேண்டும். என்னால் தனியாக இருக்க முடியாது. அகதியைவிட மோசமான நிலையில் இருக்கிறேன். நான் அனாதை.

யாரோ குளிர்ந்த டவலினால் முகத்தைத் துடைத்தார்கள். அவள் கண்ணைத் திறந்தாள். செஸ்டரும் மனோன்மணியும் எதிரில் நின்றிருந்தார்கள்.

“உடம்பு சுகமில்லையா?” என்றாள் மனோன்மணி.

“விஸ்கியினால் இருக்குமா!” என்றான் செஸ்டர்.

தலையைச் சுளீர் என்று வலித்தது. எதற்கும் பதில் சொல்ல முடியவில்லை.

“எழுந்திருங்க சந்தியா” என்றாள் மனோன்மணி தீர்மானமாக.

“உங்களை உங்கள் வீட்டிலே இறக்கிவிட்டுப் போறோம். சூர்யா வீட்டிலே இருக்கிறார்தானே?”

“ஆமாம்!” என்று அவள் தலையசைத்தாள். மனோன்மணியின் மேல் நன்றி பெருக்கெடுத்தது. சற்றுமுன் இவளிடமிருந்து தப்ப நினைத்ததற்கு வெட்கமேற்பட்டது.

“நீ வீட்டிற்குப் போவதுதான் சரி என்று நினைக்கிறேன்” என்றான் செஸ்டர்.

உடம்பு முழுவதும் சக்கையாய்ப் பிழிந்ததுபோல் அவளைப் பலகீனம் ஆட்கொண்டது.

இத்தனை நேரமும் இதை உணராமல் எப்படிப் போனோம் என்கிற வியப்புடன் அவள் எழுந்தாள். செஸ்டரின் கையைக் குலுக்கி "தாங்க்யூ!" என்றாள்.

"என் புது வருஷ வாழ்த்துகள்!"

"உனக்கும் என் வாழ்த்துகள்... உற்சாகமாயிரு!"

மனோன்மணியின் சிநேகிதன் அவசரமாக ஒரு பெரிய வண்டியைக் கொண்டு வந்து வாசலில் நிறுத்தினான். இன்னும் நான்கைந்து பேர் ஏறிக்கொண்டார்கள். அவளைக் கவலையுடன் பார்த்தார்கள். அவளுக்கு வெட்கமாகவும் நெகிழ்ச்சியாகவும் இருந்தது.

இவர்கள் நாகரிகமானவர்கள். தனியாக எங்கே கிளம்பினாய் என்று கேட்கவில்லை. கேட்டாலும் பதில் சொல்லும் திராணி அவளுக்கு இல்லை என்று உணர்ந்தவர்கள் போல் அனுதாப மௌனம் காத்தவர்கள். பனி உறைந்த பாதையில் செல்லும் வண்டியின் ஓட்டத்தில் கவனமாக இருந்தார்கள். மனோன்மணி அவளை அணைத்தபடி தன் மடிமீது அவள் தலையைச் சாய்த்திருந்தாள். அப்படியே படுத்திருக்கலாம் போல் இருந்தது. அந்தக் கதகதப்பும் எதிர்பாராது கிடைத்த கருணையும் இன்னும் பல ஜன்மங்களுக்கு இவர்களைக் காக்கும் என்று வாழ்த்திற்று. தேவ தூதர்களாக இருக்கவேண்டும் இவர்கள். இரண்டாவது முறையாக தேவன் அனுப்பிய-

ஓர் உலுக்கலுடன் வண்டி நின்றது. அவள் சரேலென்று விழித்துக் கொண்டாள். தலையில் சுளீரென்று வலித்தது.

"சந்தியா உங்க வீட்டுக்கு வந்துட்டம்."

அவள் மெல்ல நிமிர்ந்தாள்.

மனோன்மணியிடம் தட்டுத்தடுமாறிக் கொண்டு சொன்னாள்.

"உனக்கு எப்படி நன்றி சொல்றதுன்னே தெரியல்லே மனோன்மணி."

"இருக்கட்டும். எதுவும் சொல்லத் தேவையில்லை சந்தியா, ஏதும் பிரச்சினையெண்டா எங்க உதவி கேட்கத் தயங்கக்கூடாது. சரிதானே?"

அடிவயிற்றைச் சுருட்டிக்கொண்டு காரணம் புரியாத தயக்கம் எழும்பி கண்களின் விளிம்பில் பளபளத்தது. மனோன்மணியின் கையை அழுத்திவிட்டு அவள் இறங்கினாள். அவளுடன் கூட மனோன்மணியின் சினேகிதன் வந்தான். அவள் முன்னால் நடந்து அழைப்பு மணியை அழுத்தினாள். சில விநாடிகள் பொறுத்து கதவு திறந்தது. சூர்யாவின் உருவத்தைக் கண்டதும் முழுசும் பலவீனப்பட்டது போல் அவனது நீட்டிய கரங்களுக்குள் புகுந்துகொண்டாள். அவனுடைய கரங்கள் அவளை மிகுந்த அனுதாபத்துடன் வளைக்கையில் அவள் தன்னைக் கட்டுப்படுத்திக் கொள்ள இயலாமல் விசித்து விசித்து அழ ஆரம்பித்தாள்.

வெளியில் வண்டி கிளம்பும் ஓசை மிக லேசாகக் கேட்டது.

சூர்யாவின் கைகள் அவள் முதுகைச் சமாதானமாகத் தட்டின. அதரங்கள் அவளது கழுத்திலும் தலையிலும் பதிந்தன.

"நீ இன்னிக்குத் திரும்பியே வரமாட்டேன்னு பயந்துபோனேன் சந்தியா" என்றான் மெல்லிய குரலில்.

"உன்னை நான் இப்ப எதுவும் கேட்கப்போறதில்லே. நீ ரொம்ப களைச்சுப் போயிருக்கே...டிரஸை மாத்திக்கிட்டு படுக்கணும், வா."

கட்டுப்போட்ட காலை விந்தி விந்தி நடந்து அவளது கனமான உடுப்புகளைக் கழற்ற உதவினான் அவன். இதுவரை படுக்கவேயில்லை என்று, அவன் உடையை மாற்றாமல் இருந்ததிலிருந்து அவள் புரிந்துகொண்டாள்.

26

முற்றத்தில் பளீரென்று வெயில் அடிக்கிறது. நட்ட நடுவில் மோடாவின் மேல் அவள் அமர்ந்திருக்கிறாள். தலையை விரித்துக்கொண்டு.

"இத்தனை வெயில்லே உட்கார்ந்தா உடம்பு கருத்துப் போகும்! அம்மாவின் கவலையை லட்சியம் செய்யாமல் கையிலிருந்த நாவலில் அவள் பார்வை பதிந்திருக்க அம்மா பரபரவென்று தலையில் எண்ணெயை வைத்து அழுந்த தேய்க்கிறாள்.

"அப்பா என்ன சூடு! மீனாட்சிக்கு இருக்கிறதைவிட உனக்கு அதிகமாயிருக்கும் முடி. இப்பப்பாரு தோள்பட்டையோடு நிக்கறது. வாரத்துக்கு ரெண்டுமுறை எண்ணெய்க் குளி குளிச்சவங்க நாங்கள்ளாம். உன்னை வெத்திலை பாக்கு வைச்சு அழைக்க வேண்டியிருக்கு - மாசத்துக்கு ஒருமுறை எண்ணெய் தேய்ச்சுக்க!"

அம்மாவுக்குப் பதில் சொல்லப் பொறுமை இல்லாமல் அவள் பக்கங்களைப் புரட்டும்போது கண்கள் தாமாக மூடிக்கொள் கின்றன. நீண்ட ரசிப்புடன் 'அம்மா என்ன சுகம் என்ன சுகம்.'

மீண்டும் கண்கள் திறந்தபோது அம்மாவைக் காணோம்.

வெயிலைக் காணோம் புதையிருள் எங்கும். இரக்கமில்லாத குளிர், பிடரியைத் துளைத்துக் கொண்டு சாட்டையாய்த் தாக்குகிறது.

அவளுள் பீதி பரவுகிறது. சரசரவென்று காலுடிக்கடியில் பூமி சரிகிறது.

அம்மா!

அம்மா!

அம்மா!

மரண ஓலமில்லை அது. ஜனன ஓலம். கர்ப்பத்திலிருந்து வெளிப்பட்டதும் இனி சாகும்வரை காக்கப் போகும் ஆதார சுருதி அதுதான் என்கிற பிரக்ஞையின் ஓலம்- இப்பொழுது அம்மாவைக் காணோம்.

அம்மா!

அம்மா!

“சந்தியா! சந்தியா!”

அவள் மெல்ல விழித்துக்கொண்டாள். சூர்யா அவளை யோசனையுடன் பார்த்தான்.

“கனா கண்டியா?” என்றான்.

அவள் அலங்க மலங்க விழித்தாள். கன்னங்கள் நனைந்திருந்தன. அம்மாவும் வெயிலும் எண்ணெய் தேய்ப்பும் சத்தியமாகத் தோன்றின. கன்னங்களைத் துடைத்தபடி அவள் சோர்வுடன் மீண்டும் கண்களை மூடிக் கொண்டாள். சூர்யா அவளுடைய தலையைக் கோதிவிட்டான்.

“ஏவாவிற்கு ஏதோ மனக்கோளாறு. அவளுடைய முடிவை நீயோ, நானோ தடுத்திருக்க முடியாது” என்றான் சமாதானமாக.

அவனுடைய விளக்கம் அவளுக்கு அபத்தமாகப்பட்டது. சுயநலக்காரர்களின் நொண்டிச் சமாதானம் என்று தோன்றிற்று. ஏவா பலவீனமானவள் என்று சொல்லிச் சொல்லியே எல்லாரும்

அவளைக் கொலை செய்துவிட்டதாக துக்கமேற்பட்டது.

இந்தத் துக்கம் ஏவாவின் மரணத்திற்காக இல்லை என்று திடீரென்று தோன்றிற்று. தன்னுள் கழன்றுவிட்ட ஏதோ ஒன்றுக்கான துக்கம் இது. எதையோ பறிகொடுத்து விட்ட சோகம் அது. வெயிலையும் பிறந்த மண்ணையும் பெற்றவளையும் புறக்கணித்த சோகம்...

அவளுக்கு மீண்டும் மீண்டும் காரணம் புரியாமல் கண்களில் நீர் பெருக்கெடுத்தது. அவளுடைய கண்ணீர் சூர்யாவுக்கு எரிச்சலை ஏற்படுத்தியிருக்க வேண்டும். அவளை அணைத்தபடி இருந்த கை மெல்ல விலகிற்று.

“நீ இப்படி உணர்ச்சிவசப்பட வேண்டியதில்லே!” என்றான் அவன் அலுப்புடன். “ஏவாவினுடைய அப்பா அம்மாவுக்குக் இத்தனை துக்கம் இருக்காது. உனக்கும் சில மாசங்களாகத்தானே அவளைத் தெரியும்!”

அவன் அதிகமாகப் பேசப் பேச இவனால் என் பாதிப்பைப் புரிந்துகொள்ள முடியாது என்கிற எண்ணம் வலுப்பெற்றது.

அவள் சட்டென்று தன்னைச் சமாளித்துக்கொண்டு எழுந்தாள். “இனிமே அழமாட்டேன்” என்றாள் மெல்ல, உறுதிமொழி கொடுப்பதைப்போல.

“அதுதான் சரி” என்றான் அவன் லேசாக. “இனிமே ஏவாவைப் பத்தியோ, அவள் அநியாயமா செத்துப்போனதைப் பத்தியோ, பேசக்கூடாது. ஓ.கே?”

“ஓ.கே” என்று அவள் முணுமுணுத்தாள்.

“பேசக்கூடாது என்கிறதுக்காக மனசுக்குள்ளே உருகக் கூடாது!”

அவளுக்குச் சுளீரென்று கோபம் வந்தது.

“நா என்ன நீ கட்டின பெண்டாட்டியா, இத்தனை தடைகள் போடறே?”

அவன் திகைப்புடன் அவளைப் பார்த்தான்.

"கட்டினாத்தான் பெண்டாட்டியா? உன் பத்தாம் பசலித்தன எண்ணங்கள் உன்னைவிட்டுப் போகாது. நான் தடைகள் போடறவனும் இல்லே. ஒரு சினேகிதன் என்கிற நினைப்பிலே அட்வைஸ் பண்ணினேன்."

"ஸாரி சூர்யா!" என்றாள் அவள் சட்டென்று ஒரு குற்ற உணர்வுடன். "என்ன பேசறேன்னே எனக்குத் தெரியல்லே."

"சூடாய் காபி குடிச்சா ஒருவேளை தெளிவு ஏற்படலாம்!" அவள் புன்சிரிப்புடன் சொன்னாள்.

"இதோ கலந்துண்டு வரேன்."

காபி கலக்கும்போது தன் மீதே கோபம் வந்தது. ஏன் அப்படி அநாகரிகமாகப் பேசினோம் என்று திகைப்பேற் பட்டது. அவனைவிட ஒரு நல்ல துணைவனும், சினேகிதனும் கிடைக்க மாட்டார்கள். ஏவாவின் முடிவினால் உடலும் உள்ளமும் சோர்ந்து போனதில் அடிமனத்தில் சஞ்சலம் புகுந்திருக்கவேண்டும். இவனுடைய துணை மட்டும் என்ன சாசுவதம் என்கிற சஞ்சலம்... இது பத்தாம் பசலித்தனத்தால் விளைந்ததா என்று தெரியவில்லை.

காபியைக் கொண்டுபோன போது சூர்யா பேப்பர் படித்துக் கொண்டிருந்தான்.

"ஒரு இந்தியச் சாமியார் வந்திருக்கிறார் ஆஸ்லோவுக்கு" என்றான் அவளைப் பார்த்து.

"ஆமாம், சுவாமி அச்சுதானந்தா" என்று அவள் சகஜமாகச் சிரித்தாள்.

"தெரியுமா அவரை?"

"பிளேன்லே என் பக்கத்து ஸீட்டில் உட்கார்ந்திருந்தார், ஃப்ராங்ஃபர்ட் வரை பத்மாஸனம் போட்டுக்கிட்டு!"

"என்னவெல்லாம் அனுபவங்கள் உனக்கு?" என்று அவன் சிரித்தான்.

"அமெரிக்காவிலே இருக்கிற ஆன்மிகச் சூன்யத்தைப் போக்கப் போறதா சொன்னார்."

"இங்க இருக்கிற நிஜ சூன்யத்தைப் போக்கப் போறாராமா?"

அவள் அதைக் கவனிக்காமல் தனக்குள் சொல்லிக்கொள்பவள் போல் சொன்னாள்.

"ஏவாவை அவருடைய லெக்சருக்குக் கூட்டிட்டுப் போகணும்னு நினைச்சேன்."

அவன் பதில் ஒன்றும் சொல்லாமல் மறுபடி பேப்பருக்குப் பார்வையைத் திருப்பினான்.

"வருஷப்பிறப்பன்னிக்கு அவருடைய லெக்சர்னு போட்டிருந்தது. நா போயிட்டு வரட்டுமா சூர்யா?"

"போயிட்டு வாயேன்!"

"நீ பாவம் எங்கேயும் போக முடியாம கால் கட்டோடு இருக்கே."

"டோன்ட் பீ ஸ்டுப்பிட்! நீதான் இப்ப கட்டின பெண்டாட்டி மாதிரி பேசறே!"

"கட்டினாத்தான் பெண்டாட்டியா?" என்று அவள் கண்களை அகல விரித்துச் சிரித்தாள்.

அப்பா அம்மாவிடமிருந்து புத்தாண்டு வாழ்த்து வந்தது. கையெழுத்தைப் பார்த்த மாத்திரத்தில் தொண்டையில் ஏதோ சிக்கிக் கொண்டது. கண்களில் நீர் நிறைந்தது. என்ன ஆகிவிட்டது நமக்கு என்று கூடவே மனசு திகைத்தது. மனசைவிட்டு லேசில் அகலாத பந்தமாக அல்லவா அது இருந்தது. தொப்புள் கொடியை அம்மா அறுக்கவே இல்லை என்று தோன்றிற்று. அம்மா பலஹீனங்கள் நிறைந்தவள். தன்னுடைய சின்ன உலகத்திலே அறியாமையில் இருப்பவள். ஆனாலும் தன் சொந்த சந்தோஷமே முக்கியம் என்று எங்கோ காதலனுடன் இருக்கும் ஏவாவின் அம்மாவைவிடச் சிறந்தவள்.

ஏவாவின் மரணச் செய்தி அவளுடைய அம்மாவை எப்படி பாதித்திருக்கும் என்று அவளுக்கு குறுகுறுத்தது. இங்கெல்லாம் உணர்ச்சிவசப்படுவதும், அதை வெளியே காண்பிப்பதும் அநாகரிகமான செயல். அதனால்தான் ஏவாவுக்கு வாழ

முடியாமல் போய்விட்டது. எல்லாரும் தனிப்பிறவிகள். எந்த பந்தமும் யாரையும் பிணைக்காது. இது வேதாந்தமா, சுயநலமா?

“ப்ரியோ” என்கிற சமாதான ஆராய்ச்சிக் கூடத்தில் மிதமான கூட்டம் வந்திருந்தது, சுவாமி அச்சுதானந்தாவின் பேச்சைக் கேட்க. நிறைய இந்தியர்கள் வந்திருந்தார்கள். சொற்பொழிவு ஆரம்பித்து விட்டதால் நல்ல வேளையாக அவள் யாருடனும் பேசவேண்டிய அவசியம் ஏற்படவில்லை.

அச்சுதானந்தா இப்பவும் நாற்கலியில் பத்மாஸனம் போட்டு அமர்ந்திருந்தார். முகம் பளபளவென்றிருந்தது. அது ஆன்மிகத் தேஜஸ்ஸா அல்லது ஆரோக்கியத்தாலா என்று தெரியவில்லை. கண்களை லேசாக மூடியபடி பேச்சை ஆரம்பித்தார்.

“மனிதன் வாழ்வதற்காக சாகவேண்டும்”- கடவுளே வெறும் விடுகதையாக இருக்கப் போகிறதா பேச்சு என்றதும் அவள் நிமிர்ந்து உட்கார்ந்தாள்.

“தான் தனது என்கிற சுயநலத்தைச் சாக அடித்தால்தான் மனுஷனின் வாழ்வுக்கு அர்த்தமிருக்கும். சிந்திப்பவன் மனுஷன் என்கிறோம். உண்மையில் மற்றவர்களுக்காகச் சிந்திப்பவன்தான் மனிதன்.”

எல்லாரும் உன்னிப்பாகக் கேட்டுக் கொண்டிருந்தார்கள். துறவியின் குரலிலும் வார்த்தைகளிலும் ஒரு வசீகரம் இருந்தது. தில்லியில் இப்படிப்பட்ட ஒரு கூட்டத்திற்குப் போயிருப்போமா என்கிற நினைப்புடன் சந்தியா பேச்சைக் கேட்டாள்.

“நான் போகும் இடங்களில் எல்லாம் ஒரு புலம்பலைக் கேட்கிறேன். ‘சுவாமி எனக்கு வாழ்க்கையில் நிம்மதியில்லை!’ என்கிற புலம்பல். இது வேடிக்கையானது. பசி, நோய், வறுமை, அடிமை வாழ்வு எதுவும் இல்லை. ஆனாலும் நிம்மதி இல்லை.”

“ஏன்?”

“இந்த வெறுமைக்கு என்ன காரணம்?” சந்தியாவுக்குச் சிரிப்பு வந்தது. “வறுமைக்கும் வெறுமைக்கும் எந்த வித்தியாசமும் எனக்குத் தெரியல்லே” என்று இவரிடம் சொன்னது நினைவுக்கு வந்தது.

"எல்லாரும் தனிப்பிறவிகள் என்கிறார்கள் அவரவர் வாழ்க்கைக்கு அவரவர் பொறுப்பு என்கிறார்கள். இதுதான் சுதந்திரம் என்று நினைக்கிறார்கள். நாம் ஒரு முழுமையைச் சேர்ந்தவர்கள் என்பது மறந்துவிடுகிறது. நமது பிரத்யேக எண்ணமும் செயலும் முழுமையைப் பாதிக்கும் என்பது தெரியாமல் போகிறது. சுதந்திரம், தனித்துவம் என்கிற பெயரில், "நான்" என்கிற விலங்கை மாட்டிக் கொள்கிறோம். இதிலிருந்து விடுபட்டால்தான் நமக்குச் சுதந்திரம் ஏற்படும். நமக்குள் இருக்கும் ஜடத்தனம் போகும். நம்மைச்சுற்றி இருக்கும் அழகையும், துக்கத்தையும், அசிங்கத்தையும் சந்தோஷத்தையும், அநீதியையும், சுரண்டலையும் கவனிக்கத் தோன்றும். ஒரு முழுமையான பிரபஞ்சத்தைச் சேர்ந்தவர்கள் நாம் என்று புரியும். நான் பிறந்தது எனக்காக மட்டுமில்லை என்று புரிந்தால் நாம் உலகை நேசிப்போம் - நேசமே வாழ்வாகப் போனால் வெறுமை இருக்காது"-

வார்த்தைகளுக்கு ஏதோ மந்திர சக்தி இருந்ததுபோல் கூட்டம் அசையாமல் அமர்ந்திருந்தது.

சந்தியா ஓசைப்படாமல் எழுந்து வெளியே வந்தாள். இவருடன் தனிமையில் பேச ஏதுமில்லை என்று தோன்றிற்று. சுபிட்ச தேசங்களில் இருக்கும் ஆன்மிக வெறுமையைப் பற்றிக் கவலைப்படும் இந்தத் துறவி சொந்த நாட்டின் வறுமையையும், அறியாமையையும் போக்க என்ன செய்கிறார் என்ற அவள் கேள்விக்கு நிச்சயம் பதில் கிடைக்காது. சுபிட்சத்துக்கு நடுவில் அமர்ந்திருக்கிறவருக்கு அவையெல்லாம் மறந்துகூடப் போயிருக்கும். இங்கிருப்பதில் அதுதான் மிகப்பெரிய அபாயம் என்று அவளுக்குத் திடீரென்று புலப்பட்டது. இதற்கப்பால் இன்னொரு பாதி உலகத்தில் இருக்கும் கஷ்டங்களே தெரியாமல் போகும் அல்லது மறந்துபோகும்- ஜடத்தனம் வெகு இயல்பாக ஒரு சொக்காயைப் போல மேலே அமரும்.

இத்தனைக்கும் இந்த நாட்டுக்காரர்கள் மனிதாபிமான மிக்கவர்கள். மனித உரிமைக்காகக் குரலெழுப்புபவர்கள். அகதிகளுக்கு அடைக்கலம் கொடுப்பவர்கள். எங்கோ ஊர்

பெயர் தெரியாத இடத்தில் நடக்கும் இனவெறியைக் கண்டு கலங்குபவர்கள். அவர்களுக்கு இருக்கும் மனத்துல்யம் போகப் போக எனக்கிருக்காது. ஏனென்றால் இந்தச் சுபிட்சத்தை நாடி வந்தவள் நான். சுதந்திரத்தைத் தேடிவந்தவள்.

எது சுதந்திரம்?

சுவாமிஜி சொன்னதுபோல் 'நான்' என்கிற விலங்கையல்லவா மாட்டிக் கொண்டிருக்கிறேன் போலிருக்கிறது! அவளுக்கு ஒரு பக்கம் சிரிப்பாகவும் ஒரு பக்கம் கலையாகவும் இருந்தது. சுவாமி அச்சுதானந்தாவின் பேச்சினால் ஏதாவது ஞானம் பிறந்ததா என்று தெரியவில்லை.

அவள் தனக்குள் மூழ்கிய சிந்தனையுடன் ரயில் நிலையத்தை அடைந்தாள். இன்னும் பத்து நிமிஷம் ரயிலுக்காகக் காத்திருக்க வேண்டும் என்று அட்டவணை காட்டிற்று. நான்கைந்து நார்வீஜிய இளைஞர்கள் காரசார விவாதத்தில் இருந்தார்கள்.

"மனிதாபிமானத்துக்கும் ஒரு எல்லை வேண்டும்" என்றான் ஒருத்தன். "கொஞ்ச நாள் போனால் நம்மைவிட அதிகமாக ஆசிரியர்கள் இங்கு இருக்கப் போகிறார்கள். நம்முடைய வேலையெல்லாம் பறித்துக்கொள்ளப் போகிறார்கள்."

"இனிமேல் அகதிகளை ஏற்றுக்கொள்ள முடியாது என்று அரசு தெரிவித்தும் ஏதும் வித்தியாசம் ஏற்படவில்லை. மாணவர்கள் என்கிற பெயரில் வருகிறார்கள். இங்கேயே தங்கிவிடுகிறார்கள். வீடு கட்டிக் கொள்கிறார்கள். சட்டத்தை மதிப்பதில்லை. ரயிலுக்கு டிக்கெட்டே வாங்காமல் பயணம் செய்கிறார்கள்."

"இன்னும் இரண்டு தலைமுறைகளுக்குத் தங்கள் நாட்டில் இனக்கலவரம் என்று சொல்லிக்கொண்டு இங்கு கிளை பரப்பப் போகிறார்கள்."

"இவர்களால்தான் இந்த ஆண்டு நமக்கெல்லாம் கோடை விடுமுறைச் சலுகைப் பணம் கிடைக்கவில்லை. நிலைமை இப்படியே நீடித்தால் என்ன செய்வது?"

"நிச்சயம் சும்மா இருக்க முடியாது. நமக்குத் தட்டிக் கேட்க உரிமையிருக்கிறது."

ரயில் வந்துவிட்டது. அவர்கள் தொடர்ந்து வாதம் செய்தபடியே ஒரு பெட்டியில் ஏறிக்கொண்டார்கள். அவள் வேறு பெட்டியில் ஏறினாள்.

அடிவயிற்றை ஒரு சங்கடம் ஆட்கொண்டது. அவர்களுடைய ஆத்திரம் நிஜமானதாக இருந்தது. எல்லாரும் அப்படி நினைக்காவிட்டாலும் சிறுபான்மையோருக்கும் இந்த எண்ணம் இருக்குமானால் இது டேஞ்சர் சிக்னல் என்று அவள் நினைத்துக் கொண்டாள். தான் அங்கு நிற்பது தெரிந்தே அவர்கள் அப்படிப் பேசினார்களோ என்று தோன்றிற்று. அந்நியர்களில் அவர்களுக்கு வேறுபாடு இல்லை. எல்லாரும் ஏதாவது ஒரு காரணத்துக்காகச் சொந்த மண்ணைவிட்டு இங்கு அண்டவந்தவர்கள்.

அவள் உள்பட.

அந்நியள். அண்ட வந்தவள். இந்த இடத்தில் குரல் எழுப்ப ஏதும் உரிமையில்லாதவள். இரண்டாந்தரப் பிரஜை.

இந்தப் பிரக்ஞை அவளை உலுக்கிற்று.

அன்று அந்த அமெரிக்கன் கேட்ட கேள்வி திடீரென்று நினைவுக்கு வந்தது.

“உன் வெப்பமான நாட்டைவிட்டு ஏன் வந்தாய்?”

“கொழுப்பு” என்று அவள் மறுபடி சொல்லிக் கொண்டாள். கடவுளே இதற்காக எத்தனை தில்லுமுல்லுகள் செய்ய வேண்டியிருந்தது! அப்பா அம்மாவுக்குத் தெரியாமல், அவர்கள் வயிற்றெரிச்சலைக் கொட்டி அவர்களை ஒரேயடியாய் பயமுறுத்தி-

எதற்கான பழிவாங்கல் அது? அவளுக்குப் புரியவில்லை.

சுவாமி அச்சுதானந்தா சொன்ன ‘ஈகோ’ பிரச்சினையாக இருந்திருக்க வேண்டும். ‘நான்’ என்கிற சைத்தானின் ஆட்டமாக இருந்திருக்க வேண்டும். இந்த ஆட்டத்தினால் ஏற்பட்ட சேதம் இருதரப்புக்குமே பயங்கரமானது என்று வருத்தமேற்பட்டது.

27

அகங்காரமோ அறிவீனமோ அன்று. அப்படித்தான் நடந்து கொள்ளத் தோன்றிற்று. கொஞ்சம்கூட விட்டுக் கொடுக்காத. புரிந்துகொள்ள முயற்சி செய்யாத அவர்கள் மேல் அப்படித்தான் ஆத்திரம் வந்தது. தோழமையும் பரஸ்பர நம்பிக்கையும் இல்லாத உறவு எப்படி சுமுகமாக இருக்க முடியும்? நடைமுறைகள் மாறி வருவதை உணராமல் தாங்கள் வளர்ந்த விதத்தில்தான் தானும் வாயைப் பொத்திக் கொண்டு வளரவேண்டும் என்று எதிர்பார்ப்பது நிலப்பிரபுத்துவச் சிந்தனை இல்லையோ?

குழந்தைகளின் வளர்ச்சியோடு அவர்களும் வளர வேண்டாமோ?

அவர்களுடன் அப்படி மல்லுக்கு நிற்க வேண்டியிருந்ததற்காக இப்போது வீட்டை நோக்கி நடக்கையில் சந்தியாவுக்கு வருத்தமேற்பட்டது. அவர்கள் மட்டும் என்னைச் சற்றுப் புரிந்துகொள்ள முயன்றிருந்தால் எத்தனை ஆரோக்கியமான உறவாக இருந்திருக்கும் என்று ஏக்கமேற்பட்டது. இத்தனைக்கும் அவர்கள் கவலைகொள்ளும்படி நான் எதுவுமே செய்யவில்லை. சராசரிக்கு மேற்பட்ட புத்திசாலித்தனமும் உற்சாகமும் கொண்ட பெண் நான் என்று அவர்கள் புரிந்துகொள்ளவில்லை. என் உற்சாகத்தை ஒடுக்க மட்டும் பார்க்கவில்லை. சந்தேகித்தார்கள்.

அது என்னை எப்படி பாதிக்கும் என்று உணராமல், என்னைப் பொய் சொல்லத் தூண்டி அவர்களைப் புண்படுத்தும் வார்த்தைகளைக் கக்கி, ‘திரும்பியே வரமாட்டேன்’ என்று சூளுரைத்து, பழிவாங்கல் என்ற நினைப்புடன் வெடிக்க வைத்த பாதிப்பு, அந்நிய மண்ணில் திசை தெரியாமல் நிற்பதுபோல் இன்று திடீரென்று பிரக்ஞையில் சங்கடம் உரைத்திருக்கிறது-

‘மாணவர்கள் என்று சொல்லிக்கொண்டு வருவார்கள். பிறகு இங்கேயே தங்கிவிடுவார்கள்.’

அவளுக்கும்தான் இந்த ஏச்சு. என்றென்றும் அவள் அன்னியன் என்று நினைவுபடுத்தப்போகும் வார்த்தைகள்.

ஆனால் இங்கு கிடைக்கும் சௌகர்யமான வாழ்வில் மனசு வெகு சீக்கிரத்தில் சுரணையற்றுப் போகப் போகிறது. இரண்டாந்தர பிரஜையானாலும் முதல்தர வாழ்க்கை வசதி கிடைக்கும். சாதாரண வேலைக்கும், படிமானம் படிமானமாக மெத்தனமும் மேம்போக்கும் மேலே அமர்ந்து கண்ணையும் எண்ணத்தையும் மழுங்கடிக்கும். இந்தியாவின் ஏழ்மையை, ஜன நெரிசலை, அசுத்தத்தை, ஊழலை, அறிவார்த்தமாக உதடுகள் அலசும். அதனாலேயே இனி நாட்டுக்குத் திரும்ப முடியாது என்று காரணம் சொல்லும்.

‘நான் நார்வீஜியனாகவே ஆயிட்டேன். இந்தியாவிலே என்ன வெச்சிருக்கு?’

யாதும் ஊரே...

“சந்தியா வா?”

அவள் நின்றாள். மனோன்மணி.

சட்டென்று மனசில் சந்தோஷம் பூத்தது.

“ஆ மனோன்மணி!”என்று அவளுடைய தோளை அணைத்து நடையைத் தொடர்ந்தாள் “எங்கே வந்தே? சாமியார் பேச்சைக் கேட்க வந்தியா?”

“இல்லே. இங்கதான் கடைத்தெருவுக்கு வந்தேன். சாமியார்

பேச்சைக்கேட்டு உலகம் என்ன மாறிடவா போறது?”

அவள் குரலில் இருந்த அலுப்பைப் புரிந்துகொண்டு சந்தியா மௌனமாக நடந்தாள்.

“கிறிஸ்துமஸ் அன்னிக்கு நீ எனக்கு செஞ்ச உதவிக்கு ரொம்ப நன்றி சொல்லணும் மனோன்மணி!”

“ஓ, அது பெரிய விஷயமில்லே,” என்றாள் மனோன்மணி லேசாக. “தேசத்தைவிட்டு தேசம் வந்திருக்கோம். இந்த உதவிகூட செய்யல்லேன்னா நாம மனுஷங்க இல்லே. சூர்யாவோட ஒண்டும் பிரச்சினையில்லேதானே?”

சந்தியா லேசாகத் திடுக்கிட்டாள்.

“இல்லையே!”

“அப்ப சரி” என்றாள் மனோன்மணி அவசரமாக. “எனக்கும் அடிக்கடி மனச்சோர்வு வந்து விடுகிறது. இங்க என்னதான் இருந்தாலும், உயிருக்கு ஆபத்தில்லேண்டாலும்- இந்தக் குளிரும், இருட்டும், இந்த நிசப்தமும், ஈசுவரா, சொந்த நாட்டுக்கு எப்பப் போவோம் எண்டிருக்கு.”

மனோன்மணியின் ஏக்கம் உண்மையானதாக இருந்தது.

“உம்ம விஷயம் வேறே. நீங்களா விரும்பி இங்கே வந்தவங்க. நாங்க சரித்திர காரணத்தால் இங்கே தள்ளப்பட்டவங்க. எங்க ஒவ்வொருத்தர் குடும்பமும் உலகத்துப் பல மூலைகளிலே சிதறியிருக்கு!”

மனோன்மணியின் குரல் கம்மிற்று. துக்கத்தால் பேசமுடியாமல் தவிப்பது தெரிந்தது. சந்தியா ஆதரவாக அவள் தோளைத் தட்டினாள்.

“நீங்க வேணுமெண்டா இந்தியாவுக்குத் திரும்பிப் போகலாம். எங்களாலே தைரியமா சொந்த நாட்டுக்குப் போக முடியாது. சமாதானம் வந்திட்டதுண்டு யாராவது சொன்னாலும் நம்பவே பயம். நாங்கள் அத்தனை கொடுமையைப் பார்த்திருக்கும்.”

இன்று நாம் கேட்ட மாணவர்களின் பேச்சை இவளும் எங்காவது கேட்டிருப்பாளோ என்று சந்தியா நினைத்துக் கொண்டாள். இவர்களது பிரச்சினையின் பரிமாணம் இப்பொழுதுதான் விளங்குவது போல் இருந்தது. இவளை சமாதானப்படுத்தும் வகை தெரியாமல் தவிப்பேற்பட்டது.

"காலம் மாறும் மனோன்மணி. எப்பவும் ஒரே மாதிரி இருக்காது!" என்றாள் மிருதுவாக. மனோன்மணி ஓசைப் படுத்தாமல் விசும்பினாள். அவளுடைய கண்ணீரைப் பார்த்து சந்தியாவின் கண்களில் நீர் நிறைந்தது. எதற்கு என்று புரியாமல் துக்கம் தொண்டையை அடைத்தது.

ஆ, இதுதான் நிஜமான சுதந்திரம்- சுவாமி அச்சுதானந்தாவின் விளக்கப்படி மற்றவர் துக்கத்தைத் தன் துக்கம்போல் உணரும் பிரக்ஞை- "நான்" என்கிற தளையிலிருந்து விடுபட்டு அண்டசராசரத்தின் ஒரு துளி நான்- அதில் ஏற்படும் எல்லா அநீதிகளும் எனக்கு இழைக்கப்பட்டவை என்கிற பிரக்ஞை.

"ஊர் ஞாபகம் ரொம்ப வருது சந்தியா. எத்தனை தியாகங்கள் செஞ்சு என் அம்மாவும் அப்பாவும் நான் எப்படியாவது உயிரோடு இருந்தா போதும் என்று இங்கே அனுப்பியிருக்காங்கள் என்கிற நினைப்பினாலே அவங்க அங்கே என்ன கஷ்டப்படுகிறாங்களோ என்ற கவலையிலே ராத்திரி தூக்கமே வரதில்லே."

"எனக்கு ஏதும் சொல்லத் தெரியல்லே, மனோன்மணி" என்றாள் சந்தியா சங்கடத்துடன் "நல்ல காலம் பிறக்கும்னு நம்பிக்கை வையின்னுதான் சொல்லத் தெரியும்."

அவள் திரும்பும் முனை வந்துவிட்டது. "வீட்டுக்கு வாயேன் மனோன்மணி!"

"இல்லே இன்னொரு நாள் வாரன்."- மனோன்மணி அவளை அணைத்துக் கன்னத்தில் முத்தமிட்டு லேசாகப் புன்னகைத்துக் கிளம்பிப் போனாள்.

சந்தியா வீட்டுக்குள் நுழைந்தபோது சோஃபாவிலே காலை நீட்டியபடி சூர்யா டி.வி.யில் சினிமா பார்த்துக்கொண்டிருந்தாள்.

அவளைக் கண்டதும்,

“ஹலோ,” என்றான். “என்ன சொல்றார் சாமியார்?”

கம்பளிக் கோட்டை அவிழ்த்து ஸ்டாண்டில் மாட்டிவிட்டு அவள் சிரித்தபடி வந்து எதிரில் அமர்ந்தாள்.

“சுதந்திரம்னா என்னன்னு சொன்னார்.”

“என்னவாம்?”

“இப்படி அம்மா அப்பாகிட்ட சண்டைபோட்டுக் கிளம்பி வந்து தனியா இருக்கிறதெல்லாம் சுதந்திரம்னு அர்த்த மில்லையாம்.”

அவன் குறுக்கிடாமல் அவளைப் புன்னகையுடன் பார்த்தான்.

அவள் சிரித்தபடியே தொடர்ந்தாள்.

“அவனவன் ஒரு தனிப் பிரக்ருதி என்கிற நினைப்பினாலே இப்ப எல்லாருக்கும் மூளை மழுங்கிப் போச்சுன்னார். மத்தவங்களுக்காக எப்ப வாழறமோ அப்பத்தான் நம்ம மனசு சுதந்திரமானதுனார்.”

டி.வியிலிருந்து பார்வையைத் திருப்பாமல் அவன் கேட்டான், “அதுக்காக தியானம் பண்ணணும்னாரா?”

“நா கடைசிவரைக்கும் இருக்கல்லே!”

“ஏன்?!”

“கேட்டவரைக்கும் போதும்னு தோணிப்போச்சு” என்றாள் அவள் யோசனையுடன். “நம்ம நாட்டிலே எத்தனையோ அடிப்படைப் பிரச்சினைகள் இருக்க, இங்கே சுபிட்ச நாடுகளைப் பத்தி இவருக்கு ஏன் இத்தனை கவலைன்னு புரியல்லே!”

சூர்யா திரும்பாமல் சொன்னான். “இங்கே வெறும் லெக்சர் பண்ணினா போதும்... பணமும் கிடைக்கும். இந்தியான்னா நீ சொல்ற விஷயங்களுக்கு ஏழைகளுக்கு நடுவிலே உழைக்கணும். அதைச் செய்ய அவர் வேதாந்தம் ஏன் படிக்கணும்?”

அந்த இளம் துறவியை விமரிசிக்கத் தனக்கு ஏதும் உரிமையில்லை

என்று அவள் நினைத்துக் கொண்டாள்.

‘சாமியார் பேச்சாலே உலகம் மாறிடவா போறது?’ என்றாள் மனோன்மணி.

ஏவா மாறியிருக்கலாம். தன்னுடைய மனப் பிரமைகளி லிருந்தும் சுய பச்சாதாபத்திலிருந்தும் விடுபட்டிருக்கலாம். அப்படி அநியாயமாய் ஒரு உயிர்-

“என்ன ஆச்சு உனக்கு மறுபடி?”

அவள் திடுக்கிட்டு சுய நினைவுக்கு வந்தாள்.

கன்னங்கள் நனைந்திருந்தன. அவள் தன்னைச் சமாளித்துக் கொண்டு பேசாமல் புன்னகைத்தாள்.

“சாமியாரைப் பார்த்ததும் ஊர் ஞாபகம் வந்துடுத்தா?”

“இருக்கலாம்” என்றாள் அவள் மழுப்பலாக. “அந்த வெயில், ஜன சந்தடி இரைச்சல் எல்லாம் சிலசமயம் பகபகன்னு ஞாபகம் வருது! ஒரு வேடிக்கை என்ன தெரியுமோ, அம்மாவோட போட்ட சண்டையைக் கூட நா இப்ப மிஸ் பண்ணறேன்!”

“இந்தக் குளிர் காலத்திலே எல்லாருக்கும் ஏற்படற மனச்சோர்வுதான் அது. அப்புறம் மெல்ல மெல்லப் பழகிப் போயிடும்.”

“அதாவது மனசு ஒரேயடியாய் மரத்துப் போகும் என்கறே!” அவன் தோளைக் குலுக்கி உதட்டைப் பிதுக்கினான்.

அவள் சற்று யோசனைக்குப் பிறகு மெல்லக் கேட்டாள்.

“இந்தியாவுக்குத் திரும்பிப் போகிற எண்ணம் உனக்கு இல்லையா சூர்யா?”

“இல்லே!”

“ஏன்?”

“நா எதுக்குப் போகணும்? இங்கே சம்பாதிக்கிறதிலே பத்துலே ஒரு பங்குகூட இந்தியாவிலே கிடைக்காது!”

“இருந்தாலும் நாம இங்கே இரண்டாந்தர பிரஜைதானே சூர்யா?”

“அதெல்லாம் வெறும் அரசியல் பேச்சு. இந்த நாடு ரொம்ப சினேகிதமானது.”

அவள் மௌனமானாள். அந்த மாணவர்கள் பேச்சைப் பற்றிச் சொல்லத் தயக்கமாக இருந்தது. அதெல்லாம் அவனுக்குத் தெரியாமலும் இருக்காது.

“இந்தியாவே வேண்டாம்னு ஓடி வந்தவளுக்கு இப்ப என்ன யோசனை திடீர்னு?”

அவன் சிரித்துக் கொண்டேதான் கேட்டான். அஸ்திரமாக உபயோகிக்கிறானோ என்று அவளுக்குச் சுருக்கென்றது.

“இங்கே எனக்குப் பழகிப்போச்சு” என்றான். அவன் தொடர்ந்து, “வாழ்க்கை சௌகரியமாயிருக்கு. மத்தவங்களுடைய ஊடுருவல் இல்லே. ஜனங்க நல்லவங்க. யார்கிட்டேயும் எந்தப் போலித்தனமும் இல்லே. நா இங்க இருக்கிறதால் இந்தியாவுக்கு எந்த நஷ்டமும் இல்லே. நா எதுக்குத் திரும்பிப் போகணும்?” ரொம்பவும் யதார்த்தமான அவன் வாதத்துக்கு அவளிடம் என்றுமே பதில் இருந்ததில்லை. அவள் தன்னுள் லயித்த யோசனையுடன் டி.வி. திரையை வெறித்துப் பார்த்தபடி அமர்ந்தாள்.

டி.வி.யில் புதிய நிகழ்ச்சி ஆரம்பித்தது. மனோதத்துவ நிபுணர் ஒருத்தர் மனிதரிடையே இப்பொழுது நெருக்கமும், சகிப்புத் தன்மையும் குறைந்து வருவதற்கான காரணங்களைப் படமாக்கப்பட்ட ஒரு சோதனையின் மூலம் விளக்கப் போவதாகச் சொல்லிக்கொண்டிருந்தார். நான்கு பெண் குரங்குகள் பிறந்தவுடன் தாயிடமிருந்து பிரித்துத் தனித்தனியே அடைத்து விட்டார்களாம். சில காலம் பொறுத்து வெளியே விடப்பட்டு கர்ப்பம் தரித்து அவை குட்டிகளைப் பெற்றதும், சினேகிதமும் பாசமும் உணர்ந்திராத அந்தக் குரங்குகள் தாங்கள் பெற்றவற்றையே நிராகரித்து வெறுக்கின்றன என்பதைப் படம் காண்பித்தது.

“பாசத்தையும் அன்பையும் அடையாமல் வளரும் குழந்தைகளுக்கு அன்பைக் காட்டத் தெரியாது. சமூக விரோதிகளாக மாறலாம் அல்லது வாழ்க்கையையே நிராகரிக்கலாம்,” என்று நிபுணரின் குரல் ஒலித்தது. சந்தியா திகைப்புடன் சித்திரத்தைப் பார்த்தாள். குட்டிகள் அருகில் நெருங்க முயற்சிக்க முயற்சிக்க தாய் குரங்குகள் சீற்றத்துடன் விலகி எகிறி நகர்ந்தன.

உள்ளுக்குள் ஏதோ குலுங்கிற்று. குட்டிகளின் இடத்தில் நோராவும் ஏவாவும் ஜூலியும் இருப்பது போல் இருந்தது.

இன்றைய குழந்தைகள் எல்லாம் அநாதைகள்... திக்குத் தெரியாத காட்டில் திசை தெரியாமல் தன்னிச்சையாக அமையும்- ஆதார சுருதியை இழந்துவிட்ட அநாதைகள். கிறிஸ்துமஸ் இரவன்று கண்ட இருளடைந்த வீடுகளும், தனிமையைக் கண்டு அரண்டு எரிந்து கருகிப்போன ஏவாவின் உருவமும் பிரளய வேகத்துடன் நினைவைத் தாக்கின.

சாகும் தறுவாயில் ஏவா என்ன வார்த்தையைச் சொல்லியிருப்பாள்? “அம்மா!” என்று அலறியிருப்பாளா?

ரிமோட்டை அமுக்கி சூர்யா வேறு ஏதோ சானலுக்குத் திருப்பினான்.

அவள் நீண்ட நேர பிரமையிலிருந்து விடுபட்டு சூர்யாவைப் பார்த்துக் கனவில் கேட்பவளைப்போல் கேட்டாள்.

“சூர்யா, எனக்கு இந்தியாவுக்குத் திரும்பிப் போயிடணும்னு தோணினா நீ என்ன சொல்லுவே?”

அவன் சட்டென்று ரிமோட்டை நிறுத்தி அவளைப் பார்த்தான்.

“ஒரேயடியாய்ப் போயிடணும்னு தோணினாவா?”

“ஆமாம்.”

“இதப்பார், நா உனக்கு ஆரம்பத்திலேயே சொல்லியிருக்கேன். இங்கே குளிர்காலத்திலே இப்படித்தான் டிப்ரெஷன் ஏற்படும். ஏன் வந்தோம்னு இருக்கும். அப்புறம் தன்னாலே சரியாய் போயிடும். பிறகு இந்தியாவுக்குக் கொஞ்ச நாள் போனாலும் இருப்புக் கொள்ளாது.”

"அந்த மாதிரியெல்லாம் எனக்கு ஆயிடக்கூடாதுன்னுதான் நா பயப்படறேன், சூர்யா," என்றாள் அவள். தன் பயத்தை இவன் நிச்சயமாகப் புரிந்துகொள்ளமாட்டான் என்கிற அனுமானத்துடன், "இங்க இருக்கிறதிலே எனக்கு வெளி உலகமே கண்ணுக்குத் தெரியாமே போயிடும் போல இருக்கு. நம்ம ஜனங்களோட கஷ்டங்களே மறந்துடும் போலிருக்கு."

"அந்தச் சாமியார் சரியாத்தான் உன்னைக் குழப்பியிருக்கார். நீ இந்தியாவுக்குப் போறதாலே அங்கே நிலைமை மாறிடுமா?"

"அதைப்பற்றி எனக்குத் தெரியாது. அதைப் பத்தின நினைப்பு எனக்கு இருக்கணும். மனசுக்குக் கொழுப்பேறிப் போயிடக்கூடாது. சூர்யா எனக்கு விளக்கத்தெரியல்லே. குடும்பம் குடும்பமா இருக்கிற வீடுகளைப் பார்க்கணும்! எங்கேயாவது அநியாயம் நடந்தா அதைக் கண்டு பதறிப் போகணும்.

நான் இங்கே வெண்ணெயையும் ரொட்டியையும் சாப்பிட்டுக் கொழுப்பேறி அழுகித்தான் போவேன் சூர்யா, யாருக்கும் உபயோகமில்லாம! எங்கம்மா அப்பாவுக்குக்கூட உபயோகமில்லாம...!"

துக்கம் தொண்டையை அடைத்தது. சூர்யா சற்றுநேர மௌனத்திற்குப் பிறகு மெல்லச் சொன்னான்.

"போகணும்னு உனக்கு இத்தனை தீவிரமான எண்ணம் இருந்தா நா தடுக்க முடியாது."

உள்ளுக்குள் ஏதோ கழண்ட மாதிரி இருந்தது.

"நீ வரமாட்டியா?"

"போகணும்கறது உன் முடிவு. என் முடிவு இல்லே. ஆனா எனக்காக நீ உன் முடிவை மாத்திக்கோன்னு சொல்லமாட்டேன். எந்த பந்தமும் நம்மைப் பிணைக்காது. இஷ்டமிருந்தால் நீ இருக்கலாம். இல்லேன்னா கிளம்பிப் போகலாம். உனக்குப் பூரண சுதந்திரம் உண்டு."

இரத்த நாளங்கள் எல்லாம் பனியால் உறைந்தது போல ஜில்லிப்பு ஏற்பட்டது. இத்தனை நாள் சேர்ந்து வாழ்ந்ததற்கு ஏதும் விசேஷமான அர்த்தமில்லை என்கிறான்.

இது பயமுறுத்தல் இல்லை. போக்கிரித்தனமில்லை. இவன் யதார்த்தத்தில் ஊறியவன். அந்தந்தத் தருணத்தில் வாழ்பவன். மேற்கின் வாழ்க்கைத் தத்துவத்தைத் தனதாக்கிக் கொண்டவன்.

இன்று அவன் பிரிய நினைக்கவில்லையானாலும் நாளைக்கு அவன் விலகிச் செல்லலாம்; அவள் அவனை மாற்ற முடியாது; கட்டுப்படுத்த முடியாது; அவளை அவன் கட்டுப்படுத்த விரும்பாததுபோல்.

இவனுடன் தனக்கு இருந்த பிணைப்பையும் சினேகிதத்தையும் மறப்பது தனக்கு எளிதில்லை என்று அவள் நினைத்துக் கொண்டாள்.

"எப்ப உனக்குப் போகணும்னு இருக்கோ சொல்லு. நா டிக்கெட்டுக்கு ஏற்பாடு பண்ணறேன்" என்றான் அவன் சகஜமாக.

அவள் சோர்வுடன் எழுந்தாள்.

"தாங்க்ஸ் சூர்யா!" என்றாள்.

படுக்கைக்குச் சென்று படுத்தபோது சற்று நேரத்துக்கு அழுகை வந்தது. அவனுடன் ஏற்பட்ட உறவு எத்தனை சுலபமாக கழண்டு கொண்டது என்று துக்கமேற்பட்டது. ஆனால் இதை என்றோ எதிர்நோக்கியிருந்தது போலவும் இருந்தது.

அவள் கண்களை மூடிக்கொண்டாள். வெகுநேரம் படுத்திருந்தாள். அலையலையாக உணர்வுகள் விழித்துக் கொள்வதுபோல் இருந்தது. பத்து நிமிஷ இடைவேளையில் பத்து வயது கூடிவிட்டது போல் இருந்தது. இத்தனை தொலைவு நடந்துவிட்ட பிறகு திரும்பிச் செல்ல முடியாது. இனிமேலும் என் பாதையை நானேதான் தேடவேண்டும். என் வாழ்வை நானேதான் அமைத்துக்கொள்ளவேண்டும். அம்மா இல்லை. சூர்யா இல்லை என்று கலங்கிக்கொண்டு

உட்கார்ந்தேனானால், ஏவாவைப்போல் பஸ்பமாகிப் போவேன். மீண்டும் அம்மாவிடம் செல்லமுடியாது. அவளுடைய அரவணைப்புக்குள் ஒடுங்கிக்கொள்ளும் பருவம் கடந்துவிட்டது. அவளே அதை விரும்பமாட்டாள். பட்சிகளுக்கு இருக்கும் அறிவுகூட எனக்கில்லையானால் இத்தனை தொலைவு நான் வந்ததற்கு ஏதும் அர்த்தமில்லை.

அம்மாவிடமிருந்து எதையும் மறைக்க முடியாது. அவள் அதிர்ந்து போவாள், ஒதுக்காவிட்டாலும், என்னுடைய பார்வைகளை என்றாவது அவள் புரிந்துகொள்வாளானால் அவளுடைய அதிர்ச்சியும் மெல்ல விலகும். எங்கு வேண்டுமானாலும் என்னால் வாழமுடியும், மனித உணர்வு செத்துப்போகாமல். நாளை வேறு வீடு பார்க்கச் செல்ல வேண்டும்.

சந்தியா கண்களை மூடிக்கொண்டாள். மனசு லேசாகிப் போயிருந்தது. பிரமைகளிலிருந்து விடுபட்டதுபோல, சுகமும் துக்கமும் சமமாகிப் போனதுபோல விசித்திர உணர்வு ஏற்பட்டது. ஆனால் பிரபஞ்சத்தையே நேசிக்கும் உணர்வு போல இருந்தது.

இதில் வெறுப்பில்லை, விரோதமில்லை, ஆங்காரமில்லை, ஏமாற்றமில்லை. இந்த நேசம்தான் எனது சுதந்திரத்தின் சின்னம். மனித இனத்தின் ஒட்டுமொத்த துக்கங்களில் அகங்காரம் பொசுங்கிவிட்டதன் அடையாளம். நான் நேசிக்கப் பிறந்தவள்- உலகத்தை. இதற்கு எனக்கு எந்த ஊன்றுகோலும் தேவையில்லை. நானே ஊன்றுகோல்.

அதுதான் நான், சந்தியா.

★★★

வாஸந்தி

மைசூர் பல்கலைக்கழகப் பட்டதாரி. நாவல்கள், குறுநாவல் தொகுப்புகள், சிறுகதைத் தொகுப்புகள், பயணக் கட்டுரை நூல்கள் என்று ஐம்பதுக்கும் மேலான நூல்கள் பதிப்பிக்கப் பெற்றுள்ளன. குறிப்பிடத்தக்க பத்திரிகையாளரும்கூட. இந்தியா டுடேயின் தமிழ்ப் பதிப்பின் ஆசிரியராக 9 ஆண்டுகள் வெற்றிகரமாகப் பணியாற்றி, துணிச்சலான பத்திரிகையாளர் என்று முத்திரை பதித்தவர். கலை, கலாசாரம் அரசியல் என பல்வேறு புள்ளிகளைத் தொட்டுச் செல்லும் இவரது கட்டுரைகளில் பல அவை வெளிவந்த காலத்தில் தீவிர கவனம் பெற்றதுடன் விவாதங்களையும் தோற்றுவித்தன.

கலாசாரப் பரிவர்த்தனைத் திட்டத்தின் கீழும் பல வெளிநாட்டு இலக்கிய அமைப்புகளின் அழைப்பின் பேரிலும் உலக எழுத்தாளர் மாநாட்டுக்காக, சொற்பொழிவுகளுக்காக, குறிப்பான பிரச்சினைகளை ஆராயும் பொருட்டு என்று பல்வேறு நாடுகளுக்குச் சென்று வந்தவர்.

பெண் சார்ந்த பிரச்சினைகளைப் பற்றிப் பல ஆய்வுக் கட்டுரைகள், ஆய்வறிக்கைகள் எழுதி வருபவர். கூர்மையான அரசியல் ஆய்வாளர். இவர் இந்தியா டுடேயில் ஆசிரியராகப் பணியாற்றிய காலத்தின்போது ஏற்பட்ட தமிழ் நாட்டு அரசியல் நிகழ்வுகளைத் தமது அரசியல் சார்பற்ற பார்வையுடன் ஆங்கிலத்தில் எழுதிய 'CUT OUTS, CASTE AND CINE

STARS' என்ற புத்தகத்தை பெங்குவின் பதிப்பகம் வெளியிட்டிருக்கிறது.

பஞ்சாப், இலங்கை, ஃபீஜி நாடுகளின் இனப் பிரச்சினைகளைப் பின்புலமாக வைத்து இவர் எழுதிய நாவல்கள் - 'மௌனப் புயல்', 'நிற்க நிழல் வேண்டும்', 'தாகம்' குறிப்பிடத்தகுந்தவை. 'மௌனப் புயல்' ஆங்கிலத்தில் மொழிபெயர்க்கப்பட்டு பஞ்சாப் சாகித்திய அகாதெமி விருது பெற்றது. சமூக நாவலான 'ஆகாச வீடுகள்' ஹிந்தியிலும் ஆங்கிலத்திலும் மலையாளத்திலும் மொழிபெயர்க்கப்பட்டிருக்கிறது. ஹிந்தி மொழிபெயர்ப்பிற்கு உத்தர் பிரதேஷ் சாஹித்ய சம்மான் விருது கிடைத்தது. 'வாஸந்தி சிறுகதைகள்' என்ற தொகுப்பிற்கு தமிழக அரசின் சிறந்த நூல் விருது கிடைத்தது.

www.ingramcontent.com/pod-product-compliance
Lightning Source LLC
LaVergne TN
LVHW060227051026
849517LV00005B/1543
* 9 7 8 9 3 9 0 0 5 3 8 3 4 *